பௌத்த
வாழ்க்கைமுறையும்
சடங்குகளும்

பௌத்த வாழ்க்கைமுறையும் சடங்குகளும்

ஓ. ரா. ந. கிருஷ்ணன் (பி. 1934)

பணியிலிருந்து ஓய்வுபெற்ற மின்பொறியியல் நிபுணரும் தொழில் நுணுக்க நிர்வாகியுமான ஓ. ரா. ந. கிருஷ்ணன் பௌத்த சமயத்தைப் பற்றிப் பல ஆண்டுகளாக ஆராய்ந்துவருகிறார்.

In Search of Reality (Motilal Banarsidass Publishers, Delhi, 2003), *Hindutva or Dhammatva* (Asian Publication Services, New Delhi, 2005), *The Bhagavadgita and Buddhism* (UBS Publishers' Distributors, Delhi, forthcoming), *பௌத்தத் தத்துவங்களும் தியான முறைகளும்* (அகிம்சை பெண்ணிய பெட்சி நிறுவனம், 2007), *பௌத்த தியானம்* (காலச்சுவடு 2008) ஆகிய நூல்களை எழுதியுள்ள கிருஷ்ணன் *தர்மா* ஆய்வு மையத்தை நிறுவி அதன்வழிப் பௌத்த தம்மத்தை விளக்கும் நூல்களை வெளியிடுவதோடு பௌத்தத் திருமறைகளைத் தமிழில் மொழிபெயர்க்கும் பணியையும் மேற்கொண்டுள்ளார்.

E-mail: onkrishnan@yahoo.com

ஓ. ரா. ந. கிருஷ்ணன்

பௌத்த வாழ்க்கைமுறையும் சடங்குகளும்

காலச்சுவடு பதிப்பகம்

பௌத்த வாழ்க்கைமுறையும் சடங்குகளும் • பௌத்த நூல் • ஆசிரியர்: ஓ.ரா.ந. கிருஷ்ணன் • © ஓ.ரா.ந. கிருஷ்ணன் • முதல் பதிப்பு: ஆகஸ்ட் 2009, மூன்றாம் (குறும்) பதிப்பு: பிப்ரவரி 2021 • வெளியீடு: காலச்சுவடு பப்ளிகேஷன்ஸ் (பி) லிட்., 669 கே. பி. சாலை, நாகர்கோவில் 629001

poutta vaalkai muraiyum sadankukalum • Book on Buddhism • Author: O.R.N. Krishnan • © O.R.N. Krishnan • Language: Tamil • First Edition August 2009, Third (Short) Edition: February 2021 • Size: Demy 1 x 8 • Paper: 18.6 kg maplitho • Pages: 216

Published by Kalachuvadu Publications Pvt. Ltd., 669 K.P. Road, Nagercoil 629001, India •Phone: 91-4652-278525 • e-mail: publications @kalachuvadu.com • Printed at Adyar Students xerox Pvt. Ltd., No. 9, Sunkuraman street, Parrys, Chennai 600001

ISBN 978-81-89945-85-5

02/2021/S.No.301, kcp 2921, 18.6 (3) uss

வணக்கத்திற்குரிய
ஆச்சாரியார் புத்தரக்கிதர்
பிக்கு ஆனந்தர்
பிக்கு ஆஸின்வாதவா
ஆகியோருக்கு

உள்ளடக்கம்

முன்னுரை	11
புத்தர் வாழ்க்கை வரலாறு	15
பௌத்தம் காட்டும் தம்மம்	46
பௌத்தத்தில் நம்பிக்கை	76
பௌத்த வழிபாடு	79
பௌத்த வழிபாட்டுமுறைகள்	83
பாதுகாப்புப் பாடல்கள்	88
பௌத்த வாழ்க்கைமுறைகள்	98
தானம் - சீலம்	103
பாவனா (தியானம்)	107
பௌத்தச் சடங்குகள்	139
பிறந்தநாள் மற்றும் மூதாதையர் தினக் கொண்டாட்டம்	169
பூமி பூஜை மற்றும் புதுமனை புகுதல்	171
பௌத்த விழாக்கள்	173
பௌத்தர்களின் புண்ணிய யாத்திரைத் தலங்கள்	190
பிற்சேர்க்கைகள்	193
துணைநூல் பட்டியல்	213

முன்னுரை

புத்தர் பெருமானைப் பற்றியும் அவர் போதித்த தம்மத்தைப் பற்றியும் பௌத்த சமய வழிபாடுகளைப் பற்றியும் தமிழில் பல நூல்கள் வெளிவந்திருந்தாலும், பௌத்த சமயத்தைப் பின்பற்றும் சமுதாயத்தில் இல்லறத்தார் வழக்கமாகக் கடைப்பிடிக்கும் சடங்குமுறை களையும் கொண்டாடும் விழாக்களையும் விளக்கி எந்த நூலும் இதுவரை தமிழில் இயற்றப்பட்டதாகத் தெரிய வில்லை. அந்தக் குறையைத் தீர்க்க வேண்டும் என்னும் ஆர்வம் எனக்குக் கடந்த சில ஆண்டுகளாக இருந்தது.

பெங்களூர் மஹாபோதி சொஸைடியைச் சேர்ந்த பிக்கு ஆனந்தர் மற்றும் அதன் நிறுவனரும் தலைவருமான வணக்கத்திற்குரிய ஆச்சாரியார் புத்தரக்கிதர் ஆகியோரின் ஆலோசனைப்படி கன்னட மொழியில் பி. நந்தனா அவர்கள் இயற்றியிருந்த 'பௌத்த நிதிய பரணிகளு' என்னும் நூலைத் தமிழாக்க விரும்பினேன். ஆனால் எனக்குக் கன்னட மொழி தெரியாததால், சென்னை அடையாற்றில் *SSES Reserch Centre*ஐச் சேர்ந்த டாக்டர் வி. கோபாலகிருஷ்ணா அவர்கள் உதவியை நாடினேன். அந்தக் கன்னட நூலை அவர் அன்புகூர்ந்து ஆங்கிலத் தில் ஆக்கித் தந்தார். அந்த ஆங்கில ஆக்கத்தை நான் முதலில் மொழிபெயர்க்க ஆரம்பித்தேன். ஆனால் போகப்போக நான் எழுதியது வேறுபட்டு விரிந்து ஒரு புது நூலாகவே வடிவெடுத்தது. இந்த நூலை ஆக்கு வதற்கு உறுதுணையாக இருந்த மேற்சொன்ன கன்னட நூலுக்கும் அதன் ஆசிரியரான நந்தனா அவர்களுக்கும் அதை ஆங்கிலத்தில் மொழிபெயர்த்து எனக்குக் கொடுத் துதவிய டாக்டர் வி. கோபாலகிருஷ்ணா அவர்களுக்கும் நான் மிகவும் நன்றிக்கடன்பட்டுள்ளேன்.

பாதுகாக்கும் பாடல்களையும் பரித்ராண சூத்திரங்களையும் பௌத்த சடங்குகளையும் பற்றி எனக்கிருந்த சில குழப்பங்களைத் தீர்த்துவைத்த வணக்கத்திற்குரிய பிக்கு அசின் வாதவா அவர்களுக்கும் என் நன்றி உரியதாகும். சென்னைச் செங்குன்றத்தை அடுத்துப் பாடியநல்லூரில் உள்ள இந்தோ-பர்மா புத்த விஹாரை நிர்வகிக்கும் பர்மிய பிக்கு இவர். சுமார் பதினேழு ஆண்டுகளுக்கு முன்னர் பர்மாவிலிருந்து அனுப்பி வைக்கப்பட்ட பிக்கு அசின்வாதவா அவர்கள் இன்றளவும் இந்தப் புத்த விஹாரை நிர்வகித்துவருகிறார். இந்த விஹாரி லேயே வலிப்பு வாதத்தால் வாடியுள்ள குழந்தைகளுக்கென ஒரு பள்ளியையும் நடத்திவருகிறார். இவரது தொண்டு போற்றுதற் குரியதாகும்.

இந்த நூலை வணக்கத்திற்குரிய ஆச்சாரியார் புத்தரக்கிதர் அவர்களுக்கும் பிக்கு ஆனந்தர் அவர்களுக்கும் பிக்கு அசின் வாதவா அவர்களுக்கும் சமர்ப்பிப்பதில் நான் பெருமகிழ்ச்சி கொள்கின்றேன். இதை எனக்குக் கிடைத்த பாக்கியமாகக் கருதுகிறேன்.

இந்த நூலை ஆக்குவதற்கு எனக்குப் பலவகைகளில் ஊக்க மளித்த தம்மப் பேரவையைச் சேர்ந்த திரு. சந்திரசேகரன் அவர்களுக்கும், திரு. சம்பந்தம் அவர்களுக்கும், திருத்தணி திசரணம் கல்வி அறக்கட்டளையின் தலைவர் தங்கவயல் வாணிதாசன் அவர்களுக்கும் நான் நன்றிக்கடன்பட்டுள்ளேன். மேலும், தேவைப்பட்ட சில தமிழ் மொழிபெயர்ப்புகளில் எனக்கு உதவிய திரு. அரவிந்தன் அவர்களுக்கும், வெவ்வேறு வகைகளில் எனக்கு உதவிய திருமதி. நாகம், திரு. ராமநாதன், திரு. மணிகண்டன் ஆகியோருக்கும் சுவடி நிறுவனத்தாருக்கும் என் நன்றி உரியதாகும். இந்நூலைச் சீரிய முறையில் செம்மை யாக்கிய பேரா. நஞ்சுண்டன் அவர்களுக்கும் என் நெஞ்சார்ந்த நன்றி.

நான் ஒரு கவிஞனாக இல்லாத காரணத்தால் இந்த நூலில் மொழிபெயர்த்துக் கொடுக்கப்பட்டுள்ள பாடல்களில் கவிதை நயத்தைக் காண முடியாது. இந்தக் குறையை நான் வெகுவாகவே உணர்கின்றேன். காலப்போக்கில் பௌத்தத்தைப் பற்றிய விழிப்புணர்வு மேலும் வளர்ந்து அதன் மேன்மையைப் பெரும்பாலோர் புரிந்துகொள்ளும்போது தமிழ்க் கவிஞர் யாராவது ஒருவர் முன்வந்து பௌத்த வழிபாட்டுப் பாடல்

களையும் உள்ளம் கவரும் வகையில் கவிதைகளாக இயற்றித் தமிழுலகத்துக்கு தந்து பெருமை சேர்ப்பார் என்று நம்புகிறேன்.

வாழிய செந்தமிழ், வாழ்க நற்தமிழர்!
வாழிய பாரதமணித் திருநாடு!
வாழ்க வையகம், ஓங்குக தம்மம்!

தர்மா ஆய்வு மையம்   ஓ. ரா. ந. கிருஷ்ணன்
1848/8, ஆறாம் அவென்யூ
அண்ணாநகர் மேற்கு
சென்னை 600 040.

அத்தியாயம் 1

புத்தர் வாழ்க்கை வரலாறு

சுமார் இரண்டாயிரத்து அறுநூறு ஆண்டுகளுக்கு முன்னர் இந்தியத் துணைக் கண்டத்தின் வடபகுதியிலிருந்த சாக்கிய தேசத்தைச் சுத்தோதனர் என்னும் மன்னர் ஆண்டு வந்தார். அது இன்றைய இந்திய – நேபாள எல்லைக்கருகில் நேபாளப் பகுதியில் இருந்தது. கபிலவஸ்து அதன் தலைநகரம்; கௌதமர் என்பது மன்னரின் குலப் பெயராகும்.

அரசி மஹாமாயா தேவியின் கனவு

மன்னர் சுத்தோதனருக்கு மஹாமாயா தேவி, மஹாபிரஜாபதி என்னும் பெயர்களைக் கொண்ட இரு மனைவிகள் இருந்தனர். இருவரும் சகோதரிகள். தன் இரு மனைவியருடனும் மன்னர் சுத்தோதனர் தூய்மையும் பேரானந்தமும் நிறைந்த இனிய வாழ்க்கை வாழ்ந்து வந்தார்.

ஓர் இரவு அரசி மஹாமாயா தேவி அதிசயமான கனவு கண்டார். ஆபரணங்களால் நன்கு அலங்கரிக்கப் பட்ட மிக அழகான வெள்ளை நிற யானையொன்று துதிக்கையில் தாமரை மலரை ஏந்தியவாறு வானத்திலிருந்து உதித்துத் தன்னுள் நுழைவதாக அரசி மஹாமாயா தேவி கனவு கண்டார். அது அரசியாருக்கு அளவிட முடியாத மகிழ்ச்சியை அளித்தது. தன் மனத்தில் ஆழமாகப் பதிந்துவிட்ட அந்தக் கனவை மறுநாள் காலை அரசி மன்னரிடம் தெரிவித்தார். அதைக் கேட்டுப் பெரும் மகிழ்ச்சி கொண்ட மன்னர் அரசவைச் சோதிடர்களை அழைத்து அக்கனவின் பொருளை ஆராய்ந்து தெரிவிக்குமாறு கட்டளையிட்டார். ஆராய்ச்சிக்குப் பின், வானிலிருந்து தெய்வீக சக்தி ஒன்று மஹாராணியின் உடலிற்குள்

புகுந்துள்ளதாகவும் மூவுலகையும் ஆளக்கூடிய வல்லமை படைத்த பேரரசர் (சக்கரவர்த்தி) அல்லது அனைத்து உலகத்தையும் உய்விக்கப்போகும் மஹாஞானி அவரது கருவில் வளர்வதாகவும் சோதிடர்கள் மன்னரிடம் கூறினர்.

செய்தியறிந்து சாக்கிய தேசத்தையும் மஹாமாயா தேவி பிறந்த கோலிய தேசத்தையும் சேர்ந்த மக்கள் மிக்க களிப் புற்றனர். அரசி மஹாமாயா தேவி மிகுந்த அக்கறையுடனும் பாதுகாப்புடனும் சீராகவும் சிறப்பாகவும் கவனித்துக்கொள்ளப் பட்டார். பேறுகாலம் நெருங்கி வரும்போது, அவர்கள் குலவழக்கப்படி பிள்ளைப் பேற்றிற்குப் பெற்றோர்களின் இல்லத்திற்கு அனுப்பிவைக்கப்பட்டார். காவற்படையினரும் தாதியர்களும் புடைசூழ அரசியார் பல்லக்கில் புறப்பட்டார்.

சித்தார்த்தரின் பிறப்பு

கோலிய தேசத்தை ஆண்டுகொண்டிருந்த தன் பெற்றோர் களிடம் செல்லும் வழியில், லும்பினித் தோட்டத்தை நெருங்கிய போது அங்கிருந்த இரட்டைச் சால மரங்களின் கண்ணைப் பறிக்கும் அழகு அரசியாரைக் கவர்ந்தது. அங்குத் தங்கிச் சற்று நேரம் ஓய்வெடுக்கத் தீர்மானித்தார். இயற்கை எழில் கொஞ்சும் அவ்விடத்தை அடைந்து, காவற்படையினர் பல்லக்கை இறக்கினர். வெளிவந்த அரசியார் மகிழ்ச்சியுடன் அழகிய சால மரங்களைச் சுற்றி அவற்றின் கிளைகளைப் பிடித்து அசைத்தவாறு சிறிது நேரம் விளையாடிக்கொண்டிருந்தார். மரத்தின் கிளையொன்றைப் பற்றி நின்றபோது தனக்குக் குழந்தை பிறக்கும் தருணம் வந்துவிட்டதாக அரசியார் திடீ ரென்று உணர்ந்தார். நின்றிருந்த நிலையிலேயே வேதனை எதுவுமின்றி அவருக்கு சுகப் பிரசவம் நிகழ்ந்தது. அது அபூர்வ மான புனித நிகழ்ச்சியாக இருந்தது. பிறந்த குழந்தை, எங் கிருந்தோ திடீரென்று உதயமான ஏழு தாமரைப் பூக்களின் மேல் அடியெடுத்துவைத்தபடி "அனைத்து உலகங்களிலும் நானே முதன்மையானவன்" எனக் கூறிக்கொண்டு நடந்து வந்தது. காணக்கிடைக்காத இந்த அற்புதக் காட்சியைக் கண்டு சுற்றியிருந்த மக்களும் வானில் வலம்வந்த தேவர்களும் தேவதை களும் மெய்சிலிர்த்து வணங்கினர். பிறந்த குழந்தையை எடுத்துக் கொண்டு அரசியார் கபிலவஸ்து நகருக்கு மன்னரிடமே திரும்பிவந்தார்.

முனிவரின் கணிப்பு

பிறந்த குழந்தையைப் பின்னர் மன்னர் சுத்தோதனரும் அவரது மனைவிகளான மஹாமாயா தேவியும் மஹாபிரஜாபதி

கௌதமியும் பூவுலகமனைத்தும் போற்றித் துதிக்கும் புகழ் பெற்ற அஸித முனிவரிடம் ஆசி பெற எடுத்துச்சென்றனர். குழந்தையைத் தலைக்கு மேல் தூக்கிக் கொஞ்சிய முனிவர், அதன் பிஞ்சுப் பாதங்களைத் தன் தலையில் வைத்தபடி சிறிது நேரம் நின்றார். பின் குழந்தையைக் கீழிறக்கிய அவர், மகிழ்ச்சி பொங்க அதை உற்றுப் பார்த்துச் சிரித்தார்; திடீரென அழ ஆரம்பித்தார். பெருமகிழ்ச்சியுடன் காணப்பட்ட முனிவர் திடீரென அழத் தொடங்கியதால், மன்னரும் அரசிகளும் அதிர்ச்சியுற்றனர். அழுததற்கான காரணத்தை வினவியபோது, முனிவர் கூறினார்:

"வளர்ந்த பின் இக்குழந்தை உச்சபட்ச ஞானி புத்தராக ஆவான். மனித மற்றும் தெய்வீகப் பிறவிகளுக்கு ஒப்பற்ற ஆசானாக ஆவான் என்பதை உணர்ந்துதான் நான் மெய் சிலிர்த்துச் சிரித்தேன். அனைவரின் உள்ளங்களிலும் ஞான ஒளிபாய்ச்சி மகிழ்ச்சி பொங்கவைக்கும் ஆன்மீகச் சூரியனாக இவன் விளங்குவான். சம்சார சாகரத்தில் சிக்கித் தத்தளிக்கும் எண்ணற்ற மனிதப் பிறவிகளைக் கைகொடுத்துக் காப்பாற்றுவான். அப்பேர்ப்பட்ட அபூர்வ நிகழ்வுகளைக் கண்டுகளிக்கும் வாய்ப்பு வயதான எனக்கு இருக்காதே என்று நினைத்துத்தான் நான் அழுதேன். அச்சமயம் நான் உருவமற்ற பிரம்மப் பேராந்தியத்தில் கலந்துவிட்டிருப்பேன்."

முனிவர் கூறியதைக் கேட்ட அனைவரும் மெய்சிலிர்த்தவர் களாய்க் குழந்தையாக இருந்த வருங்காலப் புத்தர் பெருமானைப் பணிவுற வணங்கினர்.

சித்தார்த்தர் எனப் பெயர் சூட்டப்படல்

குழந்தைக்குப் பெயர் சூட்ட வண்ணமிகு விழா ஏற்பாடு செய்யப்பட்டுச் சிறப்பாகக் கொண்டாடப்பட்டது. குழந்தைக்குச் "சித்தார்த்தர்" என்று பெரியோர்களால் பெயர் சூட்டப்பட்டது. "சித்தார்த்தர்" என்றால் "எண்ணியதைச் சாதிபபவர்", "நிறைவு காண்பவர்" என்று பொருள்படும்.

குழந்தை பிறந்த பிறகு நோயுற்ற அரசி மஹாமாயா தேவி, ஏழு நாள்கள்தான் உயிருடனிருந்தார். தாயையிழந்த சித்தார்த்த கௌதமரைச் சிற்றன்னையான மஹாபிரஜாபதி தன் குழந்தையாகவே சுவீகரித்துப் போற்றி வளர்த்தார். தன் சொந்தக் குழந்தை நந்தனைத் தாதியர்களிடம் ஒப்படைத்து விட்டு, சித்தார்த்தரைத் தன் குழந்தையாகவே ஏற்றுப் பேணி வளர்த்த பெருமைக்குரியவர் இளைய அரசி மஹாபிரஜாபதி.

சீரும் சிறப்புமாக வளர்க்கப்பட்ட சித்தார்த்தர் நல்லறிவும் கருணையும் கொண்ட சிறுவனாக வளர்ந்தார்.

சிறுவனாக இருக்கும்போதே கருணை உள்ளம் காட்டல்

ஒரு நாள் சித்தார்த்தரின் ஒன்றுவிட்ட சகோதரனான தேவதத்தன் பறந்துகொண்டிருந்த அன்னப் பறவைக் கூட்ட மொன்றின் தலைமைப் பறவையை அம்பெய்தி வீழ்த்தினான். அடிபட்ட அப்பறவை, தோட்டத்தில் ஒரு மரத்தடியில் அமர்ந்து ஆழ்ந்த சிந்தனையிலிருந்த சித்தார்த்தரின் அருகில் வீழ்ந்தது.

அதைக் கையிலெடுத்து, அதன் உடலில் பாய்ந்திருந்த அம்பைப் பிடுங்கிய சித்தார்த்தர் அது வலியால் துடிப்பதைக் கண்டார். நிராதரவான அப்பறவை அனுபவிக்கும் வலியின் தீட்சண்யத்தை உணர்ந்து பார்க்கும் பொருட்டு அந்த அம்பைத் தன் கையில் தானே குத்திக்கொண்டார். வலியின் வேதனைக்கு அஞ்சுவதில் அனைத்து உயிர்களும் சமம் என்பதை உணர்ந்தார். பின்னர் அப்பறவையின் காயத்திற்குக் கருணை உள்ளத்தோடு மருந்திட்டு அதைக் குணப்படுத்திக் காப்பாற்றினார்.

தான் வீழ்த்திய பறவை தனக்குத்தான் சொந்தம் என்று வாதிட்டு, அப்பறவையைத் திருப்பித் தருமாறு தேவதத்தன் சித்தார்த்தரைக் கேட்டான். அதைத் தர மறுத்த சித்தார்த்தர் "அதன் வாழ்க்கையைப் பத்திரமாகப் பாதுகாத்துக் காப்பாற்று பவனுக்கே அது சொந்தமாகுமே தவிர அதை அழிப்பவனுக்கு அல்ல" என்று கூறினார்.

சச்சரவுக்குத் தீர்வுகாண இருவரும் அரசவையில் வீற் றிருந்த மன்னரிடம் சென்றனர். அங்கிருந்த சான்றோர் பெரு மக்கள் இளவரசர் சித்தார்த்தரின் வாதத்தை ஒப்புக்கொண் டனர். பறவை சித்தார்த்தருக்கே சொந்தம் என்று தீர்ப்பளிக் கப்பட்டது. பிற்காலத்தில், "மூவுலகையும் காப்பாற்றுபவர்" (திரிலோக நாதர்) எனப் பெயர் பெற்ற சித்தார்த்தர், இளம் வயதிலேயே அனைத்து உயிர்களையும் தம் உயிராகவே கருதிக் காப்பாற்றும் தம் கருணை உள்ளத்தின் பொலிவை உலகுக்குக் காட்டிவிட்டார்.

இளவரசர் சித்தார்த்தரின் திருமணம்

பதினாறு வயது முடிவதற்குள் சித்தார்த்தர் அனைத்துக் கல்வி, கலைகளையும் கற்றறிந்ததுடன், அரண்மனையிலிருந்த குருமார்களிடம் போர்க்கலைகளையும் கற்றுக்கொண்டார். ஆனால், சாந்த குணத்தைக் கொண்டிருந்த காரணத்தால், அனைவரும் அவரை "மென்மையான இளவரசர்" என்றும் பெயரிட்டே அழைத்தனர்.

சித்தார்த்தருக்குத் திருமணம்செய்துவைக்க மன்னர் மிக்க ஆவல் கொண்டதால், வீரப்பிரதாபத்தின் மூலம் மணமகளை

வெல்லும் சுயம்வரத்தில் அவர் கலந்துகொண்டார். பராக்கிரமம் வாய்ந்த புகழ்பெற்ற பல இளவரசர்கள் பங்குபெற்ற கடும் போட்டியில் வெற்றிபெற்று அழகும் திறமையும் வாய்ந்த இளவரசி யசோதரையை அவர் கைப்பிடித்தார். இளவரசி யசோதரை 'பிம்பா' என்றும் அழைக்கப்பட்டார்.

திருமணமானபோது சித்தார்த்தருக்கு வயது பதினாறு. இளவரசர் சித்தார்த்தரும் இளவரசி யசோதரையும் அடுத்த பதின்மூன்று ஆண்டுகள் இன்பகரமான திருமண வாழ்க்கையில் திளைத்திருந்தனர்.

இளவரசரின் இளகிய பற்றற்ற சாந்தமான மனப்போக்கைக் கண்ட மன்னர் சுத்தோதனர், எங்கே அவர் சோதிடர்கள் முன்னர் கணித்துக் கூறியதுபோல அரச வாழ்க்கையை உதறி யெறிந்து துறவறத்திற்குச் சென்றுவிடுவாரோ என அஞ்சினார். ஆகையால் இளவரசரை அரச வாழ்க்கையில் பிணைத்து வைப்பதற்காக சுகபோகங்கள் நிறைந்த சூழலை உருவாக்கி அதில் இளவரசர் திளைத்திருக்க ஏற்பாடுகள் செய்திருந்தார் அவர். பருவ காலங்களுக்கேற்றபடி அமைக்கப்பட்ட வெவ்வேறு அரண்மனைகளில் இளவரசர் யசோதரையுடன் இன்பங்கள் செறிந்த வாழ்க்கையில் காலங்கழித்தார். அவர் என்றும் இன்பத்தில் திளைத்திருப்பதற்காகத் தினமும் கேளிக்கைகளும் விளையாட்டுகளும் இன்னிசைக் கச்சேரிகளும் அழகிய பெண் களின் நடனங்களும் ஏற்பாடு செய்யப்பட்டிருந்தன. சுருங்கச் சொன்னால், துன்பமோ துயரமோ என்ன என்பதே தெரியா வண்ணம் இன்பங்கள் நிறைந்த சூழலியே இளவரசர் சித்தார்த்தர் வளர்க்கப்பட்டார். வாழ்க்கை சுகபோகமானது என்னும் தோற்றமே எங்கும் உருவாக்கப்பட்டிருந்த சூழ்நிலை யில் அவர் வாழ்ந்திருந்தார்.

நான்கு காட்சிகள்

காலப்போக்கில், இளவரசி யசோதரை ஆண்மகவொன்றை ஈன்றெடுத்தார். அதற்கு இராகுலன் என்று பெயர் சூட்டப் பட்டது. இது நடந்தது இளவரசர் சித்தார்த்தரின் இருபத்தி யொன்பதாம் வயதில் இந்தக் காலகட்டத்தில் அவர் தார்மீக விதிகளைக் காட்டும் "நான்கு காட்சிகளை"க் காண நேரிட்டது எனக் கூறுகின்றன பௌத்த மரபுவழி வரலாற்று நூற்கள்.

ஒருநாள் குடும்பத்துடன் சுற்றுலா சென்றிருந்த சித்தார்த்தர் முதுமையால் கூன் விழுந்த பலவீனமான ஒரு கிழவர் தடியை ஊன்றியபடி தள்ளாடிச் சென்றுகொண்டிருந்ததைக் கண்டார். முதுமையின் துக்கம் இளவரசரையும் தாக்கியது. மற்றொரு நாள், கடுமையான நோயால் அவதிப்பட்டுக்கொண்டிருந்த

ஒருவரைக் கண்டார். நோயின் துக்கம் இளவரசரையும் தாக்கியது. இன்னொரு நாள் உறவினர்களும் நண்பர்களும் அழுதுகொண்டும் புலம்பிக்கொண்டும் பின்தொடர்ந்து வர, ஒரு சடலம் மயானத்திற்குத் தூக்கிச் செல்லப்படுவதைக் கண்டார். மரணத்தின் துக்கம் இளவரசரையும் தாக்கியது. அதுவரை தாம் வாழ்ந்துவந்த சுகபோகமான வாழ்க்கை நிலையானதல்ல, ஒரு போலித் தோற்றமே என்றும் வாழ்க்கை துக்கமயமாக உள்ளது என்றும் அப்போது அவர் உணர்ந்தார். உலகத்தின் துக்கத்தையெல்லாம் அவர் தன்னுடைய சொந்தத் துக்கமாகவே பாவித்தார். துக்கத்திற்கான காரணம் என்ன, துக்கத்தை ஒழிக்கும் வழி என்ன என்ற கேள்விகள் அவருள் எழுந்தன.

இந்தக் கேள்விகளைச் சிந்தித்து அவரது மனம் அவற்றுக்கு விடைதேடிக் கொண்டிருந்தபோது, அமைதியே வடிவான ஒரு துறவி சாந்தம் தவழும் இனிய முகத்துடன் தெருவில் சென்றுகொண்டிருப்பதைச் சித்தார்த்தர் ஒரு நாள் பார்த்தார். உலகின் எந்தக் கவலையும் துன்பமும் துயரமும் அந்தத் துறவியைப் பாதித்ததாகத் தெரியவில்லை. சாந்தம் தவழும் துறவியின் முகம் அவரைக் கவர்ந்தது. துறவு வாழ்க்கை தமது கேள்விகளுக்கு விடைதந்து உண்மை ஞானத்தைக் காட்டக் கூடும் என்று சித்தார்த்தருக்குத் தோன்றியது.

வாழ்க்கையின் புதிர்களுக்கான விடைகாணும் தேடலுக் காக உலக வாழ்க்கையைத் துறக்க இளவரசர் சித்தார்த்தர் முடிவுசெய்தார். அரண்மனையை விட்டு வெளியேறும் முன் தன் மனைவியின் அறைக்குச் சென்ற அவர் உறங்கிக்கொண் டிருந்த மனைவியின் முகத்தையும் சிசு இராகுலனின் முகத்தையும் பார்த்து மனம் நெகிழ்ந்தார். ஆனால் மனத்தை உறுதிப்படுத்திக் கொண்டு, "முதுமை நோய் மற்றும் மரணம் ஆகிய துக்கத் தளைகளிலிருந்து உங்களையும் உலகிலுள்ள அனைவரையும் விடுவிக்க வகைசெய்யும் தீர்வுகளைக் கண்டுபிடித்த பின்னர் தான் நான் உங்களிடம் திரும்பி வருவேன்" என்று அவர்களிடம் மானசீகமாகச் சொல்லிக்கொண்டு அரண்மனையை விட்டு நள்ளிரவில் வெளியேறினார்.

சித்தார்த்த கௌதமரின் வாழ்க்கையை மாற்றியமைத்த அந்த நான்கு காட்சிகளைப் பற்றி மரபுவழி பௌத்த சமய நூல்களில் கூறப்பட்டுள்ளவற்றை அம்பேத்கர் உட்பட இருபதாம் நூற்றாண்டு அறிஞர்கள் சிலர் அப்படியே ஏற்றுக்கொள்ள மறுக்கிறார்கள். எவ்வளவுதான் வெளியுலகம் தெரியாமல் வளர்க்கப்பட்டிருந்தாலும், இருபத்தியொன்பது வயதான சித்தார்த்தருக்கு வாழ்க்கையின் எதார்த்தங்களான முதுமை,

நோய், மரணம் ஆகியவை அது நாள்வரை தெரியாமல் இருந்திருக்க முடியுமா என்று கேள்வியெழுப்புகிறார்கள். இவை இதற்கு முன்னரே அவருக்குத் தெரிந்திருக்கலாம் அல்லது கேள்விப்பட்டிருக்கலாம். ஆனால், அவற்றின் தாக்கத்தை அவர் முழுமையாக உணர்ந்து, உலகின் அனைத்துத் துக்கங்களையும் தம் சொந்தத் துக்கமாகப் பாவிக்க நேர்ந்தது குறிப்பிட்ட அந்தக் காலகட்டத்தில்தான். அவரது மனம் எப்படிப் பரிணமித்தது என்று மரபுவழி வரலாறு காட்டுவ தாக நாம் கொள்ளலாம். அம்பேத்கரும் மற்றவர்களும் கூறுவது போல, நதித் தண்ணீருக்காகச் சாக்கியர்களுக்கும் கோலியர் களுக்கும் இடையே ஏற்பட்ட சச்சரவுகள், பிளவுபட்டுக் கிடந்த சிறுசிறு தேசங்களுக்கிடையே அடிக்கடி நடந்த சண்டைகள், சாதி வேறுபாடுகளைப் பற்றிக்கொண்டு மனிதருக்கு மனிதரே இழைக்கும் கொடுமைகள், மக்களின் சுயநலப் போக்குகள், போட்டிகள், பொறாமைகள் தீமைகள் ஆகியவையும் இளம் சித்தார்த்தரின் மென்மையான மனத்தைப் பாதித்திருக்க வேண்டும். முதுமை, நோய், மரணம் ஆகியவை இயற்கையாக விளையும் துக்கத்தைக் காட்டுகின்றன என்றால், இவை பேராசைகளாலும் வேட்கைளாலும் மனக்கிளர்ச்சிகளாலும் தீய குணங்களாலும் உந்தப்பட்டு நமக்கு நாமே விளைவித்துக் கொள்ளும் துக்கங்களாகும். இவற்றைச் *சங்கார துக்கங்கள்* என்று போதி நிலையையடைந்த பின் புத்தர் தன் சீடர்களுக்கு ஆற்றிய முதல் பேருரையில் விளக்கியுள்ளார். இந்தச் *சங்கார துக்கங்களால்* நாம் வாழ்க்கையில் ஒவ்வொரு கணமும் அவதிப் பட்டுக்கொண்டேயிருக்கிறோம். அவ்வப்போது இயற்கையால் விளையும் துக்கத்தைவிட இவை அதிகம் என்றால் மிகையாகாது. அனைத்துத் துக்கங்களையும் ஒழிப்பதற்கு வழிகாணவே அவரது தேடல் தொடங்கியது எனலாம்.

புத்தர் வாழ்க்கை வரலாற்றின் முதற்பகுதி குறிப்பிட்டுக் காட்டுவதெல்லாம், மன்னர் சுத்தோதனர் இளவரசர் சித்தார்த் தருக்கு அமைத்துத் தந்திருந்ததுபோல, நாம் வாழும் இந்த உலகமும் நம் மனத்தின் ஆசைகளே உருவாக்கித் தந்தது என்பதேயாகும். இது போலித் தோற்றமே. இந்த உலகம் நமக்கு ஒருவிதமாகத் தோற்றமளிக்கின்றது. ஆனால், ஊடுருவி உள்ளதை உள்ளவாறு காணும்போது உண்மையில் அது வேறுவிதமாக இருக்கின்றது. இதை நாம் முதலில் புரிந்துகொள்ள வேண்டும்.

துறவறம் பூணுதல்

மேற்சொன்னவாறு துறவறம் மேற்கொள்ள உறுதிபூண்டு, இளவரசர் சித்தார்த்தர் அரண்மனையை விட்டு நள்ளிரவில்

வெளியேறியது ஒரு ஆஷாடப் பௌர்ணமி நாளன்றாகும். பௌர்ணமி நிலவு பொழியும் அந்த இரவில் அரசக் குதிரையான காந்தகாவின் மீது ஏறிக்கொண்டு தேரோட்டி சன்னாவின் துணையுடன், துக்கத்திலிருந்து பூரணமாகவும் நிரந்தரமாகவும் விடுபடும் நிப்பாண நிலையைத் தேடித் தெற்குத் திசை நோக்கிப் பயணமானார். தொடுவானத்தில் சூரியனின் கிரணங்கள் வெளிப்பட்ட தருணத்தில் சாக்கிய அரசின் எல்லையை அடைந்தனர். எல்லையில் மலைத்தொடரை ஒட்டி ஓடிய நீரோடையின் அருகில் வந்ததும் இளவரசர், காந்தகாவுக்கு அதைப் பாய்ந்து தாண்டுமாறு ஆணையிட்டார். ஆணையைக் கேட்ட அடுத்த கணம் வீரியம்மிக்க அந்தக் குதிரை அக்கரையை நோக்கிச் சீறிப் பாய்ந்தது.

இவ்வாறு அக்கரையை அடைந்த பின் குதிரையின் மேலிருந்து இறங்கிய இளவரசர் ஒரு மரத்தின் அடியில் அமர்ந்து தனது தலைமுடியையும் தாடியையும் மழித்தார். ஆபரணங்களையும் அரச உடைகளையும் களைந்து அவற்றை ஒரு மூட்டையாகக் கட்டி, சன்னாவுக்கு அவன் தன் வாழ்நாள் முழுவதும் வளமான வாழ்க்கை வாழும் வண்ணம் பரிசாகக் கொடுத்தார். பின்னர் சன்னாவையும் குதிரை காந்தகாவையும் கபிலவஸ்து நகருக்குத் திரும்பிச் செல்லுமாறு பணித்துவிட்டு நிப்பாணத்தைத் தேடித் தன் பயணத்தைத் தொடர்ந்தார்.

துக்கம் பற்றிய தன் கேள்விகளுக்கு விடையையும், நிப்பாணத்தையும் தேடி ஆசிரமம் ஆசிரமமாகச் சென்று பல ஆசிரியர்களிடம் பயின்றார். அக்காலத்தில் புகழ்பெற்றிருந்த ஆலாரகாலாமா, உத்தக இராமபுத்திரர் ஆகிய முனிவர்களைத் தேடிச் சென்று அவர்களது ஆசிரமங்களில் தங்கி அவர்கள் கண்டறிந்த உண்மைகளைக் கற்றார். மெய்ஞ்ஞானம் பெறுவதற்கு அவர்கள் போதித்த தியான முறைகளையும் பயின்று அவற்றில் தேர்ச்சிபெற்றார். ஆனால், இவையெதுவும் அவர் தேடியலைந்த நிப்பாணத்தைத் தரவில்லை. கற்ற எதுவும் பயனளிக்கவில்லை.

இவ்வாறு ஆசிரமம் ஆசிரமமாக மெய்ஞ்ஞானத்தைத் தேடியலைந்த அவர், ஒரு நாள் மகத நாட்டின் தலைநகரான இராஜகிருஹத்தை அடைந்தார். அங்குக் கோவில் ஒன்றைத் தாண்டிச் சென்றுகொண்டிருந்தபோது அதன் தெய்வத்திற்குப் பலிகொடுக்கப்பதற்காக ஒருசேரக் கட்டிவைக்கப்பட்டிருந்த நூற்றுக்கணக்கான மிருகங்களைக் கண்டார். ஆதரவற்ற நிலையில் இருந்த அந்த மிருகங்களைக் கண்ட சித்தார்த்த கௌதமரின் இதயத்தில் இரத்தம் கசிந்தது. கோவிலுக்குள் நுழைந்து நேராகப் பலிபீடத்திற்குச் சென்று அதன்மேல் தலையை வைத்த அவர், “ஆதரவற்ற இம்மிருகங்களின்

இரத்தத்தால்தான் கடவுளுக்கு அபிஷேகம் செய்ய வேண்டு மென்றால், முதலில் எனது உயிரை எடுத்து என் இரத்தத்தால் அபிஷேகம் செய்யுங்கள். என் இரத்தம் பாய்ந்து இம்மண்ணில் அமைதியும் வளமும் பெருகட்டும்" என்று முழங்கினார். இதனால் கலவரமுற்ற பூசாரிகள் மன்னரிடம் சென்று முறையிட்டனர். அவரது கருணையுள்ளத்தைக் கண்டு மிகவும் மனம் நெகிழ்ந்த மன்னர், அன்றிலிருந்து மிருகங்களைப் பலிகொடுக்கும் கொடிய வழக்கத்தை அறவே நிறுத்துமாறு ஆணை பிறப்பித்தார்.

இராஜகிருஹத்தில் அனைவராலும் போற்றப்படலானார் சித்தார்த்தர். அவரது முகப்பொலிவையும் தேஜஸையும் அழகையும் கண்ட மன்னர் இளவரசருக்குத் தன் நாட்டில் பாதியைக் கொடுத்துத் தன் மகளையும் திருமணம் செய்துவைக்க முன் வந்தார். அதைப் பணிவுடன் மறுத்த சித்தார்த்தர், துக்கத்திற்குத் தீர்வுகண்ட நிப்பாணத்தைப் பற்றிய இரகசியத்தை அறிந்த பின்னர், திரும்பி வந்து அவர்களுக்கு அதை வெளியிடுவதாக உறுதியளித்து அவ்விடத்தை விட்டகன்றார்.

வாழும் எலும்புக்கூடு

இராஜகிருஹத்தை விட்டுக் கிளம்பிய சித்தார்த்தர், தற்போது "புத்த கயா" என்று கூறப்படும் "உருவேலா" என்னும் இடத்திற்கு அருகில் இருந்த அடர்த்தியான காடுகளை அடைந் தார். மெய்வருத்திச் செய்யும் கடுந்தவத்தாலேயே மனத்தைத் தீவிரப்படுத்தி உண்மையைக் காண முடியும் என்று கேள்விப் பட்டதால் அத்தகைய தவத்தை மேற்கொள்ளத் தீர்மானித்தார். அந்தக் காட்டில் தனிமையில் கற்பனையில்கூட நினைத்துப் பார்க்க முடியாத அளவு உடல் வருத்திச் செய்யப்படும் கடுந்தவத்தில் ஈடுபட்டார். கோடை வெப்பத்தின் கொடுமையைத் தாங்க முடியாமல் அந்தப் பிரதேசத்தில் பலர் இறந்துகொண் டிருந்த அவ்வேளையில், அரண்மனைச் சுகத்திலேயே வாழ்ந்த சித்தார்த்தர் நாள்தோறும் கடும் வெயிலில் வாடியதால் அவர் உடல்முழுவதும் புண்கள் உண்டாகி, உடல் கருக ஆரம்பித்தது. அதே போன்று நடுங்கச் செய்யும் கடுங்குளிரிலும் அவர் தன் உடலைப் பாதுகாத்துக்கொள்ளாமல் கொடுமையான தவத்தைத் தொடர்ந்தார்.

வேர்கள், மூலிகைகள் மற்றும் மிருகங்கள் தின்றுபோட்ட வற்றையே அவர் உண்டு வாழ்ந்தார். மெய்வருத்திச் செய்யும் தவத்தால் அவர் குளிப்பதையும் அறவே விட்டுவிட்டார். அதனால் அவரது உடலில் அழுக்குகள் சேர்ந்து குருணை குருணையாக வெளிவந்து விழுந்தன. மயானத்தில் எரியும் பிணங்களுக்கு மத்தியில் தூங்கும் பழக்கத்தை மேற்கொண்ட

அவர், முடிக்கற்றைகளையே ஆடையாக உடுத்தினார். அவரது உடம்பு கொஞ்சம் கொஞ்சமாகச் சுருங்கி எலும்புக்கூடாயிற்று.

மெய்வருத்திச் செய்யப்பட்ட கடுந்தவத்தைப் பற்றிப் பின்னர் அவர் தம் பேருரையில் கீழ்வருமாறு வர்ணிக்கிறார்:

"நான் என்னுடைய வயிற்றைத் தடவும்போது முதுகெலும்பு தான் கையில் படும். முதுகெலும்பைத் தொட முயலும்போது சுருங்கிய வயிற்றின் தோலையே கை உணரும். அன்ன ஆகார மும் ஊட்டச் சத்தும் இல்லாமல் உடல் மெலிந்து, வயிற்றுத் தோலும் முதுகெலும்பும் ஒட்டிக்கொண்டுவிட்டன. சிறுநீர் அல்லது மலம் கழிக்கச் செல்லும்போது, அந்த இடத்திலேயே சரிந்து வீழ்ந்துவிடுவேன். கால்களை அமுக்கிப் பிடித்துத் தேய்த்து விட்ட பிறகே, அவை ஓரளவு புத்துணர்வு பெறும். உடலைத் தேய்க்கும்போது, அழுகிய ரோமத்தின் வேர்களும் உதிர்ந்து விழும். உணவு ஊட்டம் இல்லாததால், இப்படியாக என் உடல் சீரழிந்தது."

நடுவழியைத் தேர்ந்தெடுத்தல்

காலைக் கடனைக் கழிக்கச் செல்லும்போது தாங்க முடியாத அசதியின் காரணமாக அவர் தடுக்கி விழுந்துவிடுவார். ஆனாலும் குறிக்கோளை அடையும் பேரார்வத்தில் தன்னுடைய கடுமையான தவங்களை விடாமல் தொடர்ந்து மேற்கொண் டார். ஒரு நாள் அவ்வாறு அசதியால் மயங்கி விழுந்து பின் விழித்தபோது அவரது உள்ளுணர்வில் ஓர் ஒளி தோன்றியது. "இவ்வளவு நாள் உடல் வருத்திக் கடுந்தவம் செய்த பின்பும் கூட என்னால் உண்மையைக் காண இயலவில்லை. இதன் மூலம் எனக்கு உயர்ந்தபட்ச ஞானம் கிடைக்கக்கூடும் எனத் தோன்றவில்லை. இதற்கு வேறு ஏதாவது வழி காண வேண்டும்" என்று எண்ணினார். சிற்றின்பங்களைத் துய்த்து அவற்றிலேயே உழன்றுகொண்டிருக்கும் வாழ்க்கை, தன்னைத்தானே வதைத்துக் கொண்டு மெய்வருத்தத்தில் உழலும் கடுந்தவ வாழ்க்கை ஆகிய இரண்டுமே பயனற்றது என்று உணர்ந்த சித்தார்த்தர், நேர் எதிரெதிர் முனைக்கோடிகளான இவ்விரண்டையும் தவிர்த்து இடைப்பட்ட "நடுவழியே" ஞானம் பெறச் சிறந்த வழி என உறுதிகொண்டு, உடல் ஆரோக்கியத்தோடு செய்யப் படும் நடுவழியான தியானத்தை மேற்கொள்ளத் தீர்மானித்தார்.

அனைத்து விதமான கடினப் பயிற்சிகளையும் கைவிட்ட சித்தார்த்தர் உடல் ஆரோக்கியத்திற்குத் தேவையான அளவு கொஞ்சமாகவும் இல்லாமல் அதிகமாகவும் இல்லாமல் தேவையான அளவே உணவு உட்கொள்ளத் தொடங்கினார். முன்னர் அவர் தீவிரப் பயிற்சிகளில் இருந்தபோது, ஐந்து

பேர் அவரது தவ வலிமையைக் கண்டு வியந்து அவர்பால் ஈர்க்கப்பட்டு அவருக்குச் சீடர்களாக இருந்தார்கள். ஆனால் சித்தார்த்தர் உணவு உட்கொள்ளத் தொடங்கியதைக் கண்டு அவர்கள் ஏமாற்றம் கொண்டார்கள். அவரது தவ முயற்சி குன்றிவிட்டதாகவும் அவர் சுகவாழ்க்கை வாழத் தொடங்கிவிட்டதாகவும் எண்ணி ஏமாற்றத்துடன் அவரைவிட்டு விலகிச் சென்றார்கள்.

நடுவழியைக் கடைப்பிடித்த சித்தார்த்த கௌதமர், தவத்தைத் தொடர்ந்தார். உயிர் வாழ்வுக்கு இன்றியமையாத மூச்சையே உற்றுப் பார்த்திருந்து அமைதித் தியானத்தில் ஈடுபட்டு மன ஒருமுகப்பாட்டையும் சமநிலையையும் வளர்த்துக் கொண்டார். பின்னர் அமைதித் தியானத்தில் பெற்ற ஒருமுனைப்பாட்டோடு மனத்தை உள்நோக்கிச் செலுத்தி உடலையும் உள்ளத்தையும் அவற்றால் அறியப்படும் உலகத்தையும் அவற்றை ஆக்கும் பொருட்களையும் தீவிரமாக ஆராய்ந்து பார்க்கும் *விபஸ்ஸனா* தியானத்தில் ஈடுபட்டார். வெகுவிரைவிலேயே அவர் தன் ஆரோக்கியமான உடல்நலத்தை மீண்டும் பெற்று, உடலும் உள்ளமும் தூய்மைப் பொலிவு கொண்டவராய்த் தனக்கே உரித்தான பொன்னிறமேனியை மீண்டும் அடைந்தார்.

ஒரு வைசாகப் பௌர்ணமி தினத்தன்று அதிகாலையிலிருந்தே அவர் தியானத்தில் ஈடுபட்டிருந்தார். தியானத்திலிருந்து முற்பகல் நேரம் எழுந்த அவர், திருவோடு ஏந்திச் சென்று சேனானி கிராமத்தின் நடுவே வளர்ந்திருந்த ஆலமரம் ஒன்றின் அடியில் அமர்ந்து மீண்டும் தீவிர யோசனையில் ஆழ்ந்தார்.

தன்னுள் உறைந்திருந்த தீயசக்திகளுடனும் தீய குணங்களுடனும் நடக்கும் போராட்டத்தில் தான் இறுதி வெற்றி பெறப்போவது உறுதி என்ற நம்பிக்கையும் ஆன்மீகத்தின் உச்சபட்ச ஞானம் பெறும் சம்போதி நிலையைத் தான் அடையும் தருணம் நெருங்கிவிட்டது என்ற உணர்வும் அவருள் எழுந்தது.

சுஜாதாவின் காணிக்கை

அச்சமயம் தனது வேலைக்காரியுடன் தங்கக் கிண்ணத்தில் பாயசத்தை எடுத்துக்கொண்டு அந்த மரக்கடவுளுக்கு நேர்த்திக் கடன் செலுத்தவந்த சுஜாதா சித்தார்த்தரைப் பார்த்தாள்.

சுஜாதா உள்ளூர் கிராமத் தலைவரின் மகள். தனக்கு நல்ல குடும்பத்தில் திருமணமாகி ஆண் குழந்தை பிறக்க வேண்டிக்கொண்டு, அம்மரக்கடவுளுக்கு ஒவ்வொரு ஆண்டும் வைகாசிப் பௌர்ணமி தினத்தன்று காணிக்கையாகத் தங்கக்

கிண்ணத்தில் பாயசம் தருவதாக அவள் நேர்ந்துகொண்டிருந்தாள். ஆயிரம் பசுக்களிடமிருந்து கறக்கப்பட்ட பாலை ஐந்நூறு பசுக்களுக்கு ஒரு வாரம் ஆகாரமாகத்தந்து, பின் அந்த ஐந்நூறு பசுக்களிடமிருந்து கறக்கப்பட்ட பாலை இருநூற்றைம்பது பசுக்களுக்கு ஒரு வாரம் ஆகாரமாகத்தந்து, இப்படிச் செய்து கொண்டே எட்டுப் பசுக்கள்வரை வந்து அந்த எட்டுப் பசுக்களி லிருந்து கறக்கப்பட்ட அடர்த்தியான வெண்ணெய் மிகுந்த பாலைக் கொண்டு அரிசியும் தேனும் கலந்து சுவையான பாயசம் செய்து, அதை ஒரு தங்கக் கிண்ணத்தில் நிரப்பி, வைசாகப் பௌர்ணமி தினத்தன்று அம்மரக்கடவுளுக்குக் காணிக்கையாகக் கொடுப்பதாகத் திருமணத்திற்கு முன் அவள் சபதம் ஏற்றிருந்தாள்.

ஆண்டுதோறும் அக்காணிக்கையை நிறைவேற்றுவதை அவள் வழக்கமாகக் கொண்டிருந்தாள். வழக்கம்போல நேர்த்திக் கடனைச் செலுத்தவே அன்று அங்கு அவள் வந்தாள். கோவில் ஆலமரத்தடியில் ஒளிபொங்கும் கோலத்தில் வீற்றிருந்த சித்தார்த்தரைக் கண்டு மனித வடிவில் வந்திருக்கும் மரக் கடவுள் "அவர்" என்று கருதி, அவள் கூறினாள்: "சுவாமி, நீங்கள் தெய்வமாக இருந்தாலும் சரி, மனிதராக இருந்தாலும் சரி. நீங்கள் புனிதராகத் தென்படுகிறீர்கள்! ஆதலால், என் காணிக்கையை ஏற்று இவ்வுணவை அருந்தி எங்களை வாழ்த்துங்கள்" என்று வேண்டினாள்.

சுஜாதாவிடமிருந்து பாயசம் நிறைந்த கிண்ணத்தைப் பெற்றுக்கொண்ட பின், அபரிமிதமான மன உறுதியுடன் தன்னுள்ளிருந்த தீயசக்திகளுடன் நடக்கவிருந்த இறுதிப் போராட்டத்திற்குத் தம்மைத் தயார்ப்படுத்திக்கொண்ட சித்தார்த்தர், அருகிலிருந்த நீராஞ்ஜரா என்ற நதியை அடைந்தார். நதியில் குளித்துவிட்டுக் கரையில் அமர்ந்த அவர், பாயசத்தை 49 சிறு சிறு கலசங்களில் ஊற்றிவைத்தார். அடுத்த ஏழு வாரங்கள் (49 நாள்கள்) வரை தாம் தியானத்தில் நிலைத் திருக்கப்போவதை முன்கூட்டியே உள்ளுணர்வால் அறிந்த தாலேயே அவர் அவ்வாறு செய்தார். அந்த நாற்பத்தியொன்பது கலசங்களிலிருந்த பாயசம்தான் அவர் அடுத்த ஏழு வாரங் களுக்கு ஒவ்வொரு நாளும் உட்கொள்ளும் உணவாக இருந்தது.

அந்த ஏழு வாரங்கள் அவர் தியானத்திலிருந்தபோது அவரது உடலுக்குத் தேவையான சத்துணவை அளித்த பெருமைக் குரியவர் சுஜாதா. புனித புத்தர் பிரானுக்கு முதன்முதல் *"பிண்ட பாதம்"* எனப்படும் பிச்சை உணவை அளிக்கும் பேறு அடைந்ததன் மூலம் பௌத்த சமய வரலாற்றில் சுஜாதா சிறப்பிடத்தைப் பெற்றிருக்கிறார்.

மெய்ஞ்ஞானம் பெறுதல்

ஒரு கலசத்திலிருந்த பாயசத்தை அருந்தி முடித்தவுடன் கையலம்பிய அவர், கலசத்தையும் அலம்பினார். பின்னர் தனது தியானத்தின் வெற்றியை உறுதிப்படுத்தும் வண்ணமாகப் பின்வருமாறு ஆணையிட்டார்: "உச்சபட்ச ஞானநிலையை நான் இன்று அடையப்போவது உண்மையானால் இந்தக் கலசம் நதியின் ஓட்டத்தை மீறிச் சென்று எதிர்க்கரையில் மறைந்துபோகுமேயாக!" என்ன ஆச்சரியம்! அடுத்த கணமே அந்தக் கலசம் நதியின் சுழலில் சென்று மறுகரையில் மறைந்து போயிற்று.

மனச்சாந்தியுற்றவராக, அவர் அந்த மதியப்பொழுது முழுவதும் அக்காட்டில் தியானத்தில் ஆழ்ந்திருந்தார். பின் அந்தி சாயும் நேரத்தில் ஒரு அரச மரத்தை நோக்கி அவர் சென்றுகொண்டிருந்தபோது, சொத்தியா எனப் பெயர்கொண்ட புல்வெட்டும் ஒருவன் அவருக்குக் குசா புல்கட்டுகளை அளித்தான். அவற்றைப் பிரித்துப் புற்களை அரசமரத்தடியில் பரப்பி ஆசனம் செய்து அதன்மீது கிழக்கு நோக்கி அமர்ந்தார்.

போற்றத்தக்க ஒரு மாவீரன் மிகப் பெரிய போருக்குத் தயாராவதுபோல, மிகுந்த மன உறுதியுடன் அவர் பின்வருமாறு சபதம் மேற்கொண்டார்: "என்னுடைய சதை, தசைநார்கள், தோல், எலும்புகள் ஆகிய அனைத்தும் சுருங்கி என் இரத்தமே சுண்டிப்போனாலும், நான் என் உறுதியிலிருந்து பின்வாங்க மாட்டேன். உச்சபட்ச ஞானநிலையை, அடையும்வரை இவ் விடத்தைவிட்டு நான் ஒரு அங்குலம்கூட அசையமாட்டேன்".

தீயசக்திகளுடன் உள்ளத்தில் அவர் நிகழ்த்திய போராட்டம் சமய நூல்களிலும் மற்ற வரலாறுகளிலும் தீயசக்திகளின் தலைவனான மாறக் கடவுளுடன் நடந்த கடும் போராட்டமாக உருவகப்படுத்தி வர்ணிக்கப்படுகின்றது. சர். எட்வின் ஆர்னால்ட் அவர்களின் *ஆசிய விளக்கு (Light of Asia)* எனும் நூலில் இது மிக அழகாகக் கீழ்க்காணுமாறு விவரிக்கப்பட்டுள்ளது.

> "இந்த இரவி"ற்காகத்தானே பல யுகங்கள் காத்திருந்தன...
> நமது ஆசான் மரத்தடியில் பயமின்றி அமர்ந்திருந்த
> அந்த வேளையில் இரவும் கவிழ்ந்தது ...
> ஆனால் இருளின் இளவரசனாகிய மாறன்
> அவர் மனிதர்களை எல்லாம்
> உய்விக்கப்போகும் புத்தராகப் போகிறார் என்பதையும்
> ஞானநிலையை அடைந்து அனைத்து உலகங்களையும்
> அவர் காப்பாற்றும் நேரம் நெருங்குகினறது
> என்பதையும் தெரிந்துகொண்டு
> அதைத் தடுக்கத்

தன்வசமிருந்த எல்லாத் தீயசக்திகளுக்கும் ஆணையிட்டான்.
அதலபாதாளங்களில் அடி ஆழத்தில்
பதுங்கி மறைந்திருந்த அந்தப் பொல்லாத சக்திகள்
உண்மையைக் காட்டும் ஒளிக்கும் அறிவுக்கும் எதிராக
யுத்தம் புரியக் கிளம்பின.
புத்தரின் தியானத்தை
எப்படியாவது கலைத்தாக வேண்டுமென்ற
அவனது ஆணையின்படி தீயசக்திகள்
பேரிடிச் சத்தமாகவும் கண்ணைக் குருடாக்கும் மின்னலாகவும்
பொங்கி எழுந்தன;
வானைக் கிழித்துக்கொண்டு
குத்தீட்டிகள்போலச் சீறிப் பாய்ந்தன.
சில சமயங்களில் ஏய்க்கும் தந்திரங்களாலும்
சில சமயங்களில் ஏமாற்று வார்த்தைகளாலும்
மயக்கி வசீகரிக்கும் மாயத் தோற்றங்களாலும்
காமவெறியூட்டும் கீதங்களைக் கிசுகிசுத்தும்
சிலசமயங்களில் ஏளனமாக ஐயப்பாடுகளை எழுப்பியும்
தீயசக்திகள் செய்த ஜாலங்கள்
உண்மையைத் தேடும் அவரது போராட்டத்தைக் கடினமாக்கின!

ஆனால், அவற்றைப் பொருட்படுத்தாமல் முழுநிறைவு பெற்ற சாந்தத்திலும் குன்றாத தன்னம்பிக்கையிலும் மூழ்கியவ ராய்ச் சித்தார்த்தர் எதற்கும் அசையாமல் தம் ஆழ்மனத்தையே உற்றுப் பார்த்துத் தியானத்தில் ஆழ்ந்திருந்தார். படிப்படியாக உள்ளுறைந்திருந்த ஆசைகள் அறுபடுவதையும் களங்கங்கள் மறைவதையும் தாம் வளர்த்த தூய்மைகள் முழுமையடைவதை யும் உள்ளுணர்வால் உணர்ந்தார்.

அந்த இரவின் மூன்று ஜாமங்களில், ஒவ்வொன்றாக அடுத்தடுத்து மூன்று உயர் ஞானங்கள் அவர் உள்மனத்தில் உதித்தன. விநயத் தொகுப்பு (Vinaya Pitaka) என்னும் புத்த சமய நூலில் சேர்க்கப்பட்ட புத்தரின் சொற்பொழிவில், இந்த ஞானங்களின் உதயங்களைப் பற்றி விரிவாகக் கூறப்பட் டுள்ளது. அவர் பெற்ற ஞானங்களாவன:

1. முற்கால அறிவு அல்லது முன் பிறவிகளைப் பற்றிய ஞாபகங்கள்,
2. உயிர்களின் தோற்றம், மறைவு பற்றிய மெய்ஞ்ஞானம்
3. மனமாசுக்களும் அவற்றின் ஊற்றுகளும் அறவே அழிந்தது பற்றிய அறிவு.

முன் ஜாமத்தில் விழியுற்ற காட்சியாக அவருக்குக் கிடைத்த முன்பிறவி பற்றிய அறிவு மூலமாக அவரால், தாம் எடுத்த எல்லா முந்தைய பிறவிகளைப் பற்றிய உண்மைகளையும் பலதரப் பட்ட கடந்தகால அனுபவங்களையும் நினைவுகூர முடிந்தது.

நடு ஜாமத்தில் அவர் உள்ளுணர்வுக்குத் தோன்றிய இரண்டாம் காட்சியாக, மனிதர்கள் பிறவியெடுப்பதையும் மறைவதையும் மறுபிறப்பு எடுப்பதையும் அவற்றிற்கான காரணங்களையும் கண்டார். அவர்தம் மொழியில்:

"தூய அதீதமான தொலைநோக்கு அறிவு பெற்று நான் உயிர்கள் தோன்றுவதையும் மறைவதையும் ஒரு நிலையிலிருந்து மற்றொரு நிலைக்கு மாறுவதையும் கண்டேன். இழிகுணத்தாரும் உயர்குணத்தாரும், அழகானோரும் அழகற்றோரும், மகிழ்வாக வாழ்கிறவர்களும் துயரத்தில் உழல்பவர்களும், எல்லா உயிர்களும், எப்படித் தத்தம் கர்ம வினைகளுக்கேற்ப பிறப்பு – இறப்பு – மறுபிறப்பு என்னும் சக்கரத்தில் கட்டுண்டு சுழல்கிறார்கள் என்பதைக் கண்டேன். தீய செயல்களைப் புரிந்தோர், தீய சொற்களைப் பேசியோர், தீய எண்ணங்களைக் கொண்டோர் எல்லோரும் இறந்த பிறகு மறுபிறவியில் வேதனையும் சோகமும் மிகுந்த துயரமான வாழ்க்கை நிலைகளை அடைகிறார்கள் என்றறிந்தேன். நற்செயல் புரிந்தோர், நற்சொற்களைப் பேசியோர், நல்லெண்ணங்களைக் கொண்டோர் யாவரும் இறந்த பிறகு மறுபிறவிகளில் ஆனந்தமயமான சொர்க்க போகத்திற்கு இணையான வாழ்க்கை நிலைகளைப் பெறுகிறார்கள். இவ்வண்ணம் நான் பெற்ற தொலைநோக்கும் அறிவுத்திறனால், உயிர்கள் மறைவதையும் கர்ம வினைக்கேற்ப மறுபிறவி எய்துவதையும் கண்டேன்."

இரவின் கடைசிப் பகுதியில் தாம் கண்ட உள்ளொளி மூலம் வாழ்வின் அரிய (உன்னத) உண்மைகளை அவர் தெளிவாக உணர்ந்தார். அவையாவன:

- துக்கம் வாழ்வில் உள்ளது,
- துக்கம் எழுவது காரணங்களின் அடிப்படையில்,
- துக்கத்தை ஒழிக்க முடியும்,
- துக்க ஒழிப்பிற்கான வழிமுறை உள்ளது.
- அறியாமையும் மனமாசுக்களுமே துக்கத்தை விளைவிக்கின்றன.

இந்த உலகில் காரணம் இல்லாமல் எதுவும் தோன்றுவதில்லை. ஒவ்வொன்றும் மற்றவற்றைச் சார்ந்தே அல்லது காரணமாகக் கொண்டே எழுகின்றது. பிறவற்றைச் சாராமல் எந்த ஒன்றும் இந்த உலகில் தானாகவே தோன்ற முடியாது, தானாகவே தனித்து வாழ முடியாது, தானாகவே தனித்து இயங்க முடியாது. சார்புவழித் தோற்றம் (*Dependent Origination*) என்னும் இந்த மாபெரும் தம்மத்தின் அடிப்படை உண்மையும்

அவருள் உதயமானது. இதுவே புத்த தம்மத்தின் அடிப்படைத் தத்துவமாயிற்று.

அறியாமைக்கும் துக்கத்திற்கும் மூலகாரணங்களான மனமாசுக்களைச் சுட்டிப் பொசுக்கியெறியும் ஞானத்தீயும் அவருள் எழுந்தது. அவரே கூறியிருக்கிறார்.

“இவ்வண்ணம் உண்மையைக் கண்டு, உண்மையை உணர்ந்து, என் மனம் புலனின்ப நாட்டத்தை மையமாகக் கொண்ட தீவிர ஆசைத் தளையிலிருந்து விடுபட்டது, எப்படியும் வாழ வேண்டும், அமரத்துவமாய் வாழ வேண்டும் என்னும் தீவிர ஆசைத் தளையிலிருந்தும் விடுபட்டது. ஒப்பற்ற உன்னத உள்ளொளி ஞானம் பிறந்தது என்னுள். “பிறவித் தளைகளிலிருந்து முழுமையான நிரந்தர விடுதலை பெற்றேன்; மறுபிறவி என்பது எனக்கு இனி இல்லை; பரிசுத்தமான புனித வாழ்க்கை நிறைவு பெற்றது; கர்மவினைப் பலன்கள் கறைந்தோடி முடிந்தன; இந்த வாழ்க்கைக்குப் பின்னர் வேறெதுவும் இல்லை” என்பதையும் பூரணமாக உணர்ந்தேன். அறியாமை விலகியது, ஞானம் பிறந்தது, இருள் மறைந்தது, ஒளி எழுந்தது.” *(மஹாசக்க சுத்தம், மஜ்ஜிம நிகாயம், 36).*

மேற்கு அடிவானத்தில் ரம்மியமான வைகாசி மாத முழுநிலவு மறைந்து காலைக் கதிரவனின் பொற்கிரணங்கள் கீழ்வானில் தோன்றும் வேளையில், மெய்ஞ்ஞான ஒளிபெற்று மாறனை வெற்றிகொண்டு அழித்த மிகப் பெரும் வெற்றியாளர் *(ஜீனர்)* ஆனார் சித்தார்த்தர். தம்மைப் பிணைத்த அனைத்துத் தளைகளிலிருந்தும் பூரணமாக விடுதலை பெற்ற அவர், மற்றவர்களையும் விடுவிக்கும் திறன் படைத்தவரானார். இவ்வாறு சாதாரண மனிதராயிருந்த இளவரசர் சித்தார்த்தர் உச்சபட்ச மெய்ஞ்ஞான நிலையான சம்போதி நிலையை அடைந்து இறுதி இலக்கான நிப்பாணப் பேறு பெற்ற புத்தராகப் பரிணமித்தார். அனைத்தறிவையும் பெற்றுத் தம்மம், நீதி மற்றும் அன்பு, கருணை ஆகியவற்றின் அதிபதியாகப் போற்றப்படும் *சப்பானு புத்தர்* ஆனார். அவர் எந்த அரச மரத்தடியில் தியானத்தில் அமர்ந்து சம்போதி நிலையை அடைந்தாரோ, அது போதி மரமாயிற்று.

அரண்மனையை விட்டு வெளியேறித் துறவறம் பூண்டு ஆறு ஆண்டுகள் கடும் முயற்சிக்குப் பின்னரே சித்தார்த்த கௌதமர் புத்தரானார். மெய்ஞ்ஞானம் பெற்றுப் போதி நிலையை அடைந்தபோது அவர் வயது முப்பத்தைந்தாகும்.

முதல் இரண்டு சாதாரணச் சீடர்கள் (துறவேற்காத சீடர்கள்)

இந்த மகத்தான வெற்றிக்குப் பின், "விடுதலை பெற்றதன் பேரானந்தத்தை" ஏழு வாரங்கள்வரை சமநிலைச் சமாதியிலிருந்தபடியே புத்தர் அனுபவித்திருந்தார்.

அப்போது ஒரு நாள், அவ்வழியே பிரயாணம் செய்த இரண்டு வணிகர்கள் போதி மரத்தடியில் தியானத்திலிருந்த புத்தரைப் பார்த்தார்கள். அவரை அணுகி வணங்கியவர்களாய்த் தாம் கொண்டுவந்திருந்த தேன்புட்டுகளை அவருக்கு அன்புடன் அளித்துப் புசிக்குமாறு வேண்டிக்கொண்டார்கள்.

தபுஸ்ஸா, பல்லிகா என்னும் பெயர்களைக் கொண்ட அந்த வணிகர்கள் அளித்த உணவை ஏற்றுக்கொண்டு அருந்திய பின் புத்தர் நிப்பாண நிலையை அடைந்த தம் புது அனுபவங்களை அவர்களுக்கு எடுத்துரைத்தார். அவருடைய நிப்பாண அனுபவங்களைக் கேட்ட அவ்விரு வணிகர்களும் வியந்து அவருடைய சீடர்களாகிப் புத்தத்தையும் தம்மத்தையும் சரணடைந்தார்கள். பௌத்த சமய வரலாற்றில் இவ்விரு வணிகர்களுமே முதல் பௌத்தர்களாவர்.

தம்மச் சக்கரத்தைச் சுழலவிடுதல்

நிப்பாணம் பெற்ற தன் பேரானந்தத்தை ஏழு வாரங்கள் சமாதியில் நிலைத்திருந்து அனுபவித்தபின் அந்தப் பேரின்ப நிலையிலிருந்து மீண்டு வந்த புத்தர் தாம் செய்ய வேண்டிய பணிகளைப் பற்றி எண்ணிப் பார்த்தார். தாம் சோதித்துக் கண்டுபிடித்த தம்மத்தை – அனைவரையும் துக்கத்திலிருந்து பூரணமாக விடுவிக்கக்கூடிய தம்மத்தை – மற்றவர்களுக்கும் போதிப்பதைத் தமது கடமையாகக் கருதினார். சாதாரண அறிவுக்கெட்டாத இந்தத் தம்மத்தைக் கேட்டுப் புரிந்துகொள்ளக் கூடியவர்கள் யார் என்று சிந்தித்துப் பார்த்தார். அவரது முதல் ஆசிரியர்களான ஆராத காலாமாவும் உத்தக இராம புத்திரரும் நினைவுக்குவந்தனர். ஆனால் அவர்கள் சமீபத்தில் மரணம் அடைந்துவிட்டது புத்தரது ஞானதிருஷ்டிக்குப் புலப்பட்டது. பின் அவர் தாம் மெய்வருத்திக் கடுந்தவமிருந்தபோது அவரது தவ முயற்சிகளை வியந்து அவருக்குச் சேவைசெய்த, ஆனால், பிறகு நடுநிலைப் பாதையைத் தான் மேற்கொண்ட போது ஐயமுற்றுத் தன்னை விட்டுச் சென்றுவிட்ட ஐந்து சீடர்களையும் நினைவுகூர்ந்தார். அந்த ஐந்து சீடர்களும் அப்போது வாரணாசிக்கருகில் இஸிபடானா என்னும் இடத்திலுள்ள மான்கள் சரணாலயத்தில் தங்கியிருந்தது அவருக்குத் தெரியவந்தது. அவர்கள் தங்கியிருந்த இடம் புத்த

கயாவிலிருந்து சுமார் நூறு மைல் தொலைவிலிருந்தது. அவர்களைத் தேடி புத்தர் வாரணாசிக்குப் புறப்பட்டுச் சென்றார்.

புத்தர் முதலில் வாரணாசிக்குச் சென்று அங்கிருந்து ஒரு வழியாக மான்கள் சரணாலயத்தை வந்தடைந்தார். அவர் வருவதைத் தொலைவிலிருந்து பார்த்த அவ்வைந்து சீடர்களும் அவரை வரவேற்கக் கூடாது என்ற முடிவுக்கு வந்தனர். ஆனால் புத்தர் அருகில் நெருங்கி வர வர, அவரது முகத்தில் பிரகாசித்த பேரொளியைக் கண்டு, அவர்களது மன உறுதி சிறிது சிறிதாகக் குலைந்து, கடைசியில் அவர்கள் அவரை வரவேற்குமாறு ஆகிவிட்டது. ஆனால், ஏதோ தங்களுக்கு மிகவும் தெரிந்த ஒரு நண்பனுடன் பேசுவது போன்றே அவர்கள் புத்தரை அழைக்கலாயினர்.

அவர்களை உடனே திருத்திய புத்தர் பின்வருமாறு கூறினார்: "உண்மையைக் கண்டுரைக்கும் ததாகதராகிய இவனை உங்களது நண்பர்களுள் ஒருவனை அழைப்பதுபோல அழைக்காதீர்கள். பிக்குகளே! உண்மையைத் தாங்கி வரும் இவன் மிகச் சரியானவனும் உச்சபட்ச ஞான நிலையை அடைந்தவனுமாவான். இறப்பில்லா நிலையைக் கண்டுணர்ந்து இவன் வந்திருக்கிறான். பிக்குகளே, இவன் கூறுவதைக் காது கொடுத்துக் கேட்டீர்களேயானால் அந்த உண்மையை, அந்தத் தம்மத்தை உங்களுக்குக் கூற இவன் தயாராக உள்ளான். தம்மத்தின் பாதையில் உங்களை அர்ப்பணித்துக்கொள்வதன் மூலம் வெகுசீக்கிரம் உங்களால் நிப்பாணத்தை அடைய முடியும்."

அவரிடம் தவறு கண்டுபிடிக்கும் முயற்சியில் சீடர்கள் "அத்தனை கடுமையான பயங்கரமான மற்றும் உடலை வருத்தும் தவத்தை மேற்கொண்டும்கூட உங்களால் அப்போது நிப்பாணத்தை அடைய முடியவில்லை. ஆனால், தவம் செய்யும் பாதையிலிருந்து விலகி இன்பான வாழ்க்கையை வாழும் நீங்கள் இப்போது நிப்பாணத்தை அடைந்துவிட்டதாக எப்படி நீங்களாகவே கூறிக்கொள்ளலாம்?" என்று வினவினர்.

புத்தரின் பதில் பின்வருமாறு இருந்தது: "பிக்குகளே! உண்மையைத் தாங்கி வரும் நான் எனது பாதையிலிருந்து வழிமாறிச் செல்லவும் இல்லை; வசதிமிகுந்த வாழ்க்கையை வாழவும் இல்லை. நிப்பாணத்தை நான் அடைந்த விதத்தைக் காதுகொடுத்துக் கேளுங்கள்: அதனை நடைமுறைப்படுத்துவதன் மூலம் நீங்களும் நிப்பாணத்தை அடையலாம்" என்றார். அதை நம்பாமல் இரண்டாம் முறையும் மூன்றாம் முறையும் அவர்கள் தாங்கள் முன்பு கூறியதையே சொன்னதும், தாம்

முன்பே கூறியவற்றையே புத்தரும் திரும்பத் திரும்ப அவர்களுக்குக் கூறலானார். மீண்டும் அச்சீடர்கள் தங்களது சந்தேகத்தை எழுப்பியதும், புத்தர் அவர்களிடம், "பிக்குகளே! இதுவரை நான் உங்களிடம் இதுபோல் பேசியதில்லை, அல்லவா?" என்று கேட்டார். 'ஆம், பிரபுவே' என்று பதிலளித்த அவர்கள் அனைவரும் அவரது அழைப்பை ஏற்று அவரது அறிவுரைப்படி நடக்க முன்வந்தனர்.

அவர்களது உள்ளுணர்வு அவர்களை உண்மையின் பக்கம் தலைசாய்க்கவைத்தது. உயர்நிலை ஆன்மீக அனுபவத்தை அடைய மிக முக்கியத் தேவையான உண்மையை நாட அவர்கள் விரும்பினர். இவர்களுக்குப் புத்தர் ஆற்றிய முதல் சொற்பொழிவே *"தம்மச் சக்கபவட்டான சுத்தம்"* (தம்மச் சக்கரத்தைச் சுழற்றிவிடும் பேருரை) எனக் கூறப்படுகின்றது.

புத்தர் இச்சொற்பொழிவை ஆற்றியபொழுது, மெய்வருத்திச் செய்யும் கடுந்தவத்திலேயே நம்பிக்கை கொண்டிருந்த கொண்டண்ணா அவர் போதனைகளைக் கவனத்துடன் கேட்டு உள்வாங்கி, நான்கு உண்மைகளுக்குள்ளும் ஊடுருவிப் பார்க்கும் திறனை வளர்த்துக் கொண்டு, நிப்பாணமாகிய அற்புத வாழ்க்கையை அடையும் முதல் கட்டமான *"சோதா பஞ்ஞா"* என்னும் நிலையை அடைந்தார்.

புனிதமான கொண்டண்ணாவின் மனம் சாதாரண நிலையிலிருந்து விலகி அற்புத வாழ்க்கையை அடையும் ஆன்மீக மாற்றம் பெற்றதைத் தனது ஞானதிருஷ்டியால் பார்த்த அனைத்துமறிந்த புத்தர் பெருமான், பெருமகிழ்ச்சியுடன் பின்வருமாறு கூறினார்: *"அன்னாஸி வத கொண்டண்ணோ"* – "ஆஹா, உள்ளூடுருவிக்காணும் திறன்பெற்று கொண்டண்ணா முக்திநிலையை அடைந்துவிட்டார்!". இவ்வாறாக, முழுவதுமான உச்சபட்ச ஞானம் பெற உதவும் நிப்பாணத்தின் ஒரு எல்லைக்குள், மீண்டும் திரும்பி வருவது என்பது இல்லாத, பின்னடைவு காணாத ஒரு எல்லைக்குள், கொண்டண்ணா நுழைந்துவிட்டார்.

தற்போது வேற்றுலகப் பரிமாணத்திற்குள் நன்கு சென்றடைந்துவிட்ட புனிதமான கொண்டண்ணா, முழுநேர மதப்பணியாற்றும் புனிதமான 'பிக்கு' என்னும் பட்டத்தைத் தரும்படி புத்தரைக் கேட்டுக்கொண்டார். அதைக் கேட்ட புத்தர் அருள்பாலிக்கும் வகையில் தனது வலது கையை நேராக நீட்டிப் பின்வருமாறு அறிவித்தார்: *"ஏஹி பிக்கு! ஸ்வாக்கதோ தம்மோ! கரா பிரம்மச்சரியம் ஸம்மா துக்காஸ்ஸா அந்தாக்ரியாயா!"* அதாவது, "வாருங்கள் பிக்கு அவர்களே! மிகச் சரியாக 'தம்மம்' பற்றிய அறிவிப்பு வெளியிடப்பட்டு

விட்டது! சம்சார சாகரத்தின் துன்பங்களனைத்தையும் முழுவதுமாக அழிக்கும் புனித வாழ்க்கையை வாழ்வீர்களாக!" என்று புத்தர் கூறினார்.

போதிநிலையை அடைந்தபின் புத்தர் தமது முதல் பேருரையை ஆற்றியதும் கொண்டண்ணா அவர்கள் நிப்பாணத்தின் முதல் நிலையை அடைந்ததும் நிகழ்ந்தது ஆடித் திங்கள் (ஜூலை) பௌர்ணமி நாளன்றாகும். மழைக்காலம் தொடங்கிவிட்டதால் இஸிபடானாவிலுள்ள மான்கள் சரணாலயத்தில் தனது மூன்று மாத ஓய்வுக் காலத்தை (மழைக்கால வாசத்தை, *வஸ்ஸா வாஸ*) தொடங்கினார் புத்தர் பெருமான். இரண்டாம் சீடரான வப்பாவை அடுத்த நாள் அந்தச் சரணாலயத்தில் தங்கவைத்துப் பயிற்சியளித்தார். மற்ற நான்கு சீடர்களும் வெளியில் சென்று பிச்சைவாங்கி வந்த உணவை அவர்கள் அறுவரும் சேர்ந்து பகிர்ந்து உண்டனர். இவ்வாறு இரண்டாம் நாள் வப்பாவுக்குப் புத்தர் அளித்த தீவிரமான பயிற்சி மற்றும் வழிநடத்துதலின் விளைவாக அவரும் பிக்குவாகும் நிலையை அடைந்தார். பின்னர் அவர் தனக்குப் 'பிக்கு' என்னும் பட்டமளிக்கும்படி புத்தரை வேண்டி, புனித கொண்டண்ணா பெற்றதுபோல் தானும் *'ஏஹி பிக்கு'* என்னும் பட்டத்தைப் பெற்றார். அடுத்த சீடரான புனித பத்தியா என்பவரையும் சரியான முறையில் பயிற்றுவித்து அவரது உள்நோக்கிக் காணும் திறனை வளர்த்து அவருக்கும் மூன்றாம் நாளன்று *'ஏஹி பிக்கு'* பட்டமளித்து அவரையும் புத்த பிக்குவாக்கினார் புத்தர். அவ்வாறே பயிற்சி பெற்ற மஹானாமா அவர்களும் நான்காம் நாளன்று *'ஏஹி பிக்கு'* பட்டம் பெற்று புத்த பிக்குவானார். ஐந்தாம் நாளன்று அஸ்ஸாஜி புத்தர் பெருமானுடன் தங்கிப் பயிற்சி பெற்றார். மற்ற நால்வரும் பிச்சை பெற்று எடுத்து வந்த உணவை அறுவரும் தங்களுக்குள் பங்கிட்டு உண்டனர். புத்தரின் தீவிரக் கண்காணிப்பின் கீழ் அஸ்ஸாஜியும் 'புத்த பிக்கு' பட்டத்தை வெகுவிரைவிலேயே பெற்றார். இவ்வாறு அவரது ஐந்து சீடர்களும் தம்மத்திற்கெனத் தங்களையே அர்ப்பணித்துக்கொண்ட புனித பிக்குகளாக ஆனார்கள்.

பௌத்த சங்கம் உருவாதல்

ஆடி (ஜூலை) மாதப் பௌர்ணமி தினத்திற்குப் பின் ஐந்தாம் நாள் புத்தமத வரலாற்றில் மிக முக்கியமான அத்தியாயம் ஒன்று தொடங்கியது. இப்பொழுது வேற்றுலகப் பரிமாணத்திற்குள் முழுவதுமாகச் சென்று ஞானநிலையை அடையும் முதல் படியைக் கடந்துவிட்ட ஐந்து புத்த பிக்குகளுக்கும் *"அனத்த லக்கன சுத்தம்* (ஆன்மா – இன்மையைக்

காட்டும் இலட்சணங்கள்) என்னும் தலைப்பிலான தனது இரண்டாம் ஆன்மீகச் சொற்பொழிவைப் புத்தர் நிகழ்த்தினார். அம்மாபெரும் சொற்பொழிவின் முடிவில் அதைச் செவி மாடுத்துக் கேட்ட ஐந்து புத்த பிக்குகளும் அரஹந்த் எனப்படும் மிகப் புனித நிலையை அடைந்தனர். பின்னர் அவர்க ளனைவரும் உச்சபட்ச ஞானநிலையை அடைந்த புத்தர் பெருமானின் சீடர்களுக்குரிய ஒப்பற்ற 'அரஹந்த போதி' நிலையையும் எய்தினர்.

இந்த ஐந்தாம் நாளானது கூடுதல் முக்கியத்துவம் வாய்ந்த ஒன்றாகும். புத்தர் பெருமானின் ஞானம் பெற்ற சீடர்களின் புனிதக் குழுவாகிய *"அரிய சங்கம்"* உதயமானதை இந்த நாள் குறிக்கிறது. அன்பின் பெருமையைப் பறைசாற்றும் புத்தரது கொள்கைகளையும் மெய்ஞ்ஞானநிலையை அடைவது குறித்த அவரது போதனைகளையும் பரப்பும் முறை நடை முறைக்கு வந்தது.

விசாக (மே) மாதப் பௌர்ணமி நாளன்று உச்சபட்ச ஞானநிலையை அடைந்தது முதல், சித்தார்த்தர் கடவுள்களி லிருந்து மனிதர்கள்வரை அனைவருக்கும் போதிக்கும் ஆற்றல் பெற்ற புத்தர் பெருமானாகப் போற்றப்பட்டார். அந்தப் பௌர்ணமி நாள் உலகில் முதன் முதலாகப் "புத்த இரத்தினம்" தோன்றிய நாளாகும்.

புத்தர் பிரான் தம்மச் சக்கரத்தைச் சுழலவைத்த அந்த ஆடி (ஜூலை) மாதப் பௌர்ணமி தினத்திலிருந்து, முக்தி அடைவதற்கான வழியைப் போதிக்கும் "தம்ம இரத்தினம்" நடைமுறைக்கு வந்தது. ஆடி மாதப் பௌர்ணமி கழிந்த பின் ஐந்தாம் நாள் ஆன்மா – இன்மையை விளக்கும் புத்தரின் இரண்டாம் ஆன்மீகச் சொற்பொழிவுக்குப் பின்னர் அரிய சங்கம் எனப்படும் "சங்க இரத்தினம்" உதயமானது. இவ்வாறு மூன்று இரத்தினங்களும் உலகை உய்விக்க உதயமாயின.

மாரிக்காலத் தொடக்கத்தின்போது ஐவர்களடங்கியதாக இருந்த சங்கம் வேகமாக வளரத் தொடங்கியது. மூன்று மாதங்கள் கழித்து ஐப்பசி (அக்டோபர்) மாதப் பௌர்ணமி தினத்தன்று அந்த மாரிக்காலம் முடிந்தபொழுது, புத்தர் பிரான் காட்டிய வழியில் முழுமையான ஞானம் பெற்று விட்ட அறுபது அரஹந்தர்கள் உருவாகிவிட்டனர்.

யாஸாவின் கதை

வாரணாசியில் மிகப்பெரும் செல்வந்தனாக இருந்த ஒரு வணிகரின் ஒரே வாரிசு. தந்தையின் செல்வநிலைக்கு

ஏற்பத் தங்கத் தொட்டிலில் சீராட்டிப் பாராட்டி வளர்க்கப் பட்டவர் யாஸா. செல்வச் செழிப்பிலும் சுகபோகங்களிலும் திளைத்து வளர்ந்தவர் அவர். எப்பொழுதும் அவர் அழகான பெண்களுடன் களியாட்டங்களில் காலங்கழித்து வந்தார். நர்த்தகிகளின் நடனங்களைக் கண்டுகளிப்பதிலும் இன்னிசைக் கச்சேரிகளைக் கேட்டு ரசிப்பதிலும் மற்ற சிற்றின்பங்களிலுமே நாட்டம் கொண்டிருந்த அவர் ஓரிரவு நடனத்துக்கும் இன்னிசை நிகழ்ச்சிகளுக்குமிடையே உறக்கத்தில் ஆழ்ந்துவிட்டார். அவர் உறங்கிப்போய்விட்டதைக் கண்ட தாதிகளும் நடன மாதர் களும் இசைக் கலைஞர்களும் நிகழ்ச்சிகளை நிறுத்திவிட்டு அங்கங்கே தூங்கிவிட்டார்கள்.

திடீரென்று நள்ளிரவில் கண்விழித்த யாஸா, அனைவரும் அலங்கோலமாக உறங்கிக்கொண்டிருந்ததைப் பார்த்தார். இசைக் கலைஞர்கள் இசை வாத்தியக் கருவிகளின் மீது தலைகளைச் சாய்த்துக் குறட்டைவிட்டு உறங்கிக்கொண் டிருந்தார்கள். பெண்கள் அங்கங்கே கம்பளங்கள் மேலும் பஞ்சு மெத்தைகள் மேலும் அலங்கோலமாகப் படுத்துக் கிடந்தார்கள். நடன மாதர்களின் கூந்தல்களும் பொட்டுகளும் பூக்களும் ஒப்பனைகளும் கலைந்து வாய்களிலிருந்து எச்சில் நீர் வழிய, பார்க்க மிக அருவருப்பான நிலைகளில் கிடந்தார்கள். கண்விழித்துப் பார்த்த யாஸா, மாளிகை ஒரு சவக்கிடங்கு போலத் தோற்றமளிப்பதைக் கண்டார். அவர் கண்முன் விரிந்த அந்தக் கோரக்காட்சி அவருக்கு அதிர்ச்சியை விளை வித்தது. "பொதுவாக அழகாகவும் கவர்ச்சியாகவும் தோற்ற மளிக்கும் மனித உடல் இப்போது ஏன் இப்படி அருவருப்பாகக் காட்சியளிக்கிறது?" என்ற கேள்வி அவரை உலுக்கியது. மனம் பதறியவராய் அவர், "அடக்கடவுளே! இது குறித்து *(உபஸாத்தம் வபா போ.)* நான் மிகவும் வேதனைப்படுகிறேன். இது குறித்து *(உபஸாத்தம் வபா போ.)* நான் மிகவும் வேதனைப்படுகிறேன்" என்று புலம்பலானார்.

அன்றிரவு அவர் அனுபவித்த அந்த வேதனையானது அவரது உடல் முழுவதையும் குலுக்கியது. அவரால் அங்கு மேலும் தங்கியிருக்க முடியவில்லை. அவசர அவசரமாகத் தனது தங்கக் காலணிகளை அணிந்துகொண்டு சவக்கிடங்கு போலத் தோற்றமளித்த அந்த மாளிகையை விட்டு வெளி யேறினார். மாளிகையை விட்டு வெளியேறவும் நகரத்தின் எல்லையைத் தாண்டிச் செல்லவும் ஏதோ அதீத சக்தி ஒன்று அவரை உந்தியதுபோலத் தோன்றியது. கால்கள் போனபடி நடந்துசென்ற அவர் புனிதரான புத்தர் தங்கியிருந்த மான்கள் சரணாலயத்தை அடைந்தார்.

ஓ.ரா.ந. கிருஷ்ணன்

புத்தர் பெருமான் தனது வழக்கமான நடைபாதையில் முன்னும் பின்னுமாக நடந்துகொண்டிருந்தார். சோகத்துடன், *ஸாமவேக உதானாவைப்* ('நான் மிகவும் வேதனைப்படுகிறேன்' என்று) புலம்பியவாறே அவ்விடத்தை யாஸா நெருங்கியபோது புத்தர் அவரை அழைத்து வசதியான இடத்தில் அமர்ந்து கொண்டு அவருடன் உரையாட முற்பட்டார். அவரைத் தேற்றும் நோக்கத்தில் ஆறுதலான வார்த்தைகளுடன், "இங்கு வா, யாஸா! இது அனைத்துச் சோகங்களிலிருந்தும் துன்பங் களிலிருந்தும் விடுபட்ட இடமாகும்!" என்றார். தனது தங்கக் காலணிகளைக் கழற்றிய யாஸா புத்தரை அணுகி அவர் பாதங்களில் வீழ்ந்து வணங்கி மிகுந்த மரியாதையுடன் அவரருகில் அமர்ந்தார்.

'தம்மம்' பற்றிய தன் சொற்பொழிவைப் படிப்படியாக ஆரம்பித்த புத்தர், துக்கம் நீங்கிய நிப்பாணத்தின் முதல் நிலையாகிய *சோதாபஞ்ஞா* நிலையை அடையும் வழிகள் குறித்து அவருக்குக் கூறலானார். படிப்படியாகக் கூறும் இச்சிறந்த முறை முற்றிலும் புத்தர் பெருமானுக்கே உரியது. இது அவர் தனிச்சிறப்பு. புத்தர் சொன்ன *தான கதா* (தானம் கொடுத்தல் பற்றிய பேச்சு), *சீல கதா* (நல்லொழுக்கம் பற்றிய பேச்சு), *சக்க கதா* (உண்மை பற்றிய பேச்சு), *காமானம் ஆதிநவ கதா* (தேகசுகம் தேடுவதன் அபாயத்தைப் பற்றிய பேச்சு), *நெக்கம்ம ஆனிஸம்ஸா* கதா (துறவு அல்லது தன்னலம் மறுத்தலின் பலன்கள் பற்றிய பேச்சு), மற்றும் வேள்விகளும் சடங்குகளும் விமோச்சனத்தைத் தரும் என்பது போன்ற தவறான நம்பிக்கைகளை விலக்கி ஒதுக்குவதன் பலன்கள் ஆகியவற்றைப் படிப்படியாகக் கேட்ட யாஸாவின் மனத்தில் மிகப் பெரும் ஆன்மீக மாற்றம் நிகழ ஆரம்பித்தது.

தெளிவான, மாசுகள் நீங்கிய மற்றும் புதியதை ஏற்றுக்கொள்ளும் அம்மனமாற்றத்தைப் புத்தர் உடனடியாக உணர்ந்துகொண்டார். பின்னர் அவர் யாஸாவுக்குத் தம்மத்தின் சிறப்புப் போதனையான *(சமுக்கம்ஸிக தம்மம்)* தம்மால் கண்டுபிடிக்கப்பட்டதும் அற்புதமான அசாதாரண உள்நோக்கை விளைவிப்பதும் நிப்பாணக் காட்சிக்கு இட்டுச்செல்லக் கூடியதுமான நால்வழி உண்மைப் பாதையையும் போதித்தார். 'உண்மைக் கண்' எனப்படும் '*தம்ம சக்கு*'வைப் பெற்ற யாஸா, '*சோதாபஞ்ஞா*' என்னும் தியான நிலையை அடைந்தார்.

மறுநாள் விடியற்காலையில் யாஸாவின் தாய் தன் மகன் மாளிகையில் இல்லாததைக் கண்டு உடனடியாகத் தன் கணவரிடம் சென்று தெரிவித்தாள். தன் குதிரைப்படை வீரர்களை நாற்புறமும் உடனே அனுப்பி யாஸாவைத்

தேடிக் கண்டுபிடிக்குமாறு கூறிய யாஸாவின் தந்தை, மகளைத் தேடித் தானும் மான்கள் சரணாலயம் இருந்த திசை நோக்கிச் சென்றார்.

இஸிபடானாவுக்குச் செல்லும் பாதையில் யாஸாவின் தங்கக் காலணித் தடம் பதிந்திருந்ததை யாஸாவின் பணக்காரத் தந்தை கண்டார். அக்காலடித் தடங்களைக் கவனத்துடன் பின்பற்றிய அவர் புத்தர் பெருமானும் அவரருகில் யாஸாவும் அமர்ந்திருந்த இடத்தை அடைந்தார். யாஸாவின் தந்தை தங்களை நோக்கி வருவதைத் தொலைவிலிருந்து கவனித்த புத்தர், தனது அசாத்திய சக்தியின் மூலம் யாஸாவை அவன் தந்தையின் கண்ணுக்குத் தெரியாமல் மறைத்துவிட்டார். புத்தரின் அருகில் வந்த யாஸாவின் தந்தை தன் மகனை அவர் பார்த்தாரா என்று மரியாதையாக வினவினார். புத்தர் அவரிடம், “சற்று அமருங்கள். கூடிய விரைவிலேயே உங்கள் மகனை நீங்கள் பார்க்கலாம்” என்று கூறினார். அந்த நல்ல செய்தியைக் கேள்வியுற்ற தந்தை மிக்க மகிழ்ச்சியுடன் புத்தரின் பக்கத்தில் வந்து அமர்ந்தார்.

அவருக்கும் புத்தர் ‘தம்மம்’ எனப்படும் சொற்பொழிவைப் படிப்படியாக ஆற்றி அவரை ஆன்மீக நிலையின் பல உச்சக் கட்டங்களுக்கு அழைத்துச் சென்றார். யாஸாவின் தந்தையின் மனது இறுக்கம் நீங்கி நெகிழ்ந்து நால்வழி உண்மைப் பாதையைப் பற்றிய ஆழ்ந்த போதனைகளை ஊடுருவிப் புரிந்துகொள்ளும் அளவுக்குப் பக்குவமடைந்துவிட்டதையும் அறிந்துகொண்ட புத்தர் தனது சொற்பொழிவை மேலும் தீவிரமாக்கிப் பணக்காரரான அவரது மனத்தில் ஆன்மீக மாற்றத்தை ஏற்படுத்தினார். அந்த ஆன்மீக மாற்றத்தின் மூலம் *சோதாபஞ்ஞா* நிலைக்கு உயர்ந்த அவர், பேரானந்தத்துடன் “ஆஹா, என் கடவுளே” என்று உணர்ச்சி வயப்பட்டுக் கூறினார்: “அற்புதம், பிரபுவே! கவிழ்ந்து கிடக்கும் ஒன்றைத் திரும்ப நேராக்கி நிறுத்தியதுபோலவும் மறைந்திருக்கும் ஒன்றை வெளிக் கொணர்ந்து காட்டுவதுபோலவும் பாதை தவறியவனுக்கு நேரான பாதையைக் காட்டுவதுபோலவும், இருளிலிருந்து மீள்வதற்கு விளக்கொளி தருவதுபோலவும் புனிதராகிய நீங்கள் தங்களது போதனைகளின் மூலம் எனது உண்மைக் கண்களை *(தம்மசக்குவை)*த் திறந்துவிட்டீர்கள்” என்றார்.

பின்னர் அவர் அன்றிலிருந்து தன் வாழ்நாள் முழுவதும் தம்மைச் சீடராகவும் புத்த மதம், தம்மம் மற்றும் சங்கத்தைச் சேர்ந்தவராகவும் சேர்த்துக்கொள்ளுமாறு புத்தரை வேண்டினார். இவ்வாறு, ‘*புத்தம் சரணம் கச்சாமி, தம்மம் சரணம் கச்சாமி, சங்கம் சரணம் கச்சாமி*’ என்று திசரணங்களை வேண்டி

மூவகையிலும் புத்தரிடம் சரணாகதி பெற்ற முதல் நபர் என்னும் பெருமை யாஸாவின் தந்தைக்குக் கிடைத்தது.

மெய்ஞ்ஞானம் பெற்று புத்தரான சித்தார்த்தர் ராஜாயதன மரத்தின் கீழ் அமர்ந்து தியானத்தில் ஆழ்ந்திருந்த அந்த ஏழு வாரக் கால முடிவின்போது புத்தருக்கு முதல் உணவு அளித்த தபுஸ்ஸா மற்றும் பல்லிகா இருவரும் புத்தம், தம்மம் ஆகியவற்றின் வாயிலாகப் புத்தரிடம் சரணாகதி அடைந்தனர். அச்சமயம் சங்கவழிச் சரணாகதி உருவாக்கப் படவில்லை யென்பதால், இருவழிச் சரணாகதியை அவர்கள் அடைந்தனர். யாஸாவின் தந்தைதான் மூவழிச் சரணாகதியை முதன்முதலாக ஏற்றவர்.

தனது தந்தைக்கு நிகழ்த்தப்பட்ட 'தம்மச்' சொற்பொழிவைக் கேட்ட யாஸா மேலும் ஆன்மீக மாற்றத்துக்கு உள்ளாகி ஒரு '*அரஹந்தராக*' மாறினார். அச்சமயம் தனது அதீத சக்தியைத் திரும்பப் பெற்றுக்கொண்டு, யாஸாவை அவரது தந்தைக்கு புத்தர் பெருமான் காட்டினார். புத்தரின் கண் காணிப்பின் கீழ் தனது மகன் சிறந்த ஒரு அரஹந்தராக மாறியிருந்ததைக் கண்ட யாஸாவின் தந்தை பெருமகிழ்ச்சி அடைந்தார். '*சோதாபஞ்ஞா*'வாக அவரே மாறிவிட்ட படியால், அவர் 'தான், தன்னுடையது' என்று உரிமைகொண்டாடும் நிலையைக் கடந்துவிட்டிருந்தார். பின்னர் அவர் புத்தரையும் அவரது சீடர்களையும் தனது மாளிகைக்கு விருந்துக்கு அழைத்தார். அந்த அழைப்பை அவர்களும் ஏற்றுக்கொண்டனர்.

தந்தை அவ்விடத்தை விட்டுச் சென்றவுடன், தன்னைப் புத்த பிக்குவாக ஆக்கும்படி வேண்டி. '*ஏஹி பிக்கு*' எனும் உயர்ந்த பட்டத்தை யாஸா பெற்றார். மதிப்பிற்குரிய யாஸாவும் புத்த பிக்குவாக ஆகிவிட்ட நிலையில், அப்போது அரஹந்தர் களின் எண்ணிக்கை ஆறாக உயர்ந்தது. புத்தர் பெருமான் தனது ஆறு சீடர்களுடன் அச்செல்வந்தரது மாளிகைக்குச் சென்றார். செல்வந்தரும் அவருடைய குடும்பத்தாரும் அவர் களுக்குத் தக்க மரியாதை செய்து விருந்தளித்தனர். சாப்பாட் டிற்கு முன், அனைத்துமறிந்த புத்தர் ஆற்றிய சொற்பொழிவு யாஸாவின் அன்னை மற்றும் அவரது மனைவியின் மனங் களில் மிகப் பெரிய ஆன்மீக மாற்றததை ஏற்படுத்தியது. அவர்களும் மூவழிச் சரணாகதி ஏற்றுப் புத்தர் பெருமானின் முதல் இரண்டு பெண் சீடர்களாக, அரியர்களாக, ஆனார்கள்.

பல்வேறு உயர்குடும்பங்களில் பிறந்து நல்ல பழக்கவழக்கங் கள் மற்றும் கல்வி பெற்ற ஐம்பத்திநான்கு நண்பர்கள் மதிப்பிற்குரிய யாஸாவிற்கு இருந்தனர். அவர்களில் விமலர்,

சுபாஹு, புன்னாஜி மற்றும் கவம்படி என்னும் பெயர்கொண்ட நால்வர் யாஸாவின் மிக நெருங்கிய நண்பர்களாவர். அந்நால்வரும் தங்களது நெருங்கிய நண்பன் (யாஸா) புத்தர் பெருமானின் உயர்நிலைப் பட்டமாகிய 'புத்தபிக்கு' பட்டம் பெற்று ஆன்மீக நிலையின் சிகரத்தை எட்டியது பற்றிக் கேள்விப்பட்டனர். தற்போது அவர் '*அரஹந்தர்*' ஆகிவிட்டதை யும் தெரிந்துகொண்டனர். யாஸாவிடம் சென்ற அவர்கள் அவரிடம் காணப்பட்ட ஆன்மீக மாற்றத்தை நேரில் கண்டு மிகவும் பெருமையடைந்தனர். அவர்களும் அவரைப் போலவே புத்த பிக்குவாக மாற ஆசைப்பட்டு, தங்களது விருப்பத்தை அவரிடம் தெரிவித்தனர். அவர்களை யாஸா புத்தர் பெரு மானுக்கு அறிமுகப்படுத்தினார். புத்தரும் உடனே அவர்களுக் கெனச் சொற்பொழிவு ஒன்றை நிகழ்த்தினார். அச்சொற் பொழிவு அவர்களை மிகவும் நெகிழவைத்தது.

அவர்களது மனம் தயார்நிலைக்கு வந்துவிட்டதை அறிந்து கொண்ட புத்தர் பெருமான், 'தம்மத்தை'ப் படிப்படியாகப் புரியவைத்து அற்புதமான மாற்று உலகத்துக்குச் செல்லும் வழியை அவர்களுக்குக் கற்பித்தார். அதன்மூலம் அவர்களும் உயர்பட்டம் பெற்று அரஹந்தர்களாக மாறினர். மதிப்புமிக்க யாஸாவின் மீதமிருந்த ஐம்பது நண்பர்களும் தங்கள் முன்னாள் நண்பர்கள் புத்த பிக்குக்களாக மாறிவிட்டதையும் ஆன்மீகச் சொற்பொழிவால் மனமாற்றத்துக்கு உள்ளானதையும் கேள்விப் பட்டனர். அதன்பின் அவர்களும் மதிப்பிற்குரிய யாஸாவையும் அவருடைய நண்பர்களையும் போன்றே தாங்களும் புத்த பிக்குக்களாக விருப்பப்படுவதாகத் தெரிவித்தனர். புத்தர் பெருமானிடம் அறிமுகப்படுத்தப்பட்ட அவர்களுக்கும் 'தம்மம்' குறித்த சொற்பொழிவை நிகழ்த்தி அவர்களையும் அரஹந்தர் நிலையை அடைந்த பிக்குக்களாகவும் ஞானம் பெற்ற தனது சீடர்களாகவும் புத்தர் மாற்றினார்.

தம்மத்தைப் பரப்புதல்

இவ்வாறு மிகவும் குறுகிய காலத்திற்குள் அரஹந்தர்களின் எண்ணிக்கை அறுபதாக உயர்ந்தது. மழைக்கால வாசம் முழுவதும் அவர்கள் அனைவரும் புத்தர் பெருமானுடனேயே கழித்தனர் தம்மத்தை அடைவதற்கான பலவழிகளையும் புத்தர் அவர்களுக்குக் காட்டினார். மழைக்காலம் முடிந்தவுடன் புத்தர் அவர்களிடம் பேசுகையில் பின்வருமாறு கூறினார்:

"பிக்குகளே! மனித மற்றும் இயற்கை வழியாக விளையும் அனைத்துப் பந்தங்களிலிருந்தும் முற்றிலும் விடுபட்டவனாக நான் இருக்கிறேன்.

“பிக்குகளே! நீங்களும் மனித மற்றும் இயற்கை வழியாக விளையும் அனைத்துப் பந்தங்களிலிருந்தும் முற்றிலும் விடுபட்டு இருக்கிறீர்கள்.

“இங்கிருந்து முன்னேறுங்கள், பிக்குகளே! மற்றவர்களுக்கு நன்மை பயக்கவும் மகிழ்ச்சி அளிக்கவும் மனிதகுலம் மற்றும் அனைத்துயிர்களின் துக்கத்தை அழிக்கவும் மக்கள் மற்றும் கடவுள்கள் பயனடைவதற்காகவும் நீங்கள் உழைக்க வேண்டும். நீங்கள் ஒவ்வொருவரும் வெவ்வேறு திசையில் செல்லுங்கள், பிக்குகளே! சொல்லிலும் செயலிலும் அற்புதமானதும் மற்றும் ஆரம்பம், நடுப்பகுதி, முடிவு ஆகிய மூன்று நிலைகளிலும் அருமையானதாகவும் இருக்கும் தம்மத்தைப் பற்றி அனைவரிடத்திலும் கூறுங்கள்; தம்மத்தைப் பரப்புங்கள். தூய்மையானதும் நேர்மையானதுமான புனித வாழ்க்கையை வாழுமாறு அனைவருக்கும் அறைகூவல் விடுங்கள்.

“பிக்குகளே! தங்கள் கண்களில் தூசியுடன் (அதாவது, கண்களை மறைக்கும் அறியாமையால்) தம்மத்தைப் பற்றிக் கேட்காமலிருப்பவர்கள் வீழ்வது நிச்சயம். தம்மத்தைப் பற்றிப் புரிந்துகொள்பவர்களும் அங்கிருப்பார்கள். அவர்களைக் கேட்கவையுங்கள். அவர்கள் பலனடையட்டும்.

“துறவியின் கொடியை ஏற்றுங்கள்! அற்புதமான தம்மத்தைப் போதியுங்கள், மற்றவர்களது நன்மைக்காகவும் மகிழ்ச்சிக்காகவும் நாம் பணியாற்றினாலே, அது கடமைகளை நாம் சரிவர நிறைவேற்றியதாகும்.”

‘சத்தா’ என்றழைக்கப்படும் உச்சபட்ச ஆசிரியரான புத்தரால் தம்மத்தைப் பரப்புவதற்காக அனுப்பப்பட்ட முதல் அறுபது மெய்ஞ்ஞானம் பெற்ற சீடர்கள் இவர்களே ஆவர். உண்மையின் மறுவடிவமாகிய தம்மத்தைப் பரப்புவதற்காக அவர்கள் வெவ்வேறு இடங்களுக்குச் சென்றனர். மானத்தை மறைப்பதற்கென்று உள்ள மூன்று துணிகளைத் தவிரத் தமக்கென எந்தப் பொருளையும் ஏற்காமல், ஒவ்வொருவரும் பிச்சை வாங்குவதற்காகப் பிச்சைப் பாத்திரத்தை மட்டுமே ஏந்தியவர்களாய் எங்கும் நிலைத்துத் தங்காமல் அவர்கள் அலைந்தனர். அவர்களது முழுநேரமும் மக்களின் ஆன்மீக வளர்ச்சிக்குப் பாடுபடுவதிலேயே செலவிடப்பட்டது. புத்தரிடம் ஞானம் பெற்ற அந்த அறுபது அரஹந்தர்களும் அவரது புனித சங்கத்தின் உயிர்மூச்சாகவே விளங்கினர்.

உண்மையை உலகுக்கு எடுத்துரைக்கக் கிளம்பிய இந்த அறுபது பேர்தான் புத்தர் பெருமானின் அற்புதமான தம்மத்தை அனைவரது நலனுக்காகவும் மகிழ்ச்சிக்காகவும் உலகில் பரப்பிய

முதல் "தம்ம தூதர்கள்" ஆவர். பணபலத்தாலோ அரசியல் சக்திகள் மூலமோ அற்புதமான மாயங்களை மந்திரஜாலத் தந்திரங்களால் நிகழ்த்திக் காட்டியோ மக்கள் மத்தியில் மதத்தைப் பரப்பும் முயற்சியில் அவர்கள் ஈடுபடவில்லை. மக்களைத் துக்கத் தளைகளிலிருந்து விடுவிக்க வேண்டும் என்ற பெரும் கருணையுள்ளம் கொண்டவர்களாய் அனைவரின் நலன் கருதியே இந்தத் "தம்ம தூதர்கள்" உண்மையான தம்மத்தை, நாடெங்கும் பரப்பினர். வீடற்றவர்கள், மனத் தூய்மை அடைந்தவர்கள், துறவி வாழ்க்கை வாழ்பவர்கள், மக்கள் நலத்திற்காகத் தம்மை அர்ப்பணித்துக்கொண்டவர்கள் ஆகிய புனிதர்கள் அடங்கிய இந்தப் பௌத்த சங்கமே உலக வரலாற்றில் அனைவரது நலனுக்காகவும் மகிழ்ச்சிக்காகவும் உருவாக்கப்பட்ட முதல் சங்கமாகும். 'புனித சங்கத்தை'ச் சார்ந்த உறுப்பினர்கள் சமுதாயத்தின் அனைத்து மட்டங்களிலிருந்தும் தேர்ந்தெடுக்கப்பட்டிருந்தனர். அரசர்கள், உயர்குடி மக்கள், சமுதாயத் தலைவர்கள் முதல் எளிமையானவர்கள், சமூகத்திலிருந்து விலக்கிவைக்கப்பட்டிருந்தவர்கள் மற்றும் சமூகநீதி மறுக்கப்பட்டிருந்தவர்கள் ஆகிய அனைவரும் சாதி, வகுப்பு, மற்றும் அந்தஸ்து பேதமின்றி சங்கத்தில் சேர்த்துக் கொள்ளப்பட்டனர். கல்வி கற்ற மற்றும் பணக்காரக் குடும்பங் களைச் சார்ந்த ஆண்களும் பெண்களும் நகர மாந்தர்கள் மற்றும் கிராம மக்கள் ஆகியோரும் 'பிக்கு'களாகவும் 'பிக்குணி' களாகவும் சேர்த்துக்கொள்ளப்பட்டனர்.

புத்தரின் பரிநிப்பாணம்

மெய்ஞ்ஞான ஒளிபெற்று அனைத்து உண்மைகளையும் அறிந்தவராய்த் தமது முப்பத்தைந்தாவது வயதில் நிப்பாண நிலையை அடைந்த புத்தர், அதற்குப் பின் தாம் வாழ்ந்த நாற்பத்தைந்து ஆண்டுகளையும் அனைத்து மக்களின் நலனுக் காகவும் மகிழ்ச்சிக்காகவும் தம்மத்தைப் போதிப்பதிலும் பரப்புவதிலும் செலவழித்தார். "தான்" எனும் தனித்துவ உணர் வின்றி, அனைத்து மக்களோடும் உயிர்களோடும் ஒன்றிணைந் தவராய், அவர்களோடு தம்மை ஐக்கியப்படுத்திக்கொண்டு, அவர்களது நலனையும் மகிழ்ச்சியையுமே குறிக்கோளாய்க் கொண்டு தன்னலம் பாராமல் ஓய்வு ஒழிவு இன்றி உழைத்தார். இந்தியத் துணைக் கண்டத்தின் வடபகுதியிலும் கிழக்குப் பகுதியிலும் நகரம் நகரமாக, கிராமம் கிராமமாகச் சென்று மக்களைப் பேரின்ப வாழ்வுக்கு இட்டுச் செல்லும் உண்மைத் தத்துவமான தம்மத்தைப் போதித்தார். பிரயாணம் செய்ய முடியாத மழைக்காலங்களைத் தவிர மற்ற எல்லா நாள்களிலும் மக்களின் உய்வுக்காகத் தம்ம போதனை மேற்கொள்வதே

அவரது உயிர் மூச்சாக இருந்தது. வாகன வசதி குன்றியிருந்த அந்தக் காலத்தில் தம்ம போதனைக்காக அவர் மேற்கொண்ட பிரயாணங்கள் வியக்கத்தக்கவையாகும்.

புத்தர் போதித்த 'தம்மமே' பின்னர் புத்த மதம் என்றழைக்கப்பட்டது. புத்தர் மற்றும் அவருடைய அரிய சீடர்களின் பின்னடைவு காணாத கடும் முயற்சிகளால் இயேசு கிறிஸ்து பிறப்பதற்குச் சுமார் 588 ஆண்டுகளுக்கு முன்னரே புத்த மதம் இந்தியத் துணைக் கண்டத்தில் உறுதியாக நிலைநாட்டப்பட்டது. இயேசு கிறிஸ்து பிறப்பதற்கு 623 ஆண்டுகளுக்கு முன் பிறந்தவர் கௌதம புத்தர் (சித்தார்த்தர்). கிறிஸ்து பிறப்பதற்கு மூன்று நூற்றாண்டுகளுக்கு முன்னர் அரசாண்ட மாமன்னர் அசோகர் புத்த தம்மத்தைப் பரப்புவதற்காகத் தம்ம தூதர்களின் குழுக்களை வெளிநாடுகளுக்கும் அனுப்பி வைத்தார். இவ்வாறு புத்த தம்மம் வெளிநாடுகளிலும் பின்னர் பரவ ஆரம்பித்து மிக வேகமாக வளர்ந்தது.

புத்தர் தமது எண்பதாம் வயதில் மல்லர்கள் தேசத்தின் தலைநகரான குசிநாராவுக்குப் பயணம் மேற்கொண்டார். வழியில் சுந்தா எனும் கொல்லரின் வேண்டுகோளுக்கிணங்கி அவரது வீட்டில் உணவருந்தினார். அந்த ஏழைக் கொல்லர் அளித்த உணவு அழுகிப்போயிருந்ததால், அதை உண்ட புத்தர் நோய்வாய்ப்பட்டார். தமது மரண காலம் நெருங்கிவிட்டதை உணர்ந்த புத்தர் தாம் நோய்வாய்ப்பட்டதற்கு யாரும் சுந்தாவைக் குறைகூறாமல் பார்த்துக்கொள்ளுமாறு தமது நம்பிக்கைக்குரிய உதவியாளரான ஆனந்தரைக் கேட்டுக்கொண்டார். வறியவரான சுந்தா அளித்த அன்னதானமே புத்தருடைய கடைசி உணவாயிற்று. ஆனால், அந்த அன்னதானத்தைத் தாம் மேன்மையானதாகவும் நற்பலனைத் தரும் தானமாகவும் போற்றுவதாகவும், தம் நோய்க்குச் சுந்தா எந்தக் குற்ற உணர்வோடும் வருத்தம்கொள்ளக் கூடாது என்றும் சுந்தாவிடம் சொல்லுமாறு ஆனந்தரைப் புத்தர் பணித்தார்.

குசிநாராவுக்கு அருகிலுள்ள சால மரங்கள் நிறைந்த சோலையை அடைந்த புத்தர், இரு சால மரங்களுக்கிடையே ஒரு மஞ்சத்தைத் தயாரிக்குமாறு மதிப்பிற்குரிய ஆனந்தரைக் கேட்டுக்கொண்டார். தயாரிக்கப்பட்ட மஞ்சத்தில் தனது வலது கைப்புறம் மஞ்சத்தில் பதிந்திருக்குமாறு படுத்தார். நோய்வாய்ப்பட்டு அவதியுற்றிருந்தாலும் அவரது முகம் சாந்தப் பொலிவு பெற்றதாய்ப் பிரகாசித்தது. விழிப்புணர்வும் சமநிலையும் குன்றாதவராய்த் தியானத்தில் ஆழ்ந்தார். புத்தரைச் சுற்றிக் கூட்டமாகப் பிக்குகளும் பிக்குணிகளும் உபாசகர்களும் கவலை தோய்ந்த முகங்களுடன் வீற்றிருந்தார்கள்.

அவர் இவ்வுலகை நீத்துச் செல்லும் நேரம் நெருங்கிவிட்டது என்றாலும், பௌத்த தம்மத்தில் தம்மை ஏற்றுக்கொள்ளுமாறு வேண்டிவந்த மக்களை அன்புடன் வரவேற்று அவர்களது மனம் மகிழத் தம்ம போதனைகளை வழங்கி ஆசீர்வதிக்கத் தவறவில்லை புத்தர். இரந்து பிழைத்துக்கொண்டிருந்த நாடோடி யான சுபத்தர் என்பவர் புத்தரைக் காண வந்தபோது, "புத்தர் நோய்வாய்ப்பட்டுக் களைத்துப் படுத்திருக்கிறார்" என்று கூறி அவரைத் தடுத்து நிறுத்தினார் ஆனந்தர். ஆனால், அவர்கள் பேசிக்கொண்டிருந்த குரல் கேட்டுத் தியானத்திலிருந்து வெளிவந்த புத்தர் சுபத்தரைத் தம்மிடம் அனுப்பிவைக்குமாறு ஆனந்தரைப் பணித்தார். புத்தரால் நேரிடையாகத் தீக்கை வழங்கப்பட்டுப் பௌத்த தம்மத்தில் சேர்க்கப்பட்ட கடைசி நபர் சுபத்தராவார். புத்தர் தம் உடலை நீத்துப் பரிநிப்பாணம் எய்தும் முன்னர், சுபத்தர் அரஹந்தர் நிலையை அடைந்தார்.

அந்த விசாகப் பௌர்ணமி நாள் (வைகாசித் திங்கள் பௌர்ணமி நாள், மே மாதம்) குசிநாராவுக்கு அருகில் இரண்டு சால மரங்களுக்கடியில் மரணப் படுக்கையில் இருந்த புத்தர் தமது சீடர்களுக்கு இறுதி உரையாக இவ்வாறு கூறினார்:

"ஓ பிக்குமார்களே! நான் உங்களை விட்டுப் பிரிந்து போனாலும், போதகர் இல்லாமல் போய்விட்டாரே என்று நீங்கள் கவலைகொள்ள வேண்டியதில்லை. ஏனெனில், நான் போதித்த தம்மமும் விதித்த விநயமும் உங்களுக்கு வழிகாட்டும் ஆசிரியர்களாக என்றும் இருக்கும்".

மேலும் அவர் கூறினார்.

"உலகிலுள்ள அனைத்தும் கூட்டுப் பொருள்களே. காரணங் களையும் சூழ்நிலைகளையும் ஆதரவுகளையும் சார்ந்து கூட்டுச் சேரும் அவை, காரணங்களும் சூழ்நிலைகளும் ஆதரவுகளும் மாறும்போது கூட்டுக் கலைகின்றன. தேய்வும் அழிவும் எல்லாப் பொருள்களிலும் ஊடுருவி நிற்கின்றன. தேய்வும் அழிவும் பொருள்களின் இயல்பு. ஓ பிக்குமார்களே! விழிப்புணர்வோடு கூடிய தீவிர முயற்சியால் உங்கள் விமோசனத்தை நீங்கள் அடைவீர்களாக!"

இவையே சம்போதி நிலையை அடைந்த புத்தரின் கடைசி வார்த்தைகளாகும். அவரது முகம் சுடரொளி வீசும் பொன் னெனப் பிரகாசித்தது. அமைதித் தியானத்தில் அடையும் பேரானந்தத்தின் (சமாதியின்) பல்வேறு படிநிலைகளில் உறைந் திருந்து, அவரது உயிர் மெதுவாகப் பிரிந்தது. அனைத்து ஆசைகளையும் துறந்து, மீண்டும் பிறவி என்பது இல்லாத

தூய நிப்பாண நிலையை அடைந்திருந்த புத்தர், பூதவுடலையும் துறந்து பரிநிப்பாணம் எய்தினார்.

புத்தர் பிரானின் மறைவுக்குப் பின்னர் அவரது ஆண் சீடர்களும் பெண் சீடர்களும் தாம் அவரிடமிருந்து கற்ற தம்ம போதனைகளை மற்றவர்களுக்கும் எடுத்துக்கூறித் தலைமுறை தலைமுறையாகப் போற்றிக் காத்துவந்துள்ளார்கள். அவர்களது இந்த முயற்சிகளால், பௌத்த தம்மம் உலகெங்கும் பரவி வேரூன்றி வளர்ந்து, இப்போது உலகின் முக்கியமான நான்கு பெரிய மதங்களில் ஒன்றாகத் திகழ்கின்றது.

மனிதக் கண்களுக்கு எட்டாமல் புத்தர் மறைந்தாலும், நம்மை வழிநடத்த அவரது போதனைகள் இன்றும் இருக்கின்றன; என்றும் இருக்கும். அமரத்துவம் பெற்றவை அவை.

அத்தியாயம் 2

பௌத்தம் காட்டும் தம்மம்

அனுபவத்தில் நேரிடையாகக் கண்டறிந்ததும் வாழ்வில் ஒவ்வொருவரும் சோதித்துப் பார்த்துத் தாமே உணர்ந்தறியக்கூடியதுமான உண்மைகளின் அடிப்படையிலேயே பௌத்தம் தனது கோட்பாடுகளையும் அறநெறி முறையையும் அமைத்துள்ளது. பௌத்தத்தைப் பொருத்தவரையில், என்றும் மாறாது நிலைத்திருக்கும் உண்மை என்பது எந்தப் பொருளிலும் இல்லை. பொருள்கள் எப்படி எழுந்தன, எப்படி இருக்கின்றன என்பதிலேயே உண்மை உள்ளதாகக் காட்டுகிறது பௌத்தம். உண்மையான பொருள், என்றும் மாறாது நிலைத்திருக்கும் சாரமான பொருள் இதுதான் என்று பௌத்தம் எதையும் ஏற்றுக்கொள்வதில்லை. ஏனெனில் என்றும் மாறாது நிலைத்திருக்கும் தனிப்பொருள் எதையும் வாழ்வில் நாம் காண்பதில்லை. ஆகவே "எது இருக்கிறது?" என்பதில் உண்மையைக் காட்ட முடியாது; "எப்படி இருக்கிறது?" என்பதிலேயே உண்மை அடங்கியிருக்கிறது என்கிறது பௌத்தம். பொருள்கள் எப்படி எழுகின்றன, எப்படி இருக்கின்றன, எப்படி மறைகின்றன என்ற விதிகளிலியே உண்மை அடங்கியுள்ளது. ஏனெனில் இந்த விதிகளே என்றும் மாறாது இருப்பவை; யாராலும் தோற்றுவிக்கப்படாது தாமாகவே உள்ளவை. இது முதலில் தெளிவாகப் புரிந்துகொள்ளப்பட வேண்டும்.

வாழ்வின் மூன்று தன்மைகள்

வாழ்வின் உண்மைத் தன்மைகளாக
- நிலையாமை
- துக்கம்

ஓ.ரா.ந. கிருஷ்ணன்

- தனித்து உள்ளிருந்து ஆளுமை செய்யும் தனிப்பொருள் இன்மை (ஆன்மா இன்மை, *அநத்தா*) என்னும் மூன்றைப் பெளத்தம் காட்டுகிறது.

இந்த உண்மைகளை யாரும் மறுக்க முடியாது. ஆகவே பெளத்தத்தில் இவை *தம்ம முத்திரைகள்* எனக் கூறப்படுகின்றன. 'நிலையாமை' என்பது பொதுவாக எல்லோராலும் எளிதாகப் புரிந்துகொள்ளப்படக்கூடியதாக இருக்கின்றது. நிலையாமை ஒன்றே வாழ்க்கையின் மாறாத நிலையான உண்மை. மாறாதது எதுவுமில்லை. மாறுதலே உலகின் நியதி. நிலைத்து நில்லாமல் பொருள்கள் மாறிக்கொண்டிருப்பதாலேயே துக்கம் விளைகின்றது என்பதும் சுலபமாகப் புரிந்துகொள்ளப்படுகின்றது.

"எது நிலையற்றதோ அது துக்கக் கருவூலம்" என்று புத்தர் கூறுவதை எல்லோரும் புரிந்துகொள்கிறார்கள், மறுக்காமல் ஏற்றுக்கொள்கின்றார்கள். ஆனால், *அநத்தா* (ஆன்மா – இன்மை) என்று அவர் கூறும் உண்மை சரியாகப் புரிந்துகொள்ளப் படுவதில்லை.

அநத்தா (ஆன்மா–இன்மை)

நிலையாமை, துக்கம் ஆகிய இரண்டு உண்மைகளையும் சிறிது சிந்தித்துப் பார்த்தாலே, ஆன்மா – இன்மை என்பது புலப்படும். நிலையாமல் இருப்பதையும் துக்கத்திற்கு ஆட்பட்டிருப்பதையும் எப்படி ஆன்மா – உள்ளதாகக் கருத முடியும் என்பது புத்தரின் கேள்வி.

புத்தரின் வாதம் எல்லாம், உள்ளிருந்து ஆளும் தனிப் பெரும்பொருள் எனப் போற்றப்படுகின்ற ஆன்மா இவற்றினுள் இருக்குமாயின் ஏன் அது இவற்றை நலியாமல், அழியாமல், காப்பதில்லை என்பதுதான். இவை நலிகின்றன, அழிகின்றன என்றால், "மற்றவற்றால் அவை பாதிக்கப்படுகின்றன, ஆகவே தனித்தன்மையோ தனிப்பலமோ தனித்து ஆளும் பொருளோ எதுவும் அவற்றுள் இல்லை" என்பதுதான் உறுதிப்படுகின்றது. மற்றவை அவற்றின் நிலையை நிர்ணயிக்கின்றன என்றால், அவற்றுள் ஆன்மா இருக்கின்றது என்னும் பேச்சுக்கே இடமில்லை. புறச்சார்புடைமை, நிலையாமை, துக்கங்கள் – நாம் அனுபவித்து உணரும் இந்த வாழ்க்கையின் உண்மைகள் புத்தரின் ஆன்மா – இன்மைக் கொள்கையை நிரூபிக்கின்றன. என்றும் மாறாத ஆனந்தமயமான உள்ளிருந்து ஆளும் ஆன்மா என்கிற உபநிஷத்துக் கருத்துகள் முன்னுக்குப்பின் முரணான வாதத்திலேயே முடியும். புத்தரின் புரட்சிகரமான எதிர்வாதத்திற்குப் பின்னர் உபநிஷத்துகளின் ஆன்மா பற்றிய கொள்கை பல்வேறுவிதமாக மாறிக்கொண்டே வந்துள்ளது. புத்தரின்

அநத்தா வாதத்திற்கு ஈடுகொடுத்துச் சமாளிப்பதற்காக, ஆன்மா வுக்கும் உடலுயிர்த் தொகுப்புக்கும் இடையே உள்ள உறவு பற்றிப் பின்னர் வெவ்வேறு கருத்துகள் எழுந்துள்ளன. ஆனால் அவையாவும் வெறும் நம்பிக்கையையே அடிப்படையாகக் கொண்டுள்ளன; பகுத்தறிவுக்கு ஒவ்வாதவையாகவும் உள்ளன.

இங்கே இன்னொரு உண்மையும் காட்டப்படுகிறது. அதுவே புறச்சார்புடைமை. அது "சார்புவழித் தோற்றம்" என்று பௌத்தம் காட்டும் அடிப்படைக் கோட்பாடாகும்

புறச்சார்புடைமை

இந்த உலகில் நிலையான அழியாத பொருள் என்று நாம் எதையும் காண முடிவதில்லை. அதுபோலவே மற்றவற்றைச் சாராமல் தானாக உண்டான, தனித்திருக்கும், தனித்தியங்கும் தனிப்பொருள் எதையும் நாம் காண்பதில்லை. ஒவ்வொன்றும் மற்றவற்றைச் சார்ந்தே காரணங்களாலும் சூழ்நிலைகளாலும் ஆதரவுகளாலும் எழுகின்றது, இருக்கின்றது, மறைகின்றது.

விதையில் உயிர் இருந்தாலும் அது நிலத்தின் ஆதரவு இல்லாமல், தண்ணீர் இல்லாமல், எரு இல்லாமல், சூரிய ஒளி இல்லாமல், காற்று இல்லாமல் தானாகத் தனித்து வளர முடியாது, செடியாக முடியாது, மரமாக முடியாது, பூத்துக் கனி தர முடியாது. ஒவ்வொன்றிற்கும் மற்றவற்றின் ஆதரவு தேவை என்பது நாம் கண்கூடாகக் காணும் உண்மை.

மற்றவற்றையும் காரணங்களையும் சூழ்நிலைகளையும் ஆதரவுகளையும் சார்ந்து எழும் ஒன்று, தானும் வேறு சிலவும் எழக் காரணமாக அமைகின்றது. இவ்வாறு ஒன்று மற்றவற்றைச் சார்ந்து எழுகின்றது; எழுந்து மற்றும் சில எழக் காரணமா கின்றது. இந்த மற்றும் சில மேலும் பல எழக் காரணங்களா கின்றன. இவ்வாறு காரணம் – விளைவு என்று இயற்கை விதிகளின்படி உலகம் பரிணமித்து உருண்டோடிக்கொண்டே யிருக்கின்றது. இவ்வாறு உலகில் அனைத்தும் ஒன்றோடு ஒன்று பின்னிப் பிணைக்கப்பட்டிருக்கின்றன, சார்ந்திருக்கின்றன, ஊடுருவி நிற்கின்றன.

மற்றவற்றையும் காரணங்களையும் சூழ்நிலைகளையும் ஆதரவுகளையும் சார்ந்து எழும் ஒன்று, அவை மாறும்போது இதுவும் மாறுகின்றது. இவ்வாறு புறச்சார்புடைமையாலேயே மாறுதலும் விளைகின்றது. மாறுதல் புறச்சார்புடைமையைக் காட்டுகின்றது.

இவ்வாறாகச் சார்புடைமை (*dependent origination*) என்று புத்தர் போதிக்கும் தத்துவம்தான் உலகின் நியதி, வாழ்வின்

தலையாய உண்மை. இந்த உலக நியதிக்கு மாறாக, எதையும் சாராத தானே உண்டான தனிப்பொருள் ஒன்று உள்ளது என்பது வெறும் நம்பிக்கையேயன்றிப் பகுத்தறிவுக்கும் வாழ்க்கையின் உண்மையான அனுபவங்களுக்கும் ஒத்ததல்ல. எல்லாம் ஒன்றையொன்று சார்ந்திருப்பதால், தானாக வாழும், தானாக இயங்கும் தனித்தன்மை எந்த ஒரு பொருளிலும் இல்லை என்பதையே *அநத்தா* கொள்கை வலியுறுத்துகின்றது. இந்தத் தனித்தன்மை எதுவும் இன்மையே, எந்த ஒரு பொருளிலும் நிலையாக மாறாமல் இருக்கின்ற ஆன்மா என்று ஒன்றும் இல்லை என்பதை நிரூபிக்கின்றது. நிலையான உண்மை என்பது எந்த ஒரு பொருளிலும் இல்லை. ஆனால் பொருட்கள் எவ்வாறு ஒன்றையொன்று சார்ந்திருக்கின்றன, இணைத்துப் பின்னப்பட்டிருக்கின்றன, தான் எனும் தனித்தன்மை இல்லாமல் இருக்கின்றன என்னும் தத்துவத்திலேயே உண்மை அடங்கியிருக்கிறது. உண்மை "எது என்பதில்" அல்ல, "எப்படி என்பதில்" தான் அடங்கியுள்ளது. தனித்தன்மை (ஆன்மா) எதுவும் இல்லாமையும் சார்புடைமையும் சார்புடைமையை விளக்கும் இயற்கையின் விதிகளும்தாம் உண்மை.

உன்னத உண்மை (தம்மம்)

மேற்சொன்ன அனுபவத்தில் அறியப்படுகின்ற அறிவுபூர்வமான உண்மையான புறச்சார்புடைமை அல்லது சார்புவழித் தோற்றமே இறுதி உண்மை, உன்னத உண்மை, தம்மம் என்கிறது பௌத்தம்.

உன்னத உண்மை, தம்மம் என்பது சத்தியம்; அதாவது என்றும் உள்ளது, முன்னர் இருந்தது, இப்போது இருக்கிறது, பின்னரும் இருக்கும், எப்போதும் மாறாமல் அழியாமல் நிலைத்து நிற்கும். எப்போதும் மாறாமல் அழியாமல் இருப்பதால், அது பிறப்பற்றது, இறப்பற்றது. இவ்வாறு பிறப்பற்றதும் இறப்பற்றதும் மாறாமல் அழியாது என்றும் நிலைத்திருப்பதுமான எந்தப் பொருளையும் நாம் இங்குக் காண்பதில்லை. ஆகவே நாம் முன்னரே குறிப்பிட்டுக் காட்டியதுபோல, எந்தப் பொருளும் உண்மையல்ல. எல்லாம் காரணங்களாலும் சூழ்நிலைகளாலும் ஆதரவுகளாலும் மற்றவற்றைச் சார்ந்தே எழுந்து மறைபவைகளாக உள்ளன. பௌத்தத்தைப் பொருத்தவரையில், உண்மை என்பது தேடப்படும் எந்தப் பொருளிலுமில்லை; பொருள்கள் எப்படித் தோன்றுகின்றன, எப்படி இருக்கின்றன என்று காட்டும் தன்மையான புறச்சார்புடைமையே (சார்பு வழித் தோற்றம் – Dependent Origination) உண்மை. இது உன்னத உண்மை; ஏனெனில் இது என்றும் உள்ளது. இது யாராலும் உண்டாக்கப்படவில்லை, தோற்றுவிக்கப்பட்டவில்லை.

தானாகவே என்னும் உள்ளது. இதுவே பிறப்பற்றது, இறப்பற்றது என்னும் வர்ணனைக்குப் பொருத்தமானதாகும்.

இந்த உன்னத உண்மையாகிய புறச்சார்புடைமையே தம்மம் என்று பௌத்தத்தில் போற்றப்படுகின்றது. "புறச்சார்புடைமையை அறிகிறவர் தம்மத்தை அறிகிறார்; தம்மத்தை அறிகிறவர் புறச்சார்புடைமையை அறிகிறார்" என்கிறார் புத்தர் பிரான். இது ஆழ்ந்த பொருள் கொண்டதாகும், சிந்தித்து மனத்தில் ஆழப்பதித்துக்கொள்ள வேண்டிய உண்மையாகும்.

புறச்சார்புடைமை, ஆன்மா – இன்மையை, அதாவது தானாக இருக்கும் தனித்துவம் எதிலும் இல்லை என்பதைக் காட்டுகின்றது என்று மேலே கண்டோம். உலகில் அனைத்தும் ஒன்றையொன்று சார்ந்திருக்கின்றன, ஒன்றோடு ஒன்று பின்னிப் பிணைக்கப்பட்டிருக்கின்றன, ஊடுருவி இருக்கின்றன. "நான்" என்று எவரும் தனித்திருக்க முடியாது, தனித்து வாழ முடியாது. மற்றவர்களைச் சாராமல், அவர்களது ஆதரவு இல்லாமல் நான் இருக்க முடியாது. நான் மனிதனாக வளர்ந்து வாழ்க்கை இன்பத்தை அனுபவித்து வாழ்வதற்கும் மனவளர்ச்சிக்கும் ஆன்மீக வளர்ச்சிக்கும் ஏன் ஒவ்வொன்றுக்கும் மற்ற மனிதர்களின் ஆதரவு தேவை. அந்த ஆதரவானது அன்பு, கருணை, உதவும் நற்குணம், மற்றவர்களுக்கு எந்தவகையிலும் ஊறு செய்யாமை ஆகிய உயர் பண்புகளிலிருந்தே உதயமாகின்றது; அவற்றைச் சார்ந்தேயிருக்கின்றது. அவையின்றி வாழ்க்கை இல்லை. அவற்றின் எதிர்மறைகள் வாழ்வை அழிப்பவை.

"தானாக இருக்கும் தனித்துவம் எதிலும் இல்லை" என்பதே உண்மை. ஆனால், நாம் "தான்" என்னும் தனிப் பொருள் இருப்பதாகக் கற்பித்துக்கொண்டு தன்னலனே குறியாகச் செயல்படுகிறோம். பிறர் நலனைப் பேணுவதில் தவறுகின்றோம். "தான்" என்னும் தனியுணர்வே, இந்தக் கற்பனையான மன உருவாக்கமே உலகில் அனைத்துத் தீமைகளுக்கும் கொடுமைகளுக்கும் காரணமாக அமைகின்றது. உலகில் நிகழும் எல்லாச் சச்சரவுகளும் பிணக்குகளும் பூசல்களும் சண்டைகளும் "தான்" என்னும் தனியுணர்வின், தன்னலமே நாடும் தகைமையின் விளைவுகளேயாகும். இந்த உலகம் துக்கமயமாக இருக்கிற தென்றால், அந்தத் துக்கத்தின் ஊற்றுக்கண் "தான்" என்னும் தனியுணர்வேயாகும்.

புறச்சார்புடைமையையும் ஆன்மா – இன்மையையும் விளக்கும்போது புத்தர் தமது விரல் நுனியில் சிறிதளவு மாட்டுச் சாணத் துகளை எடுத்துக்காட்டித் தம் சீடர்களிடம் சொல்கிறார்:

"ஓ பிக்குமார்களே, இந்த அளவு தனித்தன்மை என்ற உணர்வு – அதாவது "நிலையான, என்றும் மாறாத தனித் தன்மை கொண்டவனாய் உள்ளேன்", என்ற உணர்வு – இந்த அளவு சிறிது இருந்தாலும்கூட, வாழ்வின் தூய்மை மாசுபட்டுப் போகும். துக்கத்திலிருந்து பூரணமாகவும் நிரந்தரமாகவும் விடுதலை பெறும் சாத்தியக்கூறு இல்லை."

புறச்சார்புடைமை அல்லது சார்புவழித் தோற்றம் என்னும் தத்துவத்தின் மூலம் புத்தர் விளக்குவது என்னவென்றால்: இங்கு நிரந்தரமான வாழ்வும் இல்லை, வாழ்வேயில்லாமல் நிரந்தரமான அழிவும் இல்லை; இருப்பது இந்த இரண்டு எதிர்முனைக் கோடிகளையும் தவிர்த்த, இரண்டிற்கும் இடைப் பட்ட, ஒன்றையொன்று சார்ந்து ஒன்றுக்கொன்று ஆதரவாகச் சார்புவழி எழும் வாழ்வே உள்ளது. இரண்டு எதிர்முனைக் கோடிகளையும் மறுத்து, சார்புவழித் தோற்றத்தை நடுவழி *(மத்யமா பிரதிபத்)* என்னும் உண்மையாகக் காட்டுகிறார் புத்தர். இதையே

சார்புவழித் தோற்றம் = நடுவழி (Dependent Origination = Middle path)

எனலாம். சார்புவழித் தோற்றமே உண்மையென்றால், தோன்றுவது என்ன, இருப்பது என்ன என்னும் கேள்விகள் எழுகின்றன. அப்படியானால், "நான்" என்று நாம் பற்றிக்கொண் டிருப்பது எதை?

"நான்" யார்? "நான்" என்பது என்ன?

பௌத்தத்தைப் பொருத்தவரையில், "நான்", "தான்" என்பது சில பல ஆசைகளின் கூட்டேயன்றி வேறல்ல. பௌத்தத்தில் இது *"விஞ்ஞானம்"* எனக் குறிப்பிடப்படுகின்றது.

"விஞ்ஞானம்" என்பது வளர வேண்டும், வாழ வேண்டும், இப்படியாக வேண்டும், அப்படியாக வேண்டும் என்னும் ஆசை வேகங்களின் (அல்லது உந்தும் சக்திகளின்) ஒரு குறிப்பிட்ட கலவை அல்லது தொகுப்பு. ஒவ்வொரு மனிதனும் இவ்வகைச் சக்திகளின் ஒரு கலவையேயன்றி வேறல்ல என்று கூறுகின்றது பௌத்தம். இந்தக் கலவை இடைவிடாமல் மாறிக் கொண்டேயிருக்கின்றது. ஆசைகளால் உந்தப்பட்டுச் செயல்கள் ஆற்றப்படுகின்றன. செயல்கள் வெளியுலகில் பாதிப்பு களை விளைவிக்கின்றன. அவற்றைத் தொடர்ந்து எழும் எதிர் விளைவுகள் விஞ்ஞானத்தைத் தாக்கி ஆசைகளின் தொகுப்பை மாற்றியமைக்கின்றது. மாற்றமுற்ற விஞ்ஞானம் மறுபடியும் செயல்புரிகின்றது. மறுபடியும் எதிர்விளைவுகளால் பாதிக்கப் படுகிறது. இங்ஙனம் செயல் – வெளி உலகில் இதனால் ஏற்படும்

நிகழ்வு – மற்றவர்பால் செயலின் பாதிப்புகள் – எதிர் விளைவுகள் – கர்மவினைப் பலன்கள் – இவற்றால் உருவாகும் *சங்காரங்கள்* என்று விஞ்ஞானம் மாறிமாறி உருவாகிக் கொண்டேயிருக்கிறது. இதுவே விஞ்ஞானத்தின் பரிணாமம், அதாவது, ஆகுதல் *(பவ)* எனப் பௌத்தத்தில் விளக்கிக் காட்டப்படுகின்றது.

சங்காரங்கள் எனப்படும் மன எழுச்சிகளாலும் கர்ம வினைப் பலன்களாலும் மாறிமாறி உருவாகும் விஞ்ஞானக் கலவை மனிதன் உடலை விட்டு இறக்கும்போது மறுபிறவி விஞ்ஞானமாகப் பரிணமித்து, ஆசை வேகங்களாலும் கர்ம வினைப் பலன்களின் சக்திகளாலும் உந்தப்பட்டு, ஒரு தாயின் வயிற்றில் கருவினுள் இறங்கிப் புது விஞ்ஞானமாக, உயிர் ஊற்றாக ஆகின்றது. இதுவே தாயின் உடலிலிருந்து ஊட்டச் சத்தை உறிஞ்சிக் கருவின் அணுக்களைப் பெருக்கி வளர்ந்து உடல் – மனத் தொகுப்பான நாம ரூபம் கொண்ட உயிர் ஜீவன் ஆகின்றது. இவ்வாறு புதுப்பிக்கப்பட்டு மறுபிறவி கொண்ட விஞ்ஞானம், தொடர்ந்து புது வாழ்வில் மேலும் பரிணமிக்கின்றது.

ஒரு மனிதர் அல்லது "நான்", "தான்" என்று கருதப்படுவது இந்த நாம – ரூபத் தொகுப்பையேயாகும். ரூபம் எனப்படும் உடலுருவத் தொகுப்பில் கீழ்வரும் சக்திகளை நாம் காண்கிறோம்.

- மூலாதார அடிப்படைச் சக்திகள்   4

    (பரமத்தாக்கள் அல்லது மஹாபூதங்கள்: மண், நீர், நெருப்பு, காற்று)

- உணரும் சக்திகள்   5

    (கண், காது, மூக்கு, நாக்கு, மெய்)

- புறத்திலிருந்து உணர்த்தும் சக்திகள்   4

    (உருவம்/வண்ணம், ஒலி, வாசனை, சுவை)

    (குறிப்பு: தொடும் உணர்வை உண்டாக்கும் அழுத்தம் மஹாபூதங்களில் ஏற்கனவே அடங்கியுள்ளது)

- ஆண் – பெண் பாகுபாட்டை விளைவிக்கும் சக்திகள்   2
- உடல் ஊட்டச் சக்தி   1
- உயிர்ச் சக்தி   1
- தன்னுணர்வுச் சக்தி   1

மேற்காணும் சக்திகளிலிருந்து எழும் உணர்வுகளும் எண்ணங்களும் நாமம் என்னும் தொகுப்பில் அடங்கும்.

- புலனுணர்வுகள் (*வேதனா*)
- புலனுணர்வுகளைச் சார்ந்து எழும் அறிவுணர்வுகள் (*சஞ்ஞா*)
- புலனுணர்வுகளும் அறிவுணர்வுகளும் தூண்டிவிடுவதால் உள்மனத்திலிருந்து எழும் தீவிர ஆசைகள் (தண்ஹா), தீவிர ஆசைகளைச் சார்ந்து எழும் பற்றுதல்கள், தன் விருப்பச் செயலாற்றல்கள், ஆசைகள் நிறைவேறுதல் அல்லது நிறைவேறாமல் போதல் ஆகியவற்றைப் பொருத்து எழும் திருப்தி, வெறுப்பு, கோபம், பகைமை, பொறாமை போன்ற மன எழுச்சிகள், உணர்ச்சிக் கொந்தளிப்புகள் (ஆசைகளைத் தொடர்ந்து விரிந்து பெருகும் மன எழுச்சிகளான இவை *சங்காரங்கள்* எனப்படுகின்றன)
- மேற்கண்டவற்றையெல்லாம் தனதெனப் பற்றிக்கொண்டு எழும் தன்னுனர்வுகள் (விஞ்ஞானம்)

சுருங்கச் சொன்னால், "நான்", "தான்" என்பது உடல் (ரூபம்), புலனுணர்வுகள் (*வேதனா*), அறிவுணர்வுகள் (*சஞ்ஞா*), மன எழுச்சிகள் (*சங்காரங்கள்*) மற்றும் இவற்றையெல்லாம் தனதெனப் பற்றிக்கொண்டு எழும் தன்னுணர்வுகள் (விஞ்ஞானம்) ஆகிய ஐந்து கூட்டுப் பொருள்கள் (*கந்தங்கள்*) ஒன்று சேர்ந்த ஒரு கலவையேயாகும். இவை காரண காரிய விதிகளின்படி ஒன்று சேர்கின்றன. மாறிமாறிப் பரிணமிக்கின்றன, கூட்டு கலைகின்றன, மறைகின்றன. ஒவ்வொரு கந்தமும் பல சக்திகள் அல்லது எண்ணங்கள் கூட்டுச் சேர்ந்த ஒரு குழு. ஒவ்வொரு கூட்டுச் சேர்க்கையும், நீர் மாறி மாறி ஓடும் ஒரு ஆறு போல மாறிமாறி ஓடிக் கொண்டேயிருக்கின்றது. நாம் ஒவ்வொருவரும் இந்த ஐந்து கந்தங்களும் (அதாவது ஐந்து ஆறுகளும்) சங்கமித்து ஒன்று சேர்ந்து ஓடும் ஒரு பெரும் ஆறுதான். இவற்றில் ஒவ்வொன்றும் மாறிக் கொண்டேயிருக்கிறது. ஆறு போல மாறி மாறி ஓடிக்கொண்டேயிருக்கிறது. நிலையானது என்று எதுவுமில்லை.

விபஸ்ஸனா தியானத்தில் உள்நோக்கி நாம் கண்டறிவது போல, உடலுருவம் மனம் அனைத்தும் மண், நீர், நெருப்பு, வாயு ஆகிய நான்கு அடிப்படைச் சக்திகளின் கூட்டுகளாலான *கலாபாக்கள்* எனும் நுண்துகள்களின் அதிர்வுகளாலும் துடிப்புகளாலும் சுழற்சிகளாலும் உண்டானவையேயாகும்.

மூலாதார அடிப்படைச் சக்திகள் வெவ்வேறு வகைகளிலும் வெவ்வேறு அளவுகளிலும் கூட்டுச் சேர்ந்தே கலாபாக்கள் எனும் நுண்துகள்கள் உண்டாகின்றன. நுண்துகள்கள் சேர்ந்து அணுக்கள் உண்டாகின்றன. அணுத்துகள்களின் எண்ணிக்கையையும் அமைப்பையும் பொறுத்துப் பல்வேறு மாறுபட்ட அணுக்கள், அவற்றிலிருந்து தனிமங்கள் (elements), தனிமங்களின் கூட்டுகளால் பல்வேறு கூட்டுப் பொருட்கள், கரிமக் கூட்டுப் பொருளிலிருந்து (organic compound) ஒரு செல் உயிர், அவற்றிலிருந்து மானிடர் வரை கிளைத்த மகத்தான பரிணாம வளர்ச்சியே இந்த உலகம். உடல், புலன்கள், மனம் என்று நாம் கூறுவதெல்லாம் பல்வேறு சக்திகளின் கூட்டுகளும் ஆசைகளாகிய சக்திகளின் குணங்களின் பரிணாமங்களேயாகும் காரணங்களையும் சூழ்நிலைகளையும் ஆதரவுகளையும் சார்ந்து உண்டாகும் இந்தக் கலவைகளும் தொகுப்புகளும் கணத்துக்குக் கணம் மாறிமாறிப் பரிணமித்துக்கொண்டேயிருக்கின்றன. இவற்றில் எதுவும் நிலையல்ல.

ஆனால் முதல் நான்கு கந்தங்களையும் தனதெனப் பற்றிக்கொண்டு எழும் ஐந்தாம் கந்தமான தன்னுணர்வு (விஞ்ஞானம்), "தான்" என்ற ஒரு நிலையான பொருளாகப் பற்றிக்கொள்ளப் படுகிறது. ஆசை என்பதை உற்றுப் பார்த்து ஆராய்ந்தால், அது தன்னைத்தான் அறியும். மற்றவற்றைப் பற்றி அதற்குக் கவலையில்லை, ஆசைகளிலிருந்து உருவான எல்லா எண்ணங்களும் மன எழுச்சிகளும் அவ்வாறே "தான்" எனப் பற்றிக் கொள்ளப்படுகின்றன. ஆராய்ந்து உள்ளதை உள்ளவாறு காண்போமேயானால், இங்கு இருப்பதெல்லாம் மாறி மாறி ஓடிக்கொண்டேயிருக்கும் பல்வேறு தன்னுணர்வுகளின் (மன எண்ணங்களின்) ஓட்டம்தான். இவை மாறிமாறி அதிவிரைவாக ஓடும் ஓட்டம் நிலையானதொரு பிரமையை உண்டாக்குகின்றன. அந்தப் பிரமையால்தான் "ஆன்மா", "நான்", "தான்", "எனது" என்னும் தவறான கருத்துகள் எழுகின்றன.

தன்னுணர்வு (consciousness) மாறிக்கொண்டே இருக்கின்றது என்பது மட்டுமல்ல, அது தானே தனித்திருக்கும் ஒரு தனிப் பொருளும் அல்ல. அது மற்றவற்றைச் சார்ந்தே எழுகின்றது, மறைகின்றது. தானே தனித்திருக்கும் எந்தத் தன்னுணர்வையும் நாம் காண இயலாது. ஏதாவது ஒன்றைத் தனதெனப் பற்றியிருக்கும் உணர்வைத்தான் காண்கிறோம். உதாரணத்திற்குக் கண் காணும் உணர்வை எடுத்துக்கொள்வோம்.

"நான் காண்கிறேன்" என்று கூறப்படுகின்றது. காணப்படும் பொருள், காட்டும் சூரிய அல்லது விளக்கொளி, ஒளிக் கிரணங்கள் கண்களைத் தாக்குதல், கண்கள், கண்களிலிருந்து

மூளைக்குச் செல்லும் நரம்புகள், நரம்புகளின் வழிச் செல்லும் மின்சக்திகள், மூளை ஆகியவற்றைச் சார்ந்து, இயற்கை விதி களின்படி, கண் காணும் உணர்வு எழுகின்றது. இவற்றில் எதில் குறை இருந்தாலும் அல்லது எது இல்லாவிட்டாலும் கண் காணுதல் பாதிக்கப்படுகின்றது. ஆனால் விந்தை என்ன வென்றால்: இதில் "நான்" எங்கே இருக்கிறது? இதில் "நான்" என்ன பங்கேற்றது? ஆராய்ந்து பார்த்தால், இந்த நிகழ்வில் "நான்" எதையும் செய்யவில்லை. மேலும், மேற்சொன்ன சார்புகளும் ஆதரவுகளும் இல்லையென்றால் "நான்" மட்டும் "கண்டிருக்க முடியாது." இயற்கையின் விதிகளின்படி நிகழும் "நிகழ்வுகள்"தான் இங்கு உள்ளன; "நான்" என்னும் எதுவும் இல்லை. ஆனால், "நான் காணகிறேன்" என்னும் உணர்வு எழுகின்றது. இதை, இருளில் பாழ்மரத்தைப் பார்க்கும்போது பேய் என்னும் பயம் எழுகின்றதே, அல்லது கயிற்றைப் பார்க்கும்போது பாம்பு என்னும் பயம் எழுகின்றதே அதற்கு ஒப்பிடுகிறார் புத்தர். இப்படி ஒப்பிட்டுக்காட்டி, "நான்" என்னும் தனிப் பொருள் எதுவும் இங்கு இல்லை, "நான்" என்னும் கருத்து தவறானது, "சக்காய திட்டி" என்று நிரூபிக் கிறார் புத்தர்.

"நான்", "தான்" என்ற இந்தத் தவறான கருத்து எழுவது, தன்னுணர்வின் அடித்தளமான விஞ்ஞானத்தை ஆக்கும் ஆசைகளின் மாயாஜால வித்தையேயாகும்.

விஞ்ஞானத்தை ஆக்கும் வேட்கைகளும் ஆசைகளும் அநேகம். அவற்றை ஆராய்ந்து பார்த்துப் புத்தமத மறைநூற்கள் கீழ்வரும் மூன்று பெரும் பிரிவுகளில் அவை அடங்குவதாகக் காட்டுகின்றன.

1. *காம தண்ஹா* (காம இச்சைகள் மற்றும் புலனின்பங் களை நாடும் பேரவாக்கள்)

2. *பவ தண்ஹா* (இப்படியாக வேண்டும் அப்படியாக வேண்டும் என்று விதவிதமான வாழ்வை நாடும் பேரவாக்கள்)

3. *விபவ தண்ஹா* (ஆசைகளுக்கும் விருப்பங்களுக்கும் தடைகளாக இருப்பவற்றை, இடையூறுகளாக இருப்ப வற்றை, எதிராக இருப்பவற்றை அழிக்கத் தூண்டும் பேரவாக்கள், அதாவது பெரும் வெறிகள்; தன் ஆசை களைப் பூர்த்திசெய்துகொள்ளப் பிற உயிர்களைக் கொல்லவும் வாழ்வின் ஆசைகள் நிறைவேறாதபோது தன்னுயிரையே அழித்துக்கொள்ளவும் தயங்காத பெரும் வேட்கைகள்; அழித்துவிடவும் அழிந்துவிடவும் தயங்காத பெரும் வெறிகள்.)

ஒவ்வொரு மனிதரின் வாழ்க்கையையும் உள்ளிருந்து விளைவிக்கும் விதைகள் இவை. விதை புறத்திலிருந்து தேவையான எருவையும் தண்ணீரையும் பெற்று மரமாவதுபோல, இந்த ஆசைகளாகிய விதைகள் புறத்திலிருந்து தேவையான வற்றைப் பெற்று வளர்ந்து, பரந்துவிரிந்து வாழ்க்கையாகிய மரமாக வளர்கின்றது. ஆசைகளாகிய சக்திகளே உந்தி அனைத்தையும் நிகழ்த்துகின்றன. நிகழ்வுகளும் அனுபவங்களும் மட்டுமே இங்கு உள்ளன; அனுபவங்களைத் தவிர அனுபவிப்பவர் என யாரும் இல்லை. மேலும் நிகழ்த்துபவர் எனத் தனி ஒருவருமில்லை.

நான்கு உன்னத உண்மைகள்

ஆசைகளின் தன்மையைப் பொருத்து அமைகின்றது விஞ்ஞானங்களின் பரிணாமம் எனக் காட்டுகிறது *கம்ம நியமம்*. தான் திருப்திசெய்யப்பட வேண்டும் என்பதைத் தவிர வேறு எதையும் அறியாதது ஆசை. ஆனால் ஆசைப்படும் பொருள்கள் நிலையாக இல்லாமல் இருப்பதால், மாறுவதால், மறைவதால் திருப்தியின்மையே, துக்கமே, இங்கு விளைகின்றது. மாறி மாறி எழும் ஆசைகளாகிய சக்திகளைத் தவிர வேறு நிலையான பொருள் எதுவும் இல்லாத சூன்யமாக இருப்பதால், இந்த உலகம் துக்கமயமாகின்றது. இதையே "வாழ்வில் துக்கம் உள்ளது" என்னும் முதல் உண்மையாகப் புத்தர், தாம் மெய்ஞ்ஞானம் பெற்று நிப்பாண நிலையை வென்ற பின்னர் முதன்முறையாகத் தமது ஐந்து சீடர்களுக்கும் ஆற்றிய "தம்மச்சக்க பவட்டான சுத்தம்" என்கிற பேருரையில் விளக்கி யுள்ளார்.

"பிக்குமார்களே, இது 'துக்கம் வாழ்வில் உள்ளது' என்கிற உன்னத உண்மை. பிறப்பு துக்கம், முதுமை துக்கம், பிணி துக்கம், மரணம் துக்கம். இன்பம் தராதவற்றோடு இணைவது துக்கம்; இன்பம் தருபவற்றிலிருந்து பிரிவது துக்கம். ஆசை யோடு விரும்பியதை அடையாதது துக்கம். சுருங்கச் சொன்னால், ஐந்து கந்தங்களை(கூட்டுச் சேர்க்கைகளை)ப் பற்றிக் கொண் டிருப்பது துக்கம்" (விநயபிடகம் 1.ப.10).

துக்கத்தை மூன்று வகைகளாகக் காட்டுகிறார் புத்தர்.

1. இயற்கை விதிகளின்படி நேரிடும் துக்கம் (*துக்க –துக்கம்*), பிறப்பு, முதுமை, பிணி, மரணம் ஆகியவை துக்கம். விபத்துக்களும் இயற்கையின் சீற்றங்களால் ஏற்படும் பேராபத்துகளும் பயங்கர நிகழ்ச்சிகளும் துக்கம்.

2. நிலையாமையே உலகின் நியதியாக இருப்பதால் விளையும் துக்கம் *(விபரிணாம துக்கம்)*. ஆசை நிறைவேறினால் இன்பம், ஆனால் அந்த இன்பமும் நிலைப்பதில்லை. ஆசை நிறைவேறாவிட்டால் வெறுப்பு, துன்பம். இன்பம் தருபவை கிடைக்காதபோதும் துன்பம் தருபவை நிகழ்கின்றபோதும் நாம் ஏமாற்றமும் வேதனையும் அடைகிறோம். வாழ்க்கையின் சுகங்கள், ஏற்றங்கள், செல்வங்கள், பதவிகள், புகழ் எதுவும் நிலையாக இருப்பதில்லை. நிலையாமையால் அவை நீங்கும் போது தாங்கவொண்ணாத் துக்கம் விளைகின்றது.

3. ஆனால் மேற்சொன்னவற்றைவிட மனிதரை அதிகமாகக் துக்கக் குழியில் ஆழ்த்துவது மனமே உண்டாக்கிப் பெருக்கிக்கொள்ளும் *சங்கார துக்கம்*. ஒவ்வொரு கணமும் இடைவிடாமல் இது மனிதரை வாட்டுகின்றது. ஆசைகள் திருப்தி செய்யப்படுவது அல்லது தடைபடுவது ஆகியவற்றைப் பொருத்து எழும் இன்பம் துன்பம் மற்றும் அவற்றைத் தொடர்ந்து மனத்தில் உண்டாகும் பேராசைகள், பெரும் வெறுப்புகள், கோபம், பகை, பொறாமை, வஞ்சம் தீர்க்க வேண்டும் என்பது போன்ற வெறிகள், மன உணர்ச்சிகள், மன எழுச்சிகள் ஆகியவை எப்போதும் மனிதரை ஆட்டிப் படைக்கின்றன. இவையே மனிதரை எப்பொழுதும் துக்கத்தில் பிணைத்துவைத்திருக்கும் தளைகளாகின்றன. இவை *சங்கார துக்கங்களாகும்*.

ஆசைகளும் விருப்புகளும் வெறுப்புகளும் “நான்”, “எனது” என்பது போன்ற தவறான கருத்துகளிலும் கோட்பாடுகளிலும் மனத்தைப் பிணைத்துவைக்கின்றன. அவற்றால் கட்டுண்ட மனிதர் தன்னலமே குறியாகப் பற்றிக் கொண்டு பிறருக்குத் தீங்கிழைக்கவும் தயங்குவதில்லை. இந்தத் தீயசெயல்களால் விளையும் கர்மவினைப் பலன்களும் துக்கத்தை மேன்மேலும் அதிகரிக்கின்றன.

மற்ற துக்கங்கள் அவ்வப்போதுதான் நேர்கின்றன. ஆனால் மனத்தின் எழுச்சிகளாலும் தீவிர உணர்ச்சிகளாலும் வெறிகளாலும் விளையும் இந்தச் சங்கார துக்கங்கள் ஒவ்வொரு கணமும் எழுந்து வாழ்க்கையைத் துக்கமயமாக்குகின்றன.

இவ்வாறு துக்கத்தையும் துக்கம் உண்டாவதன் காரணங்களையும் புரிந்துகொண்டு அவற்றை வேரறுக்க வேண்டும்; அவற்றை வேரறுத்து எறிந்து மனிதன் உண்மையான பேரின்ப வாழ்வில் திளைத்திருக்க வேண்டும்” என்பதே புத்தர் போதிக்கும்

தம்மத்தின் குறிக்கோள். ஆகவேதான், "துக்கம் வாழ்வில் உள்ளது" என்பதை முதல் உன்னத உண்மையாகக் காட்டிய புத்தர், "துக்கம் ஏன் விளைகின்றது?" என்று காரணங்களையும் துக்கத்தைப் பூரணமாகவும் நிரந்தரமாகவும் ஒழித்து "நிப்பாணப் பேரின்பத்தை அடைய இயலும்" என்பதையும் துக்கத்தை ஒழிக்கவல்ல மார்க்கமாகிய 'உன்னத எட்டு அங்கப் பாதையையும்' மற்ற மூன்று உன்னத உண்மைகளாக விளக்கியுள்ளார்.

சூன்யம்

எவ்வாறு ஒரு தனி மனித வாழ்க்கையானது ஆசைகளின் தொகுப்பாகிய விஞ்ஞானத்தின் பரிணாமமோ அவ்வாறே அகில உலகமும் பலவகையான எண்ணற்ற விஞ்ஞானங்களின் பரிணாமங்களாலேயே உண்டானது என்று விளக்குகிறது பௌத்தம்.

ஒரு தனி மனிதனது வாழ்க்கையிலும் சரி, அகில உலகத்தை எடுத்துக்கொண்டாலும் சரி, நிகழ்வதெல்லாம் இவ்வாறு விஞ்ஞானங்களின் பரிணாமங்களேயன்றி வேறல்ல. இவற்றில் எதிலும் மற்றவற்றைச் சாராது தானாகத் தனித்திருக்கும் எந்தத் தனிப்பொருளையும் காண முடியாது. பிறர் ஆதரவு சாராத சுதந்திரமான வாழ்க்கை (independent existence), பிறப்பு இறப்பில்லாத தன்னியல்பு வாழ்க்கை (inherent existence), மற்றும் என்றும் மாறாத நிரந்தரமான அமரத்து வாழ்க்கை (permanent existence) கொண்ட எந்தவொரு தனிப் பொருளும் இவையெதிலும் இல்லையென்பதால், இந்த உலகம் சூன்யம் என்று விளக்கிக்காட்டுகிறது பௌத்தம்.

சார்புவழித் தோற்றம் = நடுவழி

என்று பௌத்தம் காட்டியுள்ளதை முன்னர்ப் பார்த்தோம்.

சார்புவழித் தோற்றம் = சூன்யம்

என்றும் பௌத்தம் விளக்குகிறது.

இங்குச் சூன்யம் என்பது ஒன்றுமில்லாத வெறுமையைக் குறிப்பதல்ல; சார்புவழித் தோற்றத்தையே இது குறிக்கின்றது. என்றும் மாறாது தானாகவே தனித்திருக்கும் தனிப்பெரும் பொருள் (சாரமான பொருள்) எதுவும் இங்கே இல்லை என்பதால், இது சூன்யம் எனப்படுகின்றது. என்றும் மாறாத ஒரு பொருளால் இந்த உலகம் நிறைந்திருக்குமாயின், அது மாறாத ஒரு மரக்கட்டைபோலவே இருந்திருக்கும், எந்த மாற்றமும் எந்தப் பரிணாமமும் நிகழ்ந்திருக்காது, நிகழ முடியாது. மாறாத தனிப்பொருள் இல்லாத சூன்யமாக இருப்பதாலேயே,

இந்தச் சூன்யமான உலகில் எதுவும் நிகழக்கூடிய சாத்தியக் கூறு இருக்கிறது. இதையே, இரண்டாம் புத்தரெனப் போற்றப் படும் நாகார்ஜுனர், காரணங்களையும் சூழ்நிலைகளையும் ஆதரவுகளையும் சார்ந்து எதுவும் எழக்கூடிய சூன்யம் என்கிறார். நொடிப்பொழுதில் பள்ளிக்கூடம் தீப்பிடித்து எரிந்து நூற்றுக்கணக்கான பாவமறியாத சின்னஞ்சிறு குழந்தை கள் தீக்கு இரையாகின்றார்கள். சுனாமி எழுந்து நொடிப் பொழுதில் பல்லாயிரக்கணக்கான உயிர்களைக் கவ்விச் செல்கின்றது. போர்கள் உயிர்களை அழிக்கின்றன, உலகத்தை நாசமாக்குகின்றன. பேரழிவுகள் நிகழ்கின்றன. இவையனைத்தும் உலகம் சூன்யமாக இருப்பதையே காட்டுகின்றன. காரணங் களையும் சூழ்நிலைகளையும் ஆதரவுகளையும் சார்ந்து ஒவ்வொன்றும் எழுகின்றது என்பதால், தக்க காரணங்களையும் சூழ்நிலைகளையும் ஆதரவுகளையும் அமைத்து நாம் விரும்பி யதை அடையக்கூடிய சாத்தியக்கூறு இருப்பதையும் இந்தச் சூன்ய தத்துவம் காட்டுகின்றது. சம்சாரத்தில் துக்கத் தளை களால் பிணைபட்டிருப்பது காரணங்களால் நிகழ்கின்றது. மாறாக, தக்க காரணங்களை அமைப்பதன் மூலம் துக்கத் தளைகளிலிருந்து விடுபடவும் முடிகின்றது, நிப்பாணப் பேரின்பத்தை அடையவும்கூடும். இதுவே சூன்யத்தின் சிறப்பு.

பௌத்தத்தில் சூன்யம் என்பது மூன்று உண்மைகளைச் சுட்டிக்காட்டுவதாக இருக்கின்றது.

1. மாறாது தானாக என்றும் நிலைத்திருக்கும் தனிப் பொருள் (சாரமான பொருள்) எதுவும் இல்லாத சூன்யம் இது. இதில் நிகழ்வதெல்லாம் ஆசைகளின் தொகுப்புகளாகிய விஞ்ஞானங்களின் பரிணாமங்களே. அகில உலகமும் விஞ்ஞானங்களின் பரிணாமங்களா லேயே உண்டாகின்றது. இவ்வண்ணமாய் உண்டா கின்றது உலகம்.

2. விஞ்ஞானங்களின் பரிணாமங்கள் "காரணம் – விளைவு" என்று நிர்ணயிக்கும் இயற்கை விதிகளின்படி நிகழ்கின்றன. நாம் மேலே கண்ட, சார்புடைமைத் தத்துவத்தின் விரிவாக்கங்களே "காரணம் – விளைவு" இரண்டிற்கும் உள்ள நிரந்தரமான தொடர்பை விளக்கும் இயற்கை விதிகளும் நியதிகளும். விஞ்ஞானங் கள் எவ்வாறு பரிணமிக்கின்றன என்று விளக்கிக் காட்டும் சார்புடைமையும் இயற்கை விதிகளும் நியதி களுமே உலகில் என்றும் மாறாது இருக்கும் உண்மைகள். இவை வாழ்க்கையின் பரிணாம வளர்ச்சியை நிர்ணயிக் கின்றன என்பது மட்டுமல்ல இவையே. விஞ்ஞான

அறிவுக்கு அடிப்படைகளாகவும் அமைகின்றன. வாழ்க்கையை நிர்ணயிக்கும் இந்த விதிகளும் நியதிகளும் இல்லையென்றால் நாளை என்ன நடக்கும் என்றே சொல்ல முடியாது, அறிவுபெறும் சாத்தியக்கூறே இல்லாமல் போய்விடும்.

முக்காலத்துக்கும் பொருந்தும் இந்த இயற்கை விதிகள் இருப்பதாலேயே, மனிதன் அந்த விதிகளை அறிந்து அவற்றிற் கேற்றபடி தக்க காரணங்களை அமைத்து, விரும்பும் விளைவு களைப் பெற்று வாழ்வில் வளத்தையும் செல்வத்தையும் வளர்த்துப் பெருக்கிக்கொள்ள முடிகிறது, வாழ்வைச் செம்மைப்படுத்திக் கொள்ள முடிகிறது. துக்கத் தளைகளிலிருந்து விடுபட்டு நிப்பாணப் பேரின்பத்தை அடையவும் முடிகிறது. துக்கத் தளைகளால் பிணைக்கப்பட்டுச் சம்சாரத்தில் அல்லலுறுவதும் காரணங்களின் அடிப்படையில். அந்தத் தளைகளை வெட்டி யெறிந்து நிப்பாணம் பெறுவதும் மாற்றுக் காரணங்களின் அடிப்படையிலேயே. காரணம் – விளைவு என்ற விதிகளை அறிவதே, அந்த உண்மைகளை அறிவதே தம்மத்தை அறிவ தாகும். சார்புவழித் தோற்றமாகிய சூன்யத்தை இவ்வாறு தம்மமாகவும் காணலாம்.

அனைத்தையும் படைத்துக் காக்கும் சர்வ வல்லமை பொருந்திய கடவுள் ஒருவர் இருக்கிறார் என்ற கடவுள் தத்துவத்தைக் கற்பனையான கூற்று என்று பௌத்தம் நிராகரிக்கின்றது. இங்கே தோன்றவதெல்லாம் ஆசைகளின் பலவித வேடங்களேயாகும். அனைத்தும் ஆசைகளாலேயே உண்டா கின்றன. பௌத்தத்தில் கடவுளாக ஒன்றைக் குறிப்பிட்டுக் காட்ட முடியும் என்றால், அது என்றும் மாறாத உண்மையாக இருக்கும் தம்மம் அல்லது சார்புவழித் தோற்றமாகத்தானிருக்கும். ஆசைகள் செயல்படும்போது அவற்றின் விளைவுகளை நிர்ணயிக்கும் விதிகளே கடவுளாகக் கருதப்படலாம். இங்கு அவை *ரிது நியமம்* (இயற்கைக் கோள்களின் சுழற்சிகளையும் பருவ மாற்றங்களையும் நிர்ணயிக்கும் விதிகள்), *பீஜா நியமம்* (வித்துகள் வளர்ந்து உயிர்கள் பரிணமிப்பதை நிர்ணயிக்கும் விதிகள்), *சித்த நியமம்* (மன எழுச்சிகளை நிர்ணயிக்கும் விதிகள்), *கம்ம நியமம்* (ஆசைகளால் உந்தப்பட்டுச் செய்யப் படும் வினைகளின் விளைவுகளை நிர்ணயிக்கும் விதிகள்), *தம்ம நியமம்* என்று பொதுவாகப் பௌத்தத்தில் விவரிக்கப் படுகின்றன.

சார்புவழித் தோற்றத்தைத் தவிர வேறுநிலையான, சாரமான பொருளெதுவும் இல்லாத இந்தச் சூன்யத்தில் எழும் ஆசைகளாகிய சக்திகளின் பரிணாமங்களை வரையறுக்கும் விதிகளே இங்கு உண்மை. இவ்வண்ணமாய் இருக்கிறது உலகம்.

ஓ.ரா.ந. கிருஷ்ணன்

3. ஆசைத் தொகுப்புகளாகிய விஞ்ஞானங்களின் பரிணாமம் ஆரம்பமும் இல்லாமல் முடிவும் இல்லாமல் பிறப்பு – இறப்பு – மறுபிறப்பு – மறு இறப்பு எனச் சுழன்றுகொண்டேயிருக்கிறது. இவ்வண்ணமாய் இருக்கிறது வாழ்க்கைச் சக்கரம், பிரபஞ்சச் சுழற்சி.

இந்த மூன்று உண்மைகளும் *மஹாநிதான சுத்தத்தில்* புத்தர் காட்டிய வாழ்க்கைச் சக்கரத்தின் விளக்கங்களேயாகும்.

ஏழு உண்மைகள்

தமது முதல் சொற்பொழிவான "*தம்மச் சக்கபவட்டான சுத்தத்தில்*" புத்தர் காட்டிய நான்கு உன்னத உண்மைகளோடு மேலே நாம் கண்ட சூன்யம் குறிக்கும் மூன்று உண்மைகளையும் சேர்த்து ஏழு உண்மைகள், உலகும் உலக வாழ்க்கையும் எவ்வண்ணமாய் இயங்குகின்றன என்று விளக்கிக்காட்டு வதாகப் பின்னர் மஹாயானத்தில் எழுந்த *சம்தி நிர்மோசன சூத்திரம்)* (மர்மங்களைத் திறந்துகாட்டும் சூத்திரம்) வர்ணிக் கின்றது. இந்த ஏழு உண்மைகளையும் புரிந்துகொண்டு மனம் அவற்றை உள்ளூர உணரும்போது மெய்ஞ்ஞானம் பிறக் கின்றது.

உன்னத இலக்கு

வாழ்வின் உன்னதக் குறிக்கோள் என்று எதை நாம் ஏற்பது? உன்னத உண்மையோடு அதாவது அனைத்துக்கும் மேற்பட்ட இறுதி அல்லது முடிவான உண்மையோடு இணைவதே, அந்த உன்னத உண்மையாக மாறுவதே பௌத்தத்தின் தலையாய குறிக்கோள் என்று கூறுகிறது பௌத்தம். "தான்" எனும் தனித்துவத் தன்மை எதிலும் இல்லை என்பதே உன்னத உண்மையாக இருப்பதால், எந்தத் தனித்துவ உணர்வும் இல்லாத தன்மையாக மாறுவதே, "தான்" என்ற உணர்வோ எண்ணமோ இல்லாமல் மாறுவதே, இங்கு உன்னதக் குறிக்கோளாகின்றது. அதாவது, அனைத்து ஆசைகளும் அறவே அறுத்தெறியப்பட்ட, ஆசைகளின் தொகுப்பாகிய விஞ்ஞானத் தின் பரிணாமம் நின்றுவிட்ட சூன்யம் இது. இதுவே நிப்பாணம், பற்றுவதற்குக் குறியேதுமற்ற விமோசனம், ஆசைகளையறுத்த விமோசனம் அல்லது சூன்ய விமோசனம் எனப்படுகின்றது.

"தான்", "நான்", "எனது" என்னும் உணர்வுகள் எழுவதே ஆசைகளால்தான் என்று கண்டோம். ஆசைகள் அறவே அழியும் போது "தான்", "நான்", "எனது" என்பது போன்ற உணர்வு களும் மறையும். ஆசைகள் அறவே அழிக்கப்பட்டு "தான்" எனும் தனித்துவ உணர்வு மறையும்போது, உன்னத நிலையான

நிப்பாணம் அடையப்படுகின்றது. நிப்பாணத்தில் அறிய முடியாத மறைபொருள் எதுவுமில்லை. அது வேறு எங்கோ இல்லை, இந்த உலகில் இந்த வாழ்விலேயே நாம் நம் சொந்த முயற்சிகளினால், குன்றாத முயற்சிகளினால் அடையக் கூடியது எனக் காட்டியுள்ளார் புத்தர். பௌத்தத்தின் உன்னத இலக்கான நிப்பாணத்தைப் பற்றிச் சுருக்கமாகச் சொல்வதென்றால், அது மனத்தைப் பிணைக்கும் தளைகளிலிருந்தும் துக்கத்திலிருந்தும் பூரணமாகவும் நிரந்தரமாகவும் விடுபட்ட அரிய நிலையாகும். விஞ்ஞானம் மேலும் பரிணமிப்பது, மீண்டும் பிறப்பது நின்று விடுகின்றது இங்கு.

நடுவழி

ஆசைகளெல்லாம் அறவே அழிக்கப்பட்ட அந்த அரிய நிப்பாண நிலையைச் சாதாரண மக்களாகிய நாம் எண்ணிக் கூடப் பார்க்க முடிவதில்லை. "ஆசைகள் இல்லாவிட்டால் வாழ்க்கை இல்லை. ஆகவே ஆசைப்படுங்கள். ஆனால் துக்கம் விளையாமல் இருக்க நல்லதற்கே ஆசைப்படுங்கள். தீயவற்றிற்கு ஆசைப்படாதீர்கள்" என்கிறது பௌத்தம். தன்னலம் கருதும் அதேசமயம் பிறர் நலத்துக்கும் மகிழ்ச்சிக்கும் ஊறுவிளைவிக்க லாகாது என்று நடுவழி காட்டப்படுகின்றது.

சூன்யம் இங்கு நடுவழியாகிய சார்புவழித் தோற்றம் என்னும் கோணத்தில் ஆராய்ந்து பார்க்கப்படுகின்றது. என்றும் மாறாது தானாகவே நிலைத்திருக்கும் சாரமான பொருள் எதுவுமில்லாத இந்தச் சூன்யத்தில் நாம் காண்ப தெல்லாம் ஒன்றையொன்று சார்ந்து காரணம் – விளைவு என்ற விதிகளின்படி எழுந்து கணத்துக்குக் கணம் மாறிமாறி மறைந்துக்கொண்டிருக்கும் சார்புவழித் தோற்றங்களைத்தான். பௌத்தம் வலியுறுத்துவதெல்லாம் இங்கு இருப்பது ஒன்றை யொன்று சார்ந்து வாழும் சார்புடைமை வாழ்வே என்பதே யாகும். சார்புடைமேயே வாழ்வு, வாழ்க்கையின் உண்மை யென்றால், அன்பும் அரவணைப்பும் ஆதரவும் ஒன்றையொன்று போற்றிக் காக்கும் ஒத்திசைவும் வாழ்வின் விதிகளாகின்றன. அவையின்றிச் சார்புடைமை வாழ்வு இல்லை. அவற்றிற்கு எதிர்மாறானவையெல்லாம் சார்புடைமையாகிய உலகின் உண்மையை மறுத்து வாழ்வுக்கே ஊறுவிளைவிப்பவையாகும். அன்போடும் அரவணைப்போடும் கருணையோடும் ஒருவரை யொருவர் ஆதரித்துச் சார்புடைமையைப் புனிதமெனப் போற்றி வாழும் வாழ்வு உண்மையோடு இணைந்த வாழ்வாகும், உண்மை வாழ்வாகும். இந்த விதிகளுக்கு மாறானவையெல்லாம் வாழ்வை நாசமாக்குபவையாகும், அழிப்பவையாகும்.

பௌத்தத்தைப் பொருத்தவரையில், சார்புடைமை என்கிற இந்த உண்மையும் அன்பு கருணை அரவணைப்பு ஆகிய இந்த விதிகளுமே கடவுள்கள். சார்புடைமை, அதாவது "தான்" என்று தனித்திருந்து தனித்தியங்கக்கூடிய தன்மை எந்தவொன்றிலும் இல்லை என்பதே வாழ்வின் தலையாய உண்மையாக இருப்பதால், வாழ்வில் ஒவ்வொருவரும் மற்றவர்களுக்கு வெவ்வேறு வகைகளில் கடன்பட்டுள்ளார்கள். வாழ்க்கை என்பதே இவ்வாறு வெவ்வேறு வகைகளில் கடன்பட்டிருப்பதும் அவற்றிற்கு வெவ்வேறு வகைகளில் கைம்மாறு செய்தலும் ஆகும். கடவுளர்கள் ஆறு திக்குகளிலும் திக்குப் பாலகர்களாக நின்று உலகைப் பாதுகாப்பதாகப் பிராமணீயத்தில் போதிக்கப் பட்டு, "ஆறு திக்குகளையும் வணங்குதல்" என்பது ஒரு சடங்காகக் கடைப்பிடிக்கப்படுகின்றது. இது உண்மையான மதமாகாது என்று மறுத்துக்கூறும் புத்தர், தமது *சிகாலோ வாதோ சுத்தம்* என்னும் பேருரையில், இந்த "ஆறு திசைகளையும் வணங்குதல்" எனப்படும் வழிபாடு ஒரு சடங்காக இல்லாமல், உலகில் ஒரு மனிதர் தன் வாழ்க்கையில் அவர் சார்ந்துள்ள ஆறு சார்புகளையும் வணங்கும் வழிபாடாக அமைய வேண்டும் என்று வலியுறுத்துகிறார். அவர் காட்டும் ஆறு சார்புகளையும் கீழ்க்காணுமாறு குறிக்கலாம்.

1. கிழக்கு : பற்றோர்கள் – குழந்தைகள் இடையே உள்ள சார்புடைமை, உறவு.

2. தெற்கு : ஆசிரியர் – மாணவர்கள் இடையே உள்ள சார்புடைமை, உறவு.

3. மேற்கு : கணவன் – மனைவி இடையே உள்ள சார்புடைமை, உறவு.

4. வடக்கு : இல்லறத்தார் – உற்றார் உறவினர் நண்பர்கள் இடையே உள்ள சார்புடைமை, உறவு.

5. வானுச்சி : இல்லறத்தார் – துறவுபூண்ட அறவோர் இடையே உள்ள சார்புடைமை, உறவு.

6. கீழே : இல்லறத்தார் – வேலைக்காரர் (முதலாளிகள் – தொழிலாளிகள்) இடையே உள்ள சார்புடைமை, உறவு.

இந்த உறவுகளே பௌத்தத்தில் புனிதமானவையாகப் போற்றி வணங்கப்படுகின்றன. இவையே உலகைத் தாங்கி நின்று பாதுகாக்கும் கடவுள்களாகும். ஒவ்வொரு மனிதரும் இவ்வாறு மற்றவர்களைச் சார்ந்தே இருக்கிறார், மற்றவர்களோடு இந்த உறவுகளால் பின்னிப் பிணைக்கப்பட்டிருக்கிறார். இந்தப்

பிணைப்பு இல்லாமல் வாழ்க்கை இல்லை. துறவறம் பூண்டவர் களும் இதற்கு விதிவிலக்கல்ல. இல்லறத்தாரது உழைப்பும் பொருள்வளம் சேர்த்தலும் இல்லாமல் துறவறம் பூண்டவர் களும் தனித்து வாழ்ந்திருக்க முடியாது. துறவறத்தாரை ஆதரிக்க வேண்டியது இல்லறத்தாரின் கடமை. அறநெறியை எடுத்துக் காட்டி, துக்கம் நீங்கிய பேரின்ப வாழ்வு வாழ இல்லறத்தாருக்கு வழிகாட்ட வேண்டியது துறவறத்தாரின் கடமை என்கிறார் புத்தர்.

உண்டு உயிர்வாழ் உணவு, இருக்க இல்லம், உடுக்க உடை ஆகிய ஒவ்வொரு அடிப்படைத் தேவைக்கும்கூட ஒரு மனிதர் மற்றவர்களைச் சார்ந்தே இருக்க வேண்டியுள்ளது. உணவை விளைவிக்க, இல்லத்தை உருவாக்க, உடை நெய்யப் பலர் உழைக்கிறார்கள். இவற்றை விளைவிக்கவும் உருவாக்கவும் பல்வேறு பொருள்கள் தேவைப்படுகின்றன. அந்தப் பல்வேறு பொருள்களை விளைவிக்கவும் உருவாக்கவும் மேலும் பல்வேறு மக்களின் ஒத்துழைப்பும் முயற்சியும் தேவையா கின்றன. இந்தப் பல்வேறு மக்களும் மேலும் பலரைச் சார்ந்துள்ளார்கள். இவ்வாறு ஒவ்வொரு மனிதரும் தன்னை யொத்த மற்ற பல்வேறு வகையான எண்ணற்ற மனிதர்களோடு மட்டுமல்லாமல், உணவு தரும் மரங்கள், செடிகள், கொடிகள், பால் தரும் மாடுகள், எருமைகள், உழைக்கும் எருதுகள், இறைச்சிகளாகும் விலங்குகள், மருந்துச் சோதனைக்களுக்கு ஆளாகும் பிராணிகள், உடலையும் சுற்றுச்சூழலையும் சுத்தி கரிக்கும் கிருமிகள் என்று எல்லா ஜீவராசிகளோடும் பின்னிப் பிணைக்கப்பட்டிருப்பதைக் காண்கிறோம். இவ்வாறு பின்னிப் பிணைக்கப்பட்டிருப்பதற்கு ஒரு எல்லை வரையறை காட்ட முடியாது. இந்தச் சார்புடைமை என்னும் தத்துவத்தையும் ஒன்றாகப் பின்னிப் பிணைக்கும் உறவுகளையுமே பௌத்தம் புனிதமானவைகளாகப் போற்றுகின்றது. பௌத்தத்தில் வணங்கப்படுவதும் இந்தப் புனிதமான சார்புடைமையும் உறவுகளுமேயாகும். ஒவ்வொரு உறவிலும் ஒரு மனிதர் தான் பெற்றதற்கும் பெறுவதற்கும் கைமாறாகக் கடமைகளை ஆற்ற வேண்டியுள்ளது.

பௌத்தத்தில் இந்த உறவுகளை வணங்குதல் என்பது, அந்த உறவுகளைப் பேணி வளர்க்கும் கடமைகளைச் செவ்வனே நிறைவேற்றுவதிலேயே அடங்கியுள்ளது. அவற்றிற்குரிய கடமைகளைச் செவ்வனே நிறைவேற்றுவதே அந்த உறவுகளை வணங்குவதாகும். அப்படிப் போற்றி வணங்கப்படும் உறவுகள் நம்மைக் காக்கின்றன, ஆதரிக்கின்றன.

ஒவ்வொரு உறவையும் பேணும் கடமைகளைப் புத்தர் *சிகாலோ வாதோ சுத்தத்தில்* விரிவாகக் கூறியுள்ளார். பௌத்த வாழ்க்கையின் சாரம் ஒவ்வொரு உறவிற்கும் உரிய கடமைகளைச் செவ்வனே ஆற்றி அவற்றை உறவிற்கே அர்ப்பணிப்பதில் அடங்கியுள்ளது; அதாவது சார்புடைமையாகிய சூன்யத்திற்கே "தான்" எனும் தனியுணர்வற்ற சூன்யத்திற்கே அர்ப்பணிக்கப் படுகின்றது. அப்படி அர்ப்பணித்துச் செயலாற்றப்படும்போது, "தான்" என்ற தனியுணர்வு இல்லை, தன்னலம் மட்டுமே குறிக்கோளாக இல்லை. துக்கம் நீங்கிய வாழ்வு வாழ வேண்டும் என்னும் ஆசையில், வலிக்கும் துன்பத்துக்கும் மரணத்துக்கும் பயப்படுவதில், அனைவரும் உளரீதியாகச் சமமானவர்களாவர். இவ்வாறு அனைத்து உயிர்களும் சமம் என்பதும், இந்தச் சமத்துவத்தைப் புரிந்துகொண்டு மற்றவர்கள் நமக்கு என்ன செய்ய வேண்டும் என்று விரும்புகிறோமோ அவற்றை நாம் மற்றவர்களுக்குச் செய்ய வேண்டும் என்பதும் பௌத்த அறநெறியின் மையக் கோட்பாடுகளாகும். ஆகவே மற்றவர் நிலையில் "தான்" நின்று பார்த்து, அவர்களது ஆசைகளையும் உணர்வுகளையும் புரிந்துகொண்டு, அவர்கள் இன்பத்தையும் நலனையும் கருத்தில் கொண்டு செயல்படுவதிலேயே தம்மம் அடங்கியுள்ளது. அதாவது இங்கு நடுவழியில் தன்னலம் பிறர் நலம் இருபாலார் நலனும் சரிசமமாகப் பேணி வளர்க்கப் படுகின்றது. அனைத்து உயிர்களும் துக்கம் நீங்கி நிப்பாணப் பேரின்ப வாழ்வு வாழ வேண்டும் என்னும் அன்புணர்வுடன் ஒவ்வொரு செயலும் சூன்யத்திற்கே, நிப்பாணத்திற்கே சமர்ப்பிக்கப்படுகின்றது.

உறவுகளில் மிகப் புனிதமான உறவு தாய்–சேய் உறவாகும். இந்த உறவில் தாய் தன்னலத்தை மறந்து சேயின் நலனே தன்னலனாகக் கொண்டு உயிர்வாழ்கிறாள். வாழ்வில் ஒவ்வொரு உறவிலும் நாம் தாயின் தன்னலம் மறுத்த தன்மைக்கு உயர வேண்டும் என்பது பௌத்தம் காட்டும் உன்னத நிலை. ஒவ்வொரு உறவிலும் எவ்வளவுக்கு எவ்வளவு தன்னல உணர்வு குறைந்து மற்றவர் நலனே கருதும் உணர்வு ஓங்குகிறதோ அவ்வளவுக்கு அவ்வளவு அவர் கடமைகளை ஆற்றுவதில் புனிதமடைகின்றார்.

மறைநூல்களின் அடிப்படையிலோ அல்லது எந்தக் குலத்தில் பிறந்தவர் என்ற அடிப்படையிலோ குலதர்மம் எனச் சமூகத்தால் அல்லது குறிப்பிட்ட இனத்தால் விதிக்கப் பட்ட கடமைகளை நிறைவேற்றுவதே தர்மம் என மற்ற மதப் பரம்பரையினர் போதிப்பதைப் பௌத்தம் ஏற்பதில்லை. சார்புடைமை என்னும் புனிதத்தை வணங்கித் "தான்" எனும்

தனியுணர்வின்றிப் பிறர் நலம் பேணிச் செயலாற்றுவதே தர்மம் என்பது பௌத்தத்தின் கோட்பாடு. செய்யும் ஒவ்வொரு செயலும் சூன்யம் எனும் உரைகல்லில் உரைத்துப் பார்க்கப் பட்டு, "தான்" எனும் தனித்துவ உணர்வின்றிச் செய்யப்பட வேண்டும், பிறர் நலத்திற்கு ஊறு விளைவிக்காததாக இருக்க வேண்டும். செய்யும் செயல் பிறருக்கு ஊறு விளைவிப்பதா யிருந்தாலும் அதைக் குலதர்மமாக ஏற்றுப் பற்றற்றுப் பலன் களைக் கருதாமல் இறைவனடியில் அர்ப்பணித்துவிட்டுச் செய்தால் அது மாசற்றதாக ஆகிவிடும் என்ற கூற்றையும் பௌத்தம் ஏற்காது. "விதைத்த விதைக்கு ஏற்பவே அறுவடை விளையும்; தீங்கு செய்தோர் தீமையையே அறுவடை செய்வார்கள்". எந்த நிலையிலும் இது மாறாத உண்மை என்பதில் பௌத்தம் உறுதியாக இருக்கிறது. "தனித்துவம் இல்லை" என்ற உண்மை ஒவ்வொரு மனிதருக்கு மட்டுமல்ல, ஒவ்வொரு சமூகத்துக்கும் ஒவ்வொரு இனத்துக்கும் ஒவ்வொரு தேசத்துக்கும் பொருந்துவதாகும். எந்தவொரு தேசமும் தனித்திருக்க முடியாது. தனித்தியங்க முடியாது. ஒவ்வொரு தேசமும் விஞ்ஞான அறிவியல், பொருளாதார வளர்ச்சி, வணிகம், ஆகியவற்றின் அடிப்படையில் மற்றவற்றோடு பின்னிப் பிணைக்கப்பட்டிருப்பதை நாம் இப்போது கண்கூடாகக் காண்கிறோம். கணினிகள் உலகம் முழுவதையும் ஒருங்கிணைத்து விட்டன. தேசங்கள் பிளவுபட்டதாகக் காணப்படுவதும் மனிதர் களின் தன்னல ஆசைகளாலும் வெறிகளாலும் எழுந்த மனக் கற்பனையான உருவாக்கமேயாகும். இவற்றிலிருந்து விடுபட் டால் 'ஒன்றே உலகம்' என்ற உண்மை தெளிவாகக் காணப் படும்.

உலகம் ஒன்றே என்னும் உண்மையின் அடிப்படையில் "ஓர் உலகம் – ஒத்திசைந்து உறவாடும் அமைதியான உலகம் – உண்மை உலகம்" மலர வேண்டும் அனைத்துலக மக்களும் துக்கத்திலிருந்து விடுபட்ட பேரின்ப வாழ்வு வாழ வேண்டும் என்பதே பௌத்தத்தின் குறிக்கோள். இதற்கு மனிதர்களின் மனமாற்றம், தீய ஆசைகளிலிருந்தும் வேட்கைகளிலிருந்தும் உணர்ச்சிகளிலிருந்தும் விடுதலை பெற்ற தூயமன வளர்ச்சி ஆகியன இன்றியமையாததாகும். இந்த மனமாற்றம், தூயமன வளர்ச்சி ஆகியன எந்தப் பிரிவினையையும் ஏற்காத மனவளம், அன்பு கருணை ஆகியவையே பௌத்த அறநெறியின் அஸ்திவாரங்கள். பௌத்த தம்மம் போதிப்பது இவற்றையே.

எட்டு அங்க உன்னதப் பாதை

துக்கத்தின் காரணங்களாகிய அறியாமையையும் பெரும் வேட்கைகளையும் பற்றுதல்களையும் விலக்கி, துக்கத்திலிருந்து

பூரணமாகவும் நிரந்தரமாகவும் விடுதலை பெற்று உன்னத சிகரத்தை அடைவதற்குப் புத்தர் காட்டியுள்ள ஒப்பற்ற வழியே "எட்டு அங்க உன்னதப் பாதை"யாகும்.

அது சீலம், சமாதி, பஞ்ஞா ஆகிய மூன்று பயிற்சிகளையும் அவற்றில் அடங்கும் எட்டு அம்சங்களையும் கொண்டதாகும்.

சீலம்	*(1)* நற்பேச்சு (நல்லொழுக்க நெறி) *(2)* நற்செயல் *(3)* நற்தொழில்
சமாதி *(மனத்தை ஒருமுகப்படுத்துதல்)*	*(4)* நன்முயற்சி *(5)* நல்மன விழிப்புணர்வு *(6)* நற்சமாதி
பஞ்ஞா *(மெய்ஞானம்)*	*(7)* நல்லறிவு *(8)* நல்லெண்ணம் / நல்நோக்கம்.

நற்பேச்சு

நற்பேச்சு சீலத்தின் முதல் அங்கமாகும்.

பேசும் சக்தியே மனிதர்களை விலங்கினங்களிலிருந்து பிரித்துக்காட்டுகின்றது. பேச்சு மனிதர்களிடையே ஒற்றுமையையும் ஒத்துழைப்பையும் நல்லிணக்கத்தையும் அமைதியையும் நேசத்தையும் வளர்ப்பதாக இருக்க வேண்டும். உண்மையை மதிக்கும்போது, மற்றவர்களின் நலத்தையும் மகிழ்ச்சியையும் மதிக்கும்போது, பேச்சு நற்பேச்சாகின்றது. நற்பேச்சு நான்கு வகையாகக் காட்டப்படுகின்றது:

1) பொய் சொல்லாமை / வாய்மையே உரைத்தல்.
2) அவதூறு பேசாமை / புறங்கூறாமை.
3) கோபப் பேச்சு / புண்படுத்தும் பேச்சுப் பேசாமை; அனைவரையும் மகிழ்விக்கும் இனிய பேச்சு, கனிவான பேச்சே பேசுதல்.
4) வீண் பேச்சுப் பேசாமை / நற்பயனுள்ள பேச்சே பேசுதல்.

நற்செயல்:

சம்மா திட்டி சுத்தத்தில் கூறப்பட்டிருக்கின்றது:

"நல்லறிவு நல்லறிவு என்று சொல்கிறார்களே, நண்பரே, உயரிய சீடர் எப்படி நல்லறிவு பெற்றவராகிறார்?"

நண்பர்களே, உயரிய சீடர் தீய செயலையும் தீய செயல் பிறக்கும் மூலத்தையும் உள்ளது உள்ளவாறு அறிகிறார்; நற்

செயலையும் அது பிறக்கும் மூலத்தையும் உள்ளது உள்ளவாறு அறிகிறார். அப்போது அவர் நல்லறிவுக்கண் பெற்றவராகிறார்" *(சம்மா திட்டி சுத்தம், மஜ்ஜிம* I *46–47).*

"நற்செயல்கள் என்ன? தீயசெயல்கள் என்ன? எல்லாவற்றின் தோற்றத்திற்கும் மூலமான வேர்கள் யாவை?" என்பதைத் தெளிவாக அறிந்துள்ளவரே உயரிய சீடர்.

பேரவா, வெறுப்பு, அறியாமை / குழப்பம் – இவையே தீய செயற்களின் ஆணிவேர்கள். ஈகை / பெருந்தன்மை, அன்பு, அறிவு *(பஞ்ஞா)* ஆகியவை நற்செயல்களின் ஆணிவேர்கள். இவற்றிலிருந்து முறையே வளரும் தீய செயல்களையும் நற்செயல்களையும் உடலால் செய்யப்படுபவை, வாக்கால் செய்யப்படுபவை, மனத்தால் செய்யப்படுபவை என்று பிரித்துக் காட்டலாம்.

வாக்கால் செய்யப்படும் நற்செயல்களை (அதாவது நற்பேச்சுகளை) நாம் மேலே கண்டோம். உடலால் செய்யப்படும் நற்செயல்கள் கீழ்க்காணுமாறு:

1) உயிர்க்கொலை புரியாமை; உயிர்களுக்கு ஊறுவிளைவிக்காமை; உயிர்கள் எல்லாவற்றிடமும் அன்பும் பரிவும் காட்டிச் செயல்படுதல்.

2) களவு, பிறர் பொருள் நாடாமை. (இல்லாது தவிப்பவர்களோடு இருப்பதைப் பகிர்ந்துகொள்ளும் ஈகையும் இதில் அடங்கும்).

3) தவறான காம நடத்தை தவிர்த்தல்; புலன்களைக் கட்டுப்படுத்துதல்.

மனத்தால் செய்யப்படும் நற்செயல்களாவன:

1) பேரவா நீக்கல் / பெருந்தன்மை

2) நல்லெண்ணம் / அன்புமனம்

3) நல்லறிவு

தம்மத்தைப் பின்பற்றுபவர்கள் கீழ்க்காண்பவற்றைக் கடைப்பிடிக்க உறுதி ஏற்றுச் சபதம் மேற்கொள்கின்றனர்:–

இன்னாசெய்யாமை / உயிர்களுக்கு ஊறு விளைவிக்காமை

வாய்மை

பிறர்பொருள் நாடாமை

தவறான காமம் தவிர்த்தல்

போதைப் பொருள் அருந்தாமை.

இந்த அறநெறியே பௌத்தத்தில் *பஞ்சசீலம்* என்றழைக்கப் படுகின்றது. இவற்றில் பிற எந்த உயிருக்கும் உடலுக்கும் ஊறு விளைக்காமை தலையாய சீலமாகும். எல்லா உயிர்களும் நம்மைப் போன்றவையே. நம்மைப் போலவே எல்லா உயிர் களும் தத்தம் உயிர்மேல் பற்று வைத்திருக்கின்றன. எல்லா உயிர்களும் மகிழ்ச்சியையே விழைகின்றன, தேடுகின்றன. நம்மைப் போலவே எல்லா உயிர்களும் வலியையும் சாவையும் வெறுக் கின்றன. பிறர் நமக்கு வலியையும் சாவையும் கொடுப்பதை நாம் விரும்பாதபோது, பிறருக்கு வலியையும் வேதனையையும் தர நமக்கு உரிமையில்லை. பிறர் நமக்கு மகிழ்ச்சியைத் தர வேண்டும் என்று நாம் விரும்புவதால், நாமும் பிறருக்கு மகிழ்ச்சியையே தர வேண்டும்; இதுவே அறநெறியின் அடிப்படை. புத்தர் கூறுகிறார்:

"எல்லா உயிர்களும் தண்டனைக்கும் உடலூறுகளுக்கும் பயந்து நடுங்குகின்றன ... எல்லோருக்கும் உயிர் அருமை. ஆகவே, மற்றவரைத் தன்னோடு ஒப்பிட்டுத் தன்னைப் பார்ப்பது போலவே மற்றவரையும் பார்த்து, தன்னைப் போலவே மற்றவரையும் மதித்து, ஒருவர் யாரையும் கொல்லக் கூடாது; யார் கொலைக்கும் காரணமாகலாகாது" *(தம்ம பதம் 129/130)*.

நற்றொழில்

உடலையும் உயிரையும் காப்பாற்றிக்கொள்ளவும் ஆரோக்கிய மாய் வைத்துக்கொள்ளவும் வாழ்க்கையின் அத்தியாவசியத் தேவைகளைப் பூர்த்திசெய்துகொள்ளவும் ஒவ்வொருவரும் தொழில் மேற்கொள்ள வேண்டியது இன்றியமையாததாக உள்ளது. ஆனால், தொழில் நேர்மையானதாக இருக்க வேண்டும், மற்றவர் நலத்திற்கு ஊறுவிளைவிக்கலாகாது என்று புத்தர் வற்புறுத்திச் சொல்கிறார்.

கீழ்வருபவை நேர்மையற்ற தொழில்கள் என்றும் அவற்றைத் ***தம்மத்தைத்*** தழுவினோர் கைவிட வேண்டும் என்றும் பௌத்த மறைநூல்கள் வலியுறுத்துகின்றன.

1. இறைச்சி வணிகம் – உயிர்களை இறைச்சிக்காக வளர்த்துக் கொல்லல்.
2. அடிமை வணிகம்
3. ஆயுத வணிகம்
4. போதைப் பொருள் வணிகம்
5. நச்சு வணிகம்.

நற்சமாதி

சமாதிப் பிரிவில் அடங்கியுள்ள நன்முயற்சி, நல்மன விழிப்புணர்வு, நற்சமாதி ஆகியவற்றில் நற்சமாதி அமைதித் தியானத்தைச் (*சமதா பாவனாவைச்*) சேர்ந்ததாகும். இங்கு மனம் அமைதி அல்லது மகிழ்ச்சித் தளங்களை அமைத்துக் கொண்டு அவற்றில் நிலைபெற்று நான்கு உருவ *தியானப் பேறுகள்*, நான்கு அருவ *தியானப்பேறுகள்*, *நிரோத சமாபத்தி* ஆகிய ஆழ்நிலைச் சமாதி நிலைகளில் உறைகின்றது. மனத்தை அலைக்கழிக்கும் மாசுக்களும் களங்கங்களும் இடையூறுகளும் இங்கு அடக்கிவைக்கப்படுகின்றன. அவற்றிலிருந்து மனம் தற்காலிகமாக விடுபட்டு அமைதியிலும் ஆனந்தத்திலும் திளைத்திருக்கின்றது. ஆனால், அவற்றை வேரறுத்து அவற்றி லிருந்து நிரந்தரமாகவும் பூரணமாகவும் விடுபடுவதற்கு, நன்முயற்சியையும் நல்மன விழிப்புணர்வையும் வளர்க்கும் *விபஸ்ஸனா* தியானமே வழி என்று காட்டியுள்ளார் புத்தர்.

நன்முயற்சி

முயற்சிகள் நான்கு வகையாகும் அவை.

1) தீய (தகாத) எண்ணங்கள் எழுந்தால் அவற்றை அழித்தெறியும் நன்முயற்சி.

2) தீய (தகாத) எண்ணங்கள் என்றும் எழாமல் தடுக்கும் நன்முயற்சி.

3) நல்ல (தகுந்த) எண்ணங்களை மனத்தில் எழுப்பி வளர்க்கும் நன்முயற்சி.

4) எழுந்த நல்ல (தகுந்த) எண்ணங்களை நிலைத்துப் பாதுகாக்கும், பெருக்கிப் பூரணமாக்கும் நன்முயற்சி.

நலம் பயக்காத தீய எண்ணங்கள் மனத்தில் எழுவதைப் படிப்படியாகக் குறைப்பதும் எழாமல் பூரணமாக வேரறுப்பதும் நலம் பயக்கும் எண்ணங்களை மனத்தில் வளர்ப்பதும் அவற்றை இயற்கையாக மனத்தில் ஊடுருவி நிற்கும் தன்மைகளாக ஆக்குவதும்தான் இங்குக் குறிக்கோள். இவ்வாறாக மனம் தன் இயற்கையான தூய்மையில் நிலைபெற மேற்கொள்ளப் படும் முயற்சியே நன்முயற்சியாகும்.

நல்மன விழிப்புணர்வு

சதிபட்டான சுத்தத்தில் புத்தர் விவரித்துள்ள நல்மன விழிப்புணர்வை வளர்த்து நிலைநிறுத்தும் தியானப் பயிற்சி

வேறெந்த மரபிலும் காணாத ஒன்றாகும். இந்த ஒப்பற்ற போதனை பௌத்தத்தின் தனிச்சிறப்பாகும். இதுவே *விபஸ்ஸனா* எனப்படும் உள்நோக்குத் தியானமாகும்

இந்த உள்நோக்குத் தியானத்தில் உடலிலும் மனத்திலும் நிகழும் ஒவ்வொன்றும் உள்ளது உள்ளவாறு நல்ல மன விழிப்புணர்வோடு கவனமாக உற்றுப்பார்த்து உணர்ந்தறியப் படுகின்றது, தெளிவுபட முழுக்கவனத்தோடு பார்த்தறியப்படு கின்றது. இந்தத் தியானம் கீழ்க்காணும் நான்கு அம்சங்களைக் கொண்டதாகும்.

காயானு பஸ்ஸனா (உடலை உற்றுநோக்குதல்)

வேதனானு பஸ்ஸனா (உணர்வுகளை உற்றுநோக்குதல்)

சித்தானு பஸ்ஸனா (மனநிலைகளை உற்றுநோக்குதல்)

தம்மானு பஸ்ஸனா (மனத்தை ஆக்கும் எண்ணங்களை உற்றுநோக்குதல்).

"*அனுபஸ்ஸனா*" என்றால் கணத்துக்குக் கணம் ஒவ்வொரு கணமும் முழு விழிப்புணர்வோடு கவனத்தோடு உற்றுப்பார்த்து அறிவது. "*விபஸ்ஸனா*" என்றால் பல்வேறு வகைகளில் கவனமாக உற்றுப்பார்த்து அறிவதாகும்.

இந்தத் தியானத்தில் ஒவ்வொரு கணமும் உடலின் உட்புறமும் வெளிப்புறமும் மனத்தின் உட்புறமும் வெளிப் புறமும் உற்று நோக்கப்பட்டு அவற்றில் நிகழும் மாற்றங்களும் உணர்வுகளும் தெளிவாக அறியப்படுகின்றன.

மனத்தில் எழும் ஆசை வேகங்களையும் எண்ணங்களையும் உடலில் தோன்றும் உணர்வுகளையும் நுண்ணணுக்களின் (சக்தி அலைகளின்) வீச்சுகளையும் உற்றுப்பார்த்திருக்கும் இந்தத் தியானத்தில், அவை மாறிமாறி எழுவதையும் மறை வதையும் அனுபவபூர்வமாக அறியும் உண்மையறிவில் சாதகர் ஐக்கியமாகிறார். இடைவிடாத மாற்றம் (நிலையாமை) இடைவிடாது தொடர்ந்து உணர்ந்தறியப்படும் பூரண அறிவில் (*சம்பஜஞ்ஞா*) சாதகர் நிலைபெறுகிறார். நிலையாமை யோடு வாழ்வின் இதர உண்மைத் தன்மைகளான *அசுகம்* (துக்கம் வாழ்வில் உள்ளது என்ற உண்மை), *அநத்தா* (ஆன்மா– இன்மை என்ற உண்மை) ஆகியவையும் *விபஸ்ஸனா* தியா்னத் தில் அனுபவபூர்வமாக உணர்ந்தறியப்படுகின்றன. உள்ளூடுருவிப் பார்க்கும் இந்த உள்நோக்கில் (ஞான திருஷ்டியில்) மன ஆழத்தில் படிந்துள்ள மாசுக்கள் வெளிக்கொணரப்பட்டு வேரறுக்கப்படுகின்றன. "தான்" எனும் தனியுணர்வு மறை கின்றது, மெய்ஞ்ஞானம் பிறக்கின்றது. இந்தப் புத்த ஞானத்தை

வளர்த்துப் பெருக்க மேற்கொள்ளப்படும் மனப்பயிற்சியே, நல்ல மனவிழிப்புணர்வை வளர்க்கும் பயிற்சியே, துக்கத்தைப் பூரணமாகவும் நிரந்தரமாகவும் ஒழிக்கும் மார்க்கமாகும்.

இந்த மெய்ஞ்ஞான திருஷ்டியின் தீர்க்கமான ஒளிவீச்சில், "தான்" எனும் தனியுணர்வும் அறியாமையும் பேராசைகளும் பற்றுதல்களும் சங்காரங்களும், கொளுந்துவிட்டு எரியும் உலையில் வீசப்பட்ட பறவைகளின் இறகுகள்போலக் கருகி மறைகின்றன. பேராசைகளும் பற்றுதல்களும் சங்காரங்களும் கருகி மறைந்துபோனது உள்ளுணர்வில் உணர்ந்தறியப்படு கின்றது. பிணைத்த தளைகளிலிருந்து மனம் பூரணமாகவும் நிரந்தரமாகவும் விடுதலை பெறுகிறது; தூய்மைப் பொலிவு பெற்று நிப்பாணப் பேரின்பத்தில் திளைக்கின்றது.

நல்லறிவு

உலகில் ஒவ்வொன்றும் "தான்" எனத் தனித்திருக்கும் தனியிருப்போ தனித்தன்மையோ மாறாது நிலைத்திருக்கும் தனிவாழ்வோ இல்லாத சூன்யமாக இருக்கின்றது என்னும் உண்மை, உள்ளிருந்து கட்டியாளும் ஆன்மா எதுவும் இல்லாத சூன்யமாக இருக்கின்றது என்ற உண்மை, பற்றுவதற்குச் சாரமுள்ள பொருள் எதுவும் இல்லாத சூன்யம் இந்த உலகம் என்னும் உண்மை உள்ளொளியில் காணப்படும்போது, நான்கு உன்னத உண்மைகளும் உள்ளூர உணர்ந்தறிப்படும்போது. மெய்ஞ்ஞானம் (*பஞ்ஞா*) பிறக்கின்றது. மேலும், சூன்யமான இந்த உலகில் நிகழ்வதெல்லாம் ஆசைகளின் தொகுப்பு களாகிய விஞ்ஞானங்களின் பரிணாமங்களே என்பதும் அந்தப் பரிணாமங்களை நிர்ணயிக்கும் விதிகளே இங்கு உள்ளன என்பதும் இங்கு உள்ளூர உணர்ந்தறியப்படுகின்றன.

நல்லெண்ணம் / நல்நோக்கம்

இவ்வாறு நிப்பாண நிலையை அடைய ஒருவர் மேற் கொள்ளும் உறுதியும் சங்கல்பமுமே நல்லெண்ணம், நல்நோக்க மாகும். நல்லெண்ணமும் நல்லுறுதியும் கீழ்வரும் மனநிலை களை வளர்த்துக்கொள்வதிலும் பண்படுத்துவதிலும் அடங்கியுள்ளன.

– பேரவாக்களும் வெறுப்புகளும் அற்ற சிந்தனைகள்

– அனைத்து மக்களிடத்தும் அன்புறு நேயம்

– அனைத்து உயிர்களையும் தழுவிய கருணை

– "தான்" என்னும் தனியுணர்வும் தன்னலமும் இன்மை.

ஆகவே, மேற்சொன்னவாறு வளர்க்கப்படும் நல்லெண்ணங்களே நல்வாழ்க்கையை உருவாக்குகின்றன, நிர்ணயிக்கின்றன.

புத்தர் கூறுகிறார்: "நாம் இன்று என்னவாக இருக்கிறோமோ, அது நம்முடைய நேற்றைய எண்ணங்களால் விளைந்தது; இன்றைய எண்ணங்கள் நாளைய நம்முடைய நிலையை நிர்ணயிக்கும். நமது வாழ்க்கை நிலை நமது மனத்தின் எண்ணங்களாலும் சங்கல்பங்களாலும் தீர்மானிக்கப்படுகிறது" *(தம்மபதம் 1.1).*

போதிசத்துவ இலக்கு (மஹாயான பௌத்தம்)

அனைத்து ஆசைகளும் மாசுக்களும் களங்கங்களும் மறைந்த சூன்யத்திற்குத் தேரவாத பௌத்ததில் முக்கியத்துவம் அளிக்கப்படுகின்றது. பிறவிச் சுழல்களில் பிணைக்கும் தளைகளான பேராசைகளையும் பற்றுதல்களையும் அறுத்தெறிந்து பூரண விமோச்சனமாகிய நிப்பாணத்தை அடைவது, துக்கத்திலிருந்து பூரணமாகவும் நிரந்தரமாகவும் விடுதலை பெறுவது தேரவாதப் பிரிவில் தலையான குறிக்கோளாகக் கருதப்படுகின்றது. இதுவே பற்றுவதற்கு நிலையான குறிகொண்ட பொருளெதுவுமற்ற விமோசனம் (குறியற்ற விமோசனம்), ஆசைகளையறுத்த விமோசனம் அல்லது சூன்ய விமோசனம் என்றும் புரிந்துகொள்ளப்படுகின்றது.

தேரவாதப் பிரிவின் நிப்பாண இலட்சியம் தனிப்பட்ட மோட்சத்தையே மையமாகக் கொண்டிருப்பதால், அது ஒரு தாழ்வான குறிக்கோள் எனக் கருதினார்கள் மஹாயானத் துறவிகள். அது வாழ்க்கையில் காணப்படுகின்ற துக்கத்தைத் தரும் முதுமை, நோய், மரணம் ஆகியவற்றின் மேல் கொண்ட வெறுப்பாலும் பயத்தாலும் எழுவதாக இருக்கின்றது.

தமது 35ஆம் வயதில் நிப்பாணம் எய்திய புத்தர், அதன் பின்னர் உயர்ந்திருந்த 45 ஆண்டுகளும் மக்களிடையே வாழ்ந்து அனைத்து உயிர்களின் நலத்திற்கும் துக்க நீக்கத்திற்கும் மகிழ்ச்சிக்கும் பாடுபடத் தம்மையே அர்ப்பணித்துக் கொண்டார். மஹாயானப் பௌத்தம் புத்தரது வாழ்க்கையின் இந்த அம்சத்தையே மையமாகக்கொண்டு தனது போதிசத்துவக் கோட்பாட்டை உருவாக்கியுள்ளது.

தனது துக்கத்தையறுத்துத் "தான்" மட்டும் நிப்பாணப் பேரின்பத்தை அடைவது ஒரு போதிசத்துவரின் குறிக்கோள் அல்ல. "எல்லா உயிர்களும் துக்கத்திலிருந்து விடுதலைபெற வேண்டும், நிப்பாணப் பேரின்ப நிலையை அடைய வேண்டும்" என்று அதற்காகப் பாடுபடுவதே ஒரு போதிசத்துவரின் உன்னதக்

குறிக்கோளாக அமைகின்றது. இதைவிட உயர்ந்த குறிக்கோள் எதையும் நாம் வாழ்க்கையில் காண இயலாது.

அவர் இந்த வாழ்வில் இருப்பதே, வாழ்வதே "தான்" என்னும் தனியுணர்வு இல்லாமல் மற்றவர்களுக்காகவேதான். துக்கம் எங்கிருந்தாலும் அதைத் தனதாகவே கொண்டு உலகத்தில் துக்கத்தை அழித்து அனைத்து மக்களையும் நிப்பாணப் பேரின்ப வாழ்வுக்கு இட்டுச்செல்ல அவர் சபதம் மேற்கொள்கிறார். கருணை உள்ளத்தால் தூண்டப்பட்ட போதி சத்துவர் உலகிலிருந்து துக்கத்தைப் பூரணமாக அழிப்பதற்காக மனமுவந்து தன்னிச்சையாக மீண்டும் மீண்டும் பிறவிகளெடுக்கத் தயங்குவதில்லை

இப்படியாக வேண்டும் அப்படியாக வேண்டும் என்று உந்தும் அடிப்படைச் சக்தியாகிய *பவதண்ஹா* (விஞ்ஞானத்தின் வித்து) இங்கு, உலகின் துக்கத்தைப் பூரணமாக ஒழிப்பதற்காக மீண்டும் மீண்டும் பிறவிகளெடுத்து உழைக்கச் சபதம் பூண்ட *பவதண்ஹாவாக* மாறுகின்றது. விஞ்ஞானம் இங்கு மெய்ஞ் ஞானமும் அன்பும் கருணையும் கலந்து உருவான ஒரு அற்புதத் தொகுப்பான புத்த விஞ்ஞானம் ஆகின்றது. இதுவே புனித தூய்மையின் சிகரம். இதற்கும் மேலான, உயரிய, புனிதமான குறிக்கோளை எவரும் காட்ட முடியாது.

இங்குச் சூன்யம் முதலில் ஆசைகளையறுத்த சூன்யமாகத் தியானிக்கப்பட்டு பற்றுதல்கள் அனைத்தும் ஒழிக்கப்பட்டு மனம் பூரண விடுதலை பெறுகின்றது. அப்படி விடுதலை பெற்றாலும் சார்புடைமையால் விளையும் இருப்பு (வாழ்வு) உள்ளது. ஆகவே அடுத்த நிலையில் சூன்யம் சார்புடைமைத் தத்துவமாகத் தியானிக்கப்பட்டு மெய்யறிவு (*பிரக்ஞா* என வடமொழியிலும் அல்லது *பஞ்ஞா* என்று பாலி மொழியிலும் போற்றப்படுவது) அன்போடும் கருணையோடும் இணைந்த தெய்வீகமான புத்த சித்தமாக மாறுகின்றது.

சுருங்கச் சொன்னால், மெய்ஞ்ஞான திருஷ்டியில்,

(1) வாழ்வின் உண்மைத் தன்மைகள் உள்ளவை உள்ளவாறு உள்ளூர உணர்ந்தறியப்படுகின்றன

(2) பற்றுவதற்குச் சாரம் எதுவும் இல்லாத சூன்யம் இந்த உலகம் என்ற உண்மை உள்ளூர உணர்ந்தறியப்படு கின்றது

(3) சூன்யமான இந்த உலகில் நிகழ்வதெல்லாம மாறிக் கொண்டேயிருக்கும் ஆசைகளின் தொகுப்புகளாகிய விஞ்ஞானங்களின் பரிணாமங்களே என்பதும்

ஒ.ரா.ந. கிருஷ்ணன்

அறியாமையும் பேராசைகளும் பற்றுதல்களும் அவற்றால் தூண்டப்பட்டுச் செய்யப்படும் தீயவினைகளுமே வாழ்வில் துக்கம் விளைவதற்குக் காரணங்களாக உள்ளன என்பதும் உள்ளூர உணர்ந்தறியப்படுகின்றன;

(4) பேராசைகளும் பற்றுதல்களும் துக்கத்தின் காரணங்கள் என்றுணர்ந்த மனம் உள்மனத்தையும் வெளிமனத்தையும் ஒவ்வொரு கணமும் உற்றுப்பார்த்திருந்து அவற்றில் எழும் ஆசை வேகங்களையும் சங்காரங்களையும் சுட்டுப்பொசுக்கி எரிக்கின்றது;

(5) மனமாசுக்கள் சுட்டுப்பொசுக்கி எரிக்கப்பட்டு, பிணைக்கும் தளைகளிலிருந்து மனம் விடுதலை பெறுவது உணர்ந்தறியப்படுகின்றது. தூய்மைப் பொலிவு பெற்ற மனம் நிப்பாணப் பேரின்பத்தில் உறைகின்றது.

(6) மேற்சொன்னவற்றோடுகூட, மனம் "தான்" எனும் தனியுணர்வு இல்லாத உண்மைத் தன்மையே உருவான சூன்யமான மனமாகவும் மாறுகின்றது. இப்போது சூன்யம் சார்புவழித் தோன்றிய தோற்றமாகவும் நடுவழியாகவும் புரிந்துகொள்ளப்பட்டு, மனம் "தான்" எனும் தனியுணர்வு துளியுமின்றி அனைத்து உலகத்தோடும் உயிர்களோடும் ஒன்றிவிடுகின்றது. மெய்ஞ்ஞானமும் அன்பும் கருணையும் ஒருங்கிணைந்து உருவான அரிய, அற்புதமான மனமாகின்றது; புத்த சித்தமாகின்றது.

உலகம் சூன்யம், வெறுமை என்று வாழ்வை மறுப்பதல்ல தம்மம். தனித்தன்மையோ தனியிருப்போ இல்லாத சூன்யமான சார்புடைமையைப் புனிதமாகப் போற்றி அதுவே தம்மம் எனச் சரணமடையும் பௌத்தம், உலகின் அனைத்துத் துக்கங்களையும் அழிக்கச் சபதம் பூண்டுள்ளது. அதற்காச் சித்தத்தைப் புத்தச் சித்தமாக, புத்த விஞ்ஞானமாக மாற்றுங்கள் என்று கூவி அழைக்கிறது பௌத்தம். அந்தப் புனிதமான குரலைச் செவிமடுத்து உன்னத எட்டு அங்கப் பாதையில் வாருங்கள்.

ஒன்றே உலகம், நன்றே தம்மம்!
அனைத்து உயிர்களும் துக்கம் நீங்கிப்
பேரின்ப வாழ்வு பெறுக;
அனைத்து உயிர்களும் வளம்பெருகிச்
செழிப்புடன் நீண்ட வாழ்வு வாழ்க!

அத்தியாயம் 3

பௌத்தத்தில் நம்பிக்கை

பௌத்தத்தில் உன்னத இலக்கு (தலையாய குறிக்கோள்) நான்கு கூறுகளைக் கொண்டதாகும்:

1. மனமாசுக்களை ஒழித்துத் துக்கத்திலிருந்து பூரண மாகவும் நிரந்தரமாகவும் விடுதலை பெறுதல்.
2. "தான்" எனும் தனியுணர்வை அறுத்தெறிந்து அனைத்து உலகோடும் உயிர்களோடும் ஒன் றிணைதல்.
3. உள்ளதை உள்ளவாறு கண்டு மெய்ஞ்ஞானம் பெறுதல்.
4. மெய்யறிவும் அன்பும் கருணையும் ஒருங் கிணைந்து உருவான புத்தசித்தம் பெறுதல்.

இந்த உன்னத இலக்கை அடைவதற்கான பாதை நீண்ட கடினமான பாதை. பாதையில் இடையூறுகளும் அநேகம், நமது குறைபாடுகளும் மிகப் பல. ஆகவே, உன்னத இலக்கை அடைவதற்கான பாதையில் நாம் முன்னேறிச் செல்வதில் குழப்பங்களும் தடுமாற்றங்களும் ஏமாற்றங்களும் ஏற்படுகின்றன. தடுமாறி விழும் நம்மைத் தூக்கி நிலைநிறுத்திக் குழப்பங்களை விலக்கி, ஏமாற்றங் களைத் துடைத்து உன்னத இலக்கை நோக்கி வழி நடத்திச் செல்ல ஆதரவுக் கரங்கள் தேவை. அந்த ஆதரவுக் கரங்களே, அரவணைத்து நம்மை வழி நடத்திச் செல்லும் அன்புக்கரங்களே புத்தமும் தம்மமும் சங்கமும். நம்மை இடர்களிலிருந்து காப்பவை அவையே! அவற்றைச் சரணம் அடைகின்றோம், அடைக்கலங்களாக ஏற்கிறோம்.

பௌத்த வழிபடாக இருந்தாலும் சரி, பௌத்த தியானமாக இருந்தாலும் சரி – ஒவ்வொன்றும் புத்தம்,

தம்மம், சங்கம் ஆகிய மும்மணிகளையும், மூன்று இரத்தினங்களையும், அடைக்கலமாக ஏற்கும் பாசுரத்தைப் பாராயணம் செய்வதோடு ஆரம்பமாகிறது. தாமே தம் சொந்த முயற்சியால் முக்தியடைந்து, மற்றவர்களும் அதை அடையச் சரியான வழிகாட்டுபவர் புத்தர். அவர் விளக்கித் தெளிவாகக் காட்டியுள்ள பாதையே தம்மம். அந்தத் தம்மப் பாதை வழி நடந்து சென்று நிப்பாணப் பலன்களைப் பெற்ற அரிய மனிதர்களின் கூட்டுக்குழுவே சங்கம். இந்த மூன்று இரத்தினங்களையும் அடைக்கலமாக ஏற்பது நமக்கு அரவணைப்பாகவும் ஆதரவாகவும் அமை கின்றது. அடைக்கலமாக ஏற்பது நம்பிக்கையையும் பக்தியையும் பொருத்ததாக இருக்கின்றது.

பௌத்தத்தில் நம்பிக்கை என்பது, மற்ற மதப் பரம்பரைகளில் உள்ளதைப் போல, அறிவுக்கும் ஆராய்ச்சிக்கும் சோதித்துப் பார்த்துத் தேர்வுசெய்வதற்கும் அப்பாற்பட்ட கண்மூடித்தனமான ஒரு சமயப் பற்றுதலும் நம்பிக்கையுமல்ல. இவ்வுலகில் தோன்றிய மதபோதகர்களில் புத்தர் ஒருவரே தாம் போதித்தவற்றைக் கண்மூடித்தனமாக ஏற்றுக்கொண்டு நம்பிக்கை வைக்க வேண்டாம் என்று தம்மைப் பின்பற்றுபவர்களையும் சீடர்களையும் கேட்டுக்கொண்டார். தட்டிப்பார்த்தும் உரைத்துப் பார்த்தும் தீயில் காய்ச்சியும் தட்டார் தங்கத்தைத் தரம் பார்ப்பதுபோலத் தாம் போதித்தவற்றைப் பகுத்தறிவுகொண்டு ஆராய்ந்து, நமக்கும் பிறர்க்கும் நன்மை பயப்பவையா என்று சோதித்துப் பார்த்த பின்னரே ஏற்றுக்கொள்ளுமாறு புத்தர் பணிக்கிறார். பரம்பரை பரம்பரையாகக் கடைப்பிடிக்கப்பட்டு வரும் வழக்கம் என்பதற்காகவோ பெரும்பான்மையினரால் ஏற்றுக்கொள்ளப்பட்டுள்ளது என்பதற்காகவோ மறைநூல்களில் கூறப்பட்டுள்ளது என்பதற்காகவோ புகழ்பெற்ற ஆசாரியார் ஒருவர் கூறியுள்ளார் என்பதற்காகவோ ஒருவர் ஆராய்ந்து பார்க்காமல் எதையும் கண்மூடித்தனமாக நம்பக் கூடாது என்று புத்தர் வலியுறுத்துகிறார். இந்த வகையில் எல்லா மதபோதகர்களிலிருந்தும் வேறுபட்டுப் புத்தர் தனித்தன்மை வாய்ந்தவராய், தன்னிகர் இல்லாதவராய் விளங்குகிறார்.

பௌத்தத்தில் நம்பிக்கை என்பது கீழ்க்காணும் மூன்று படிநிலைகளைக் கொண்டதாகும்.

1. புத்தம், தம்மம், சங்கம் ஆகிய மும்மணிகளின் மேன்மைகளையும் சிறப்புகளையும் நற்பண்புகளையும் செயல் திறன்களையும் அறிவுபூர்வமாகப் புரிந்துகொண்டு அவற்றைப் போற்றும் தெளிவான நம்பிக்கை.

2. மும்மணிகளின் மேன்மைப் பண்புகளையும் சிறப்பு களையும் தெளிவாகப் புரிந்துகொண்டு அவற்றை நாமும் அடைய வேண்டும் என்று ஒருவர் கொள்ளும் பேரார்வத்துடன்கூடிய நம்பிக்கை.

3. அறிவுபூர்வமான தெளிவான போற்றும் நம்பிக்கை, அந்த மேற்பண்புகளை அடைய வேண்டும் என்னும் பேரார்வத்துடன் கூடிய நம்பிக்கை ஆகிய இரண்டிலும் ஒருவர் நிலைபெற்றுப் புத்தத் தன்மையை நோக்கி உயரும்போது, இலக்கை அடைந்தே தீர்வோம் என்று நம்பிக்கை உறுதிபெறுகின்றது. அப்போது நம்பிக்கை அசைக்க முடியாததாகிறது; தம்மப் பாதையில் முன்னேறி இறுதி இலக்கை அடைவதில் வெற்றி காண்போம் என்று உறுதிபெற்ற நம்பிக்கையாகின்றது.

அறிவுபூர்வமாகத் தெளிந்து போற்றும் நம்பிக்கை, அடைய வேண்டும் என்னும் பேரார்வத்துடன் கூடிய நம்பிக்கை, உறுதி பெற்ற நம்பிக்கை என நம்பிக்கை படிப்படியாக உயரும் போது, படிப்படியாகப் பரிணமிக்கும்போது, அதனுடைய முன்னேற்றமும் நற்பலன்களும் பின்னடைவு காணாதவையா கின்றன. திரும்ப மாற முடியாதவையாகின்றன.

இந்த உறுதியான நம்பிக்கையோடு மும்மணிகளையும் சரணடைதல் மேற்கொள்ளப்படுகின்றது. இவ்வாறு சரணடையும் போதுதான் ஒருவர் பௌத்தராகிறார்.

ஓ.ரா.ந. கிருஷ்ணன்

அத்தியாயம் - 4

பௌத்த வழிபாடு

பௌத்த குடும்பத்தில் பிறந்ததால் மட்டும் ஒருவர் வேறு எந்த முயற்சியுமின்றித் தானாகவே புத்த சமயத் தினர் ஆவதில்லை. பௌத்த தம்மத்தைத் தழுவ விரும்பு பவர், ஒரு தேர்ச்சி பெற்ற பிக்குவை அணுகி அவரிடம் தீக்கைபெற்றுத் தம்மப் பாதையில் வழுவாது நடக்க உறுதி மேற்கொள்ள வேண்டும். திரிசரணங்களையும் மேலும் மேற்கொள்ள வேண்டிய சீலங்களையும் உபதே சித்து அருள்புரியுமாறு பிக்குவை வேண்டிக்கொள்வது முதற்படி. அப்போது அவருக்குத் திரிசரணம் போதிக்கப் படுகின்றது. அடுத்து பஞ்சசீலம் போதிக்கப்படுகின்றது. பஞ்சசீலத்தை ஏற்பதன் மூலம் அவர் தீட்சை பெறுகிறார்.

பஞ்சசீலங்கள்

"1. உயிர்க்கொலை புரிவதைத் தவிர்த்திடும் (உயிர்களுக்கு ஊறுவிளைவிப்பதைத் தவிர்த்திடும்) விரதத்தை உளமாரத் தன்னிச்சையாக மேற்கொள்கின்றேன்.

2. பிறர் பொருள் கவரலைத் தவிர்த்திடும் விரதத்தை உளமாரத் தன்னிச்சையாக மேற்கொள்கின்றேன்.

3. தவறான காமவிபச்சாரங்களில் ஈடுபடுவதைத் தவிர்த்திடும் விரதத்தை உளமாரத் தன்னிச்சை யாக மேற்கொள்கின்றேன்.

4. பொய்ச் சொற்கள் பேசுவதைத் தவிர்த்திடும் விரதத்தை உளமாரத் தன்னிச்சையாக மேற்கொள்கின்றேன்.

5. மனத்தை மயக்கித் தவறான பாதையில் செலுத்தும் போதைப் பொருட்களை உட்கொள்வதைத் தவிர்த் திடும் விரதத்தை உளமாரத் தன்னிச்சையாக மேற் கொள்கின்றேன்" எனத் தீட்சை பெருகிறவர் உறுதி யெடுத்துக்கொள்கிறார்.

சாதகர் தம்மத்தின்வழி நடந்து முன்னேறும்போது அடுத்த நிலையில் அவர் மேலும் மூன்று சீலங்களை ஏற்றுக் கடைப் பிடிக்கிறார்.

அஸ்டாங்க சீலங்கள்

"6. நண்பகலுக்கு மேல் உணவு உட்கொள்வதைத் தவிர்த் திடும் விரதத்தை உளமாரத் தன்னிச்சையாக மேற்கொள் கின்றேன்.

7. நாட்டியம், பாட்டு வாத்தியக் கச்சேரி, உற்சவக் கேளிக்கை கள் ஆகியவற்றைக் கண்டு களிப்பதையும் பூமாலை சந்தனம் போன்ற அழகான வாசனைப் பொருட்களால் உடலை அலங்கரித்துக்கொள்வதையும் தவிர்த்திடும் விரதத்தை உளமாரத் தன்னிச்சையாக மேற்கொள்கின்றேன்.

8. உயர்ந்ததும் அழகியதும் வசதி மிக்கதுமான ஆசனங் களையும் பஞ்சு மெத்தை போன்ற படுக்கைகளையும் உபயோகிப்பதைத் தவிர்த்திடும் விரதத்தை உளமாரத் தன்னிச்சையாக மேற்கொள்கின்றேன்" என உறுதியேற் கிறார்.

பௌத்த வழிபாடு திசரணங்களையும் பஞ்சசீலங்களை யும் வேண்டுவதிலும் அவற்றை உளமார ஏற்றுக் கடைப்பிடிக்க உறுதி மேற்கொள்வதிலும் ஆரம்பமாகிறது. ஒவ்வொரு வழிபாட் டிலும் இவை முதன்மையான அம்சங்களாகும்.

வழிபாட்டுமுறை எளிமையாய், இனிமையாய், அழகாய், மனத்திற்குப் புத்துணர்வு ஊட்டுவதாய்க் கலை நயத்துடன் அமைய வேண்டும்; இந்தியக் கலாச்சாரத்திற்கு முரண்பா டில்லாத வகையில் காண்போர் மனத்தைக் கவரும் வண்ணம் அமைய வேண்டும். மெல்லிய புன்முறுவல் பூக்கும் முகத் துடன் இருக்கும் அழகான, சாந்தம் மிளிரும் புத்தரின் சிலை ஒரு உயர்ந்த மேடையின் மேல் முறைப்படி நிறுவப்பட வேண்டும். சிலை நிறுவப்படும் அறை அல்லது மண்டபம் தூய்மைப்படுத்தப்பட்டு அலங்கரிக்கப்பட வேண்டும். பலவகையான மலர்கள், பழங்கள், வீட்டில் தயாரிக்கப்பட்ட உணவு வகைகள் ஆகியவை புத்தரது சிலையின் முன் அலங்கரிக்கப்பட்ட பாத்திரங்களில் தூய்மையாக நிரப்பி வைக்கப்பட வேண்டும். மேடையில் விளக்குகள் அல்லது மெழுகுவர்த்திகள் வைக்கப்பட்டு ஒளிவீச வேண்டும். சந்தன ஊதுபத்திகள் மற்றும் கற்பூரம், சூடம் ஏற்றிவைக்கப்பட்டு அறை முழுவதும் நறுமணம் பரவியிருக்க வேண்டும். தூய

தண்ணீர் நிரம்பிய ஒரு செம்புப் பாத்திரத்தின் மேல் அரச இலைகளுக்கு நடுவில் உடைத்த தேங்காய் வைக்கப்பட வேண்டும். மஞ்சள், குங்குமம் ஆகியவற்றைக் கொண்டு அந்தச் செம்புப் பாத்திரத்தின் வெளிப்புறத்தில் ஒரு தம்மச் சக்கரம் சித்தரிக்கப் பட்டிருக்க வேண்டும். இதுவே புத்த கலசமாகும்.

பௌத்தத் துறவிகள் மற்றும் போதகர்கள் வழிபாட்டு விழாவுக்கு அழைக்கப்பட்டு, அவர்கள் மற்றவர்களைவிட உயர்ந்த ஆசனங்களில் அமர்த்தப்படுவார்கள். பௌத்த வழிபாட் டின் ஒரு அங்கமாக வழக்கமாக ஒன்று அல்லது ஐந்து இழைகளைக் கொண்டு பின்னப்பட்ட நூல்கண்டு வைக்கப்பட் டிருக்கும். உபாசகர் அந்த நூல்கண்டின் ஒரு நுனியைப் புத்தரின் பாதத்தில் தொட்டு வணங்கிப் பின்னர் அதைப் புத்த கலசத்தைச் சுற்றிக் கட்டுவார். நூல்கண்டின் மற்றொரு பகுதியை உபாசகர் கள் அனைவரும் தொட்டு வணங்கிய பின் அது கலசத்தில் கட்டி முடியப்படும். இது முறைப்படி பின்பற்றப்படுகிறது.

ஒவ்வொரு பௌர்ணமி தினத்தன்றும் அமாவாசை மற்றும் இரண்டிற்கும் இடைப்பட்ட எட்டாம் நாளிலும் வழிபாடு மேற்கொள்ளப்பட வேண்டும். வழிபாடு தனிப்பட்ட முறையில் இல்லங்களிலோ அல்லது கூட்டாகப் புத்த விஹார்களிலோ மடாலயங்களிலோ செய்யப்படலாம்.

திசரணங்களையும் பஞ்சசீலங்களையும் வேண்டுவதிலும் அவற்றை உளமார ஏற்க உறுதி பெறுவதிலும் தொடங்கும் வழிபாட்டில் அடுத்து மும்மணிகளும், மூன்று இரத்தினங் களும் போற்றி வணங்கப்படுகின்றன.

புத்தம், தம்மம், சங்கம் ஆகிய மூன்று இரத்தினங்களும் பௌத்தத்தில் பக்தியோடு வழிபடப்படும் பொருள்களாக உள்ளன. அந்த மூன்றையும்விட மதிப்புமிக்கவை, அருமை யானவை உலகில் வேறெதுவுமில்லை என்பதால், அவை "இரத்தினங்கள்" எனப்படுகின்றன. ஒப்பிட முடியாத, கலப்பற்ற பேரமைதியையும் மகிழ்ச்சியையும் அளிப்பதாலும் நிகரில்லாத ஆதரவையும் பாதுகாப்பையும் நல்கும் ஊற்றுக்களாக இருப்ப தாலும் அவை அனைத்தினுமுயர்ந்த அடைக்கலங்களாக விளங்குகின்றன.

இங்குப் பக்தியோடு வணங்கும் வழிபாடும் தியானமும் இணைக்கப்படுகின்றன. மூன்று இரத்தினங்களின் மேன்மை களையும் சிறப்புப் பண்புகளையும் மதிநுட்பத்துடன் சிந்தித்துப் பார்த்துத் தியானிக்கும்போது, அந்தத் தியானம் பக்தியோடு வணங்கும் வழிபாடாகவும் ஆகின்றது. மூன்று இரத்தினங் களை வழிபடும் வழிபாட்டுப் பாடல்கள் *(ரதனத்தய வந்தனா*

காதா) அவற்றின் மேன்மைகளையும் சிறப்புப் பண்புகளையும் அழகாக விளக்குகின்றன. வழிபாட்டில் இவை பாடப்படும் போது, சிந்தித்துப் பார்த்து, உணர்ந்து உள்வாங்கப்படுகின்றன. அப்படி உள்வாங்கப்படும்போது, புத்தரின் மேன்மைகளையும் அரிய நற்பண்புகளையும் தாமும் பெற வேண்டும் என்னும் ஆர்வம் சாதகரின் மனத்தில் உதிக்கின்றது. இந்த ஆர்வம் அவரைத் தம்மத்தின் வழி நடக்கத் தூண்டுகின்றது. தம்மத்தை விளக்கிப் போதிக்கும் சங்கத்தின் ஆதரவும் அரவணைப்பும் அவருக்குக் கிடைக்கின்றது. தம்மத்தின் வழி நடந்து தமது அறிவுக்கண் திறக்கப்பட்டதை உணரும் உபாசகரின் மனத்தில் புத்தம், தம்மம், சங்கம் ஆகிய மும்மணிகளின்பால் நன்றி யுணர்வும் அன்பும் மலர்கின்றன. மும்மணிகளையும் அவர் போற்றி வணங்குகின்றார்.

இவ்வாறு பௌத்தத்தில் வழிபாடும் தியானமாக அமை கின்றது. பௌத்த வழிபாடுகள் எங்கு எப்பொழுது மேற் கொள்ளப்பட்டாலும், இந்தப் பாடல்களை இசைத்து வந்தனை செய்வது இன்றியமையாததாக உள்ளது. பௌத்த நாடுகளில் குழந்தை பேசத் தொடங்கிய நாளிலிருந்தே இந்தப் பாடல்கள் கற்றுத் தரப்படுகின்றன.

மேலும் பௌத்த வழிபாட்டில் தீப பூஜை, தூப பூஜை, மலர்ப் பூஜை, தண்ணீர்ப் பூஜை, ஆகார பூஜை, ஸ்தூபி வந்தனம், போதிமர வந்தனம் ஆகியவையும் மேற்கொள்ளப்படு கின்றன. வழிபடும் நாள்களில் உபவாசமும் அனுசரிக்கப்படு கின்றது.

பாலி மொழியிலுள்ள பௌத்த வழிபாட்டுப் பாடல் களும் அவற்றின் தமிழ் மொழிபெயர்ப்பும் ஆசிரியரின் மற்றொரு படைப்பான *சத்தம்மக் கையேடு* நூலில் தரப்பட்டுள்ளன. அவற்றை விரிவாக அறிய விரும்பும் வாசகர்கள் அந்த நூலைக் காண்க.

அத்தியாயம் 5

பௌத்த வழிபாட்டு முறைகள்

பௌத்தர்கள் வழிபடுவது

புத்தரது உருவச்சிலை அல்லது படம்
புத்த விஹாரங்கள்
புத்த ஸ்தூபிகள்
போதி மரம்
பிக்குகள்.

திருமணம் போன்ற விசேஷ நிகழ்ச்சிகளின்போது, வழிபாட்டிற்குக் கீழ்க்காணும் பொருட்கள் ஏற்பாடு செய்யப்படுகின்றன;

1. இரண்டு குத்துவிளக்குகளில் எண்ணெய் ஊற்றித் திரியிட்டுப் புத்தர் சிலை அல்லது படத்திற்கு இருபுறமும் வைக்கப்பட வேண்டும்.

2. திசரணங்களைக் குறிக்கின்ற வகையில் மூன்று தம்ப்ளர்களில் தண்ணீர், பால், பழரசம் வைக்கப்பட வேண்டும்.

3. பஞ்சசீலங்களைக் குறிக்கின்ற வகையில் ஐந்து மெழுகுவர்த்திகள் ஏற்றி வைக்கப்பட வேண்டும்.

4. தம்மத்தைக் குறிக்கின்ற வகையில் ஒரு செப்புக் கலசமும் நூல்கண்டும் புத்தர் சிலை அல்லது படத்திற்கு முன் வைக்கப்பட வேண்டும்.

5. ஒரு தட்டில் மலர்கள் நிரப்பி வைக்கப்பட்டிருக்க வேண்டும். தாமரைப் பூக்களும் இருந்தால் உத்தமம்.

6. ஊதுபத்தி, தீப்பெட்டி ஆகியவையும் பக்கத்தில் வைத்திருக்கப்பட வேண்டும்.

தம்மக் கலசமும் நூல்கண்டும் உலகிலுள்ள ஒவ்வொன்றும் சார்புடைமையால் மற்றவற்றோடு பின்னிப் பிணைக்கப் பட்டிருக்கும் உண்மையைக் காட்டுவதாக உள்ளன.

புத்தர் உருவ வழிபாடு

பௌத்தத்தில் உருவ வழிபாடு இல்லை எனப் பொதுவாகக் கருதப்படுகின்றது. பௌத்தத்தில் புத்தரின் படம் அல்லது உருவச் சிலைக்கு முன்னர் முழங்கால்களை மடித்து மண்டியிட்டு வணங்கி மேற்கொள்ளப்படும் வழிபாடு புத்தரின் மேன்மைகளையும் சிறப்புகளையும் நற்பண்புகளையும் அவர் சொந்த முயற்சியால் பெற்ற போதிநிலையையும் நினைவு கூர்ந்து, அந்தப் புத்தரின் நிலையை நாமும் அடைய வேண்டும் என்று தியானிக்கும் புத்த வந்தனமாக அமைகின்றது. இங்கு வழிபடப்படுவது ஒரு சாதாரண உருவமல்ல, சிலையல்ல. அந்த உருவம் நினைவூட்டும் புத்தரின் மேன்மையான பண்புகளும் போதிநிலையுமே இங்கு வணங்கப்படுகின்றன. இந்த வணக்கம் நமது சித்தத்தைப் புத்தரின் சித்தமாக மாற்ற வழிவகுக்கின்றது.

தியானத்தில் நிலைத்திருக்கும் புத்த உருவமே இங்கு வணங்கப்படுகின்றது. நம்மைப் போன்ற உருவம் கொண்ட ஒரு சாதாரண மனிதராக இருந்த சித்தார்த்த கௌதமர் எவ்வாறு சீலம், தியானம் ஆகியவற்றில் உயர்ந்து மெய்யொளி ஞானம் எய்திய புத்தராக மாறினார் என்பதை நினைவுகூர்ந்து வணங்குவதே தியானமாக அமையும்போது, நாமும் அந்தப் புத்த நிலையை அடைய வேண்டும் என்ற உறுதி வலுப்பெறுகின்றது, சித்தம் புத்த சித்தமாகப் பரிணமிக்கின்றது.

பிக்குகளை வணங்கும் முறை

அழைப்பை ஏற்று அல்லது தாமாகவே பிக்குகள் உபாசகர்களின் இல்லங்களுக்கு வருகை தரும்போது, அவர்கள் உரிய முறையில் வரவேற்று உபசரிக்கப்பட வேண்டும். இல்லத்தின் முகப்பில் ஒரு மரப்பலகை அல்லது இழைக்கப்பட்ட கற்பாளத்தின் மேல் பிக்குவை நிறுத்திவைத்து, தண்ணீர் ஊற்றி அவர் பாதங்களைத் தூய்மை செய்து, பணிவுடன் “வணக்கம் குருவே (*வந்தாமி பந்தே*)” என்று வணங்கி வரவேற்க வேண்டும். தண்ணீர் ஊற்றுவதும் பாதங்களைக் கழுவுவதும் நம் பணிவைக் காட்டுவதாக மட்டும் இல்லாமல், நம் மனத்தில் ஊடுருவி நிற்கும் தற்செருக்கை அறுத்தெறிய உதவும் கருவிகளாகவும் அமைகின்றன.

வழிபடும் முறைகள்

ஒவ்வொரு மரபிலும் கலாச்சாரத்திலும் அதற்குத் தனிச் சிறப்பைத் தரும் வணக்க முறை பின்பற்றப்படுகின்றது. சிலுவைக் குறியிட்டு வணங்குவது கிறித்துவர்களின் முறை. பௌத்தர் களிடையேயும் அவர்களுக்கென்று தனிச்சிறப்புக் கொண்ட வணக்க முறைகள் உண்டு. இந்தியப் பண்பாட்டில் பௌத்தர்கள் பின்பற்றும் சில வணக்க முறைகள் கீழே விவரிக்கப்படு கின்றன.

(i) **திசரணங்களையும் பஞ்சசீலங்களையும் ஓதும்போது வணங்கும் முறை** பஞ்ஞாங்க பிரமாணம் என்று கூறப்படு கின்றது. முதல் கட்டத்தில் இங்கு இருகரங்களையும் புருவங்களுக் கிடையில் நெற்றியின் மேல் குவித்து வைத்து மண்டியிட வேண்டும். இரண்டாம் கட்டத்தில் குவித்த இருகரங்களும் மார்புக்கு நேராகக் கொண்டுவரப்பட வேண்டும். பின்னர் மூன்றாம் கட்டமாகக் குனிந்து, குவித்த கரங்களைத் தரையின் மேல் வைத்து, நெற்றியைத் தாழ்த்தி நெற்றி குவித்த கரங்களைத் தொட்டவாறு வணங்க வேண்டும். இந்தக் குனிந்து வணங்கிய நிலையிலேயே திசரணங்களும் பஞ்சசீலங்களும் ஓதப்படு கின்றன.

இந்தப் பஞ்ஞாங்கப் பிரமாணம் எனும் வணக்க முறையில் தொடர்ந்து நீடிப்பது கடினமானதாக இருந்தால், இப்படி வணங்கிய பின்னர் நிமிர்ந்து சம்மணமிட்டு அமர்ந்து குவித்த இருகரங்களையும் மார்புக்கு எதிராக வைத்த நிலையில் திசரணங்களையும் பஞ்சசீலங்களையும் கூறலாம்.

(ii) தெருவிலோ அல்லது இல்லங்களுக்கு வெளியில் மற்ற இடங்களிலோ ஒருவர் பிக்குவைச் சந்திக்க நேரிடும் போது, இரு கரங்களையும் புருவங்களுக்கிடையில் நெற்றியின் மேல் குவித்துக் குனிந்து "வணக்கம் குருவே (வந்தாமி பந்தே)!" என்று வணக்கம் தெரிவிக்க வேண்டும். அப்படி வணங்கும் போது வலது கால் பின்வாங்கியவாறு இருக்க வேண்டும்.

(iii) பிரிவுக்குப் பின்னர் பெற்றோர்கள், மூத்த சகோதரர்கள், மூத்த சகோதரிகள் அல்லது மூத்த உறவினர்களைச் சந்திக்கும் போது பௌத்தர்கள் குனிந்து அவர்களின் பாதங்களைத் தொட்டு வணங்குவார்கள்.

(iv) நண்பர்களையும் மற்றவர்களையும் சந்திக்கும்போது இருகரங்களையும் குவித்து நெற்றியின் மேல் வைத்துப் புன் முறுவல் கொண்ட இனிய முகத்துடன் "வணக்கம்" என்று கூறி மரியாதை காட்ட வேண்டும். அவர்களைச் சந்தித்ததில் மகிழ்ச்சியைக் காட்ட வேண்டும்.

புத்தவிஹார் சென்று வழிபடுதல்

பௌர்ணமி தினம், அமாவாசை, அஷ்டமி நாள் மற்றும் பண்டிகை தினங்களில் குடும்பத்தினரோடு புத்தவிஹார் சென்று பூஜிப்பதைப் பௌத்தர்கள் பொதுவான வழக்கமாகக் கொண்டுள்ளார்கள். மலர்கள், பழங்கள், தேங்காய், வாசனை ஊதுபத்தி, மெழுகுவர்த்தி, இனிப்புப் பலகாரங்கள் ஆகியவற்றை எடுத்துச்சென்று புத்தர் சிலையின் முன் வைத்து முறைப்படி வழிபடுகிறார்கள்.

புத்தர் சிலையை அல்லது புத்த ஆலயத்தைச் சுற்றி ஊர்வலமாக மும்முறை வலம் வந்து வணங்குகிறார்கள். அப்படி வலம் வரும்போது மரியாதையைக் காட்டும் வகையில் வலது கைப்புறமே புத்தர் சிலை அல்லது ஆலயத்தை நோக்கி இருக்க வேண்டும். அதாவது கடிகாரமுள் சுழலும் திசையில் அதைப் போலச் சுற்றி வலம் வந்து வணங்க வேண்டும்.

நாம் முன்னரே காட்டியுள்ளபடி, பௌத்தத்தில் வழிபாடு என்பது புனிதரான புத்தரின் மேன்மைகளையும் சிறப்புகளையும் அவர் பெற்ற போதிநிலையினையும் நினைவுகூர்வதும் அவற்றை நாமும் அடைய வேண்டும் என உறுதிகொள்வதும் திசரணங்களையும் பஞ்சசீலங்களையும் ஏற்று ஓதுவதுமாகும். புத்த வழிபாட்டின் சிறப்பே இவ்வாறு மனத்தைப் போதிநிலையையும் நிப்பாணத்தையும் நோக்கிப் பண்படுத்துவதில்தான் அடங்கியுள்ளது.

புத்த விஹாருக்குச் செல்லும்போது இல்லத்தில் தயாரித்த உணவு வகைகளையும் மற்றும் பிக்குகளுக்கு அவசியமாக வேண்டிய அன்றாடத் தேவைகளான பொருள்களையும் எடுத்துச்சென்று அவர்களுக்குத் தானமாக வழங்குவது சிறப்புடையதாகும். அவரவரின் பொருளாதார நிலைமைக்கு ஏற்ப, பணமும் சங்க தானமாக அளிக்கப்படலாம். வறியவர்களுக்குத் தானம் வழங்குதலும் மேற்கொள்ளப்பட வேண்டும்.

போதிமரப் பூஜை

புத்த விஹாரத்தில் வழிபாட்டை முடித்த பின்னர், அங்குள்ள போதிமரத்திற்குச் சென்று பூஜை செய்யப்படுகின்றது. மலர்களைத் தூவியும் மெழுகுவர்த்தி, ஊதுவத்தி ஆகிய தீப தூபப் பொருள்களை ஏற்றியும் போதி மர வழிபாடு மேற்கொள்ளப்படுகின்றது.

ஸ்தூபிப் பூஜை

புத்தரின் நினைவுச் சின்னங்களாக எழுப்பட்டுள்ள ஸ்தூபிகளின் தளங்களுக்கு யாத்திரை சென்று ஸ்தூபி வழிபாடு மேற்கொள்வதையும் பௌத்தர்கள் பொதுவாகப் புண்ணிய காரியங்களாக ஏற்றுச் செய்கின்றார்கள்.

மலர்களைத் தூவியும் விளக்கேற்றியும் நறுமணத் தூபப் பொருள்களை ஏற்றியும் ஸ்தூபியை வணங்கிய பின்னர், அதைச் சுற்றி மூன்றுமுறை வலம்வந்து மண்டியிட்டு வழிபாடு செய்யப்படுகின்றது. வழிபாட்டுப் பாசுரங்களைத் துணை நூலான சத்தம்மக் கையேட்டில் காணலாம்.

அத்தியாயம் 6

பாதுகாப்புப் பாடல்கள்

கீழ்வருவன பௌத்த வழிபாட்டில் பாடப்படும் பாதுகாப்புப் பாடல்கள்

1. வேண்டுதல் பாடல்

துரதிருஷ்டங்களையும் துன்பங்களையும்
தடுத்து விலக்கவும்
வாழ்வில் நன்மைகளையே உண்டாக்கவும்
அனைத்துத் துக்கங்களையும்
அச்சங்களையும் நோய்களையும் நீக்கவும்
உலகில் அனைவரின் நலனையும் மேம்படுத்தவும்
இவ்வாழ்வில் நீண்ட ஆயுளைப் பெறவும்
நாம் இப்போது
இந்தப் பாதுகாக்கும்
பாசுரங்களை இசைப்போமாக.
இந்தப் பிரபஞ்சம் அனைத்திலுமுள்ள
எல்லாத் தேவர்களும்
இங்கே ஒன்று திரள்வார்களாக.
ஒன்று திரண்டு வந்து,
இவ்வுலகிற்கு அப்பாற்பட்ட பேரானந்தத்தையும்
விமோசனத்தையும் விளைவிக்கும்
உன்னதமான தம்ம போதனையை,
ஞானிகளின் தலைவரான
புனிதர் புத்தரின் போதனைகளைச்
செவிமடுத்துக் கேட்பார்களாக
ஓ, போற்றுதலுக்கும் மதிப்புக்கும் உரியவர்களே,
அந்த நல்ல தம்மத்தைக் கேட்க
இதுவே தகுந்த தருணம்,
நல்நிமித்தம் கொண்ட தருணம்
இதுவே தகுந்த தருணம்,

ஒ.ரா.ந. கிருஷ்ணன்

நல்நிமித்தம் கொண்ட தருணம்
அந்தத் தெய்வீகப் பிறவிகள்,
மன அமைதியில் நிலைபெற்றவர்கள்,
மூவகைச் சரணங்களையும் ஏற்று
அவற்றில் நிலைபெற்றவர்கள் –
அவாகள் அனைவரும்
இவ்வுலகிற்கு அப்பாற்பட்ட
விண்ணுலகங்களில் உறைபவர்களானாலும் சரி,
இப்பூவுலகில் உறைபவர்களானாலும் சரி,
மலைகளில் உன்னதமான, பிரமாண்டமான
சுமேருமலையின்
வியத்தகு உச்சியில் உறைபவர்களானாலும் சரி
அவர்கள் அனைவரும்
மகிழ்ச்சி கொண்ட மனத்தினராய்
இங்கு ஒன்று திரண்டு கூடுவார்களாக!
மேன்மை வாய்ந்த ஞானியான
புத்தரின் புனித போதனையை உற்றுக் கேட்க
இங்கு ஒன்று திரண்டு கூடுவார்களாக!
நாம் இதுவரை பெற்றுள்ள புண்ணியங்களை
அந்த எல்லா விண்ணுலகவாசிகளும்
வியத்தகு சிறப்பு வாய்ந்த தேவர்களும்
தேவர்களிலும் உயர்ந்த பிரம்மாக்களும்
பகிர்ந்துகொண்டு,
எமக்கு எல்லா நல்லதிர்ஷ்டங்களையும்
வழங்கி ஆசீர்வதிப்பார்களாக!
அவர்கள் அனைவரும்
ஒத்திசைந்த நல்வாழ்விலும்
பேரமைதியிலும் திளைப்பார்களாக,
புத்த சாசனத்தை மகிழ்ந்து கொண்டாடுபவர்களாக,
அவர்கள் எமக்குச் சிறந்த பாதுகாப்புகளைத்
தளராத ஊக்கத்துடன் தந்து
காப்பாற்றுவார்களாக!

புத்த சாசனம் செழித்தோங்குவதாக,
வெற்றி மேல் வெற்றி பெறுவதாக!
உலகம் வளமையுறுவதாக!
புனிதமான சாசனத்தையும் உலகையும்
தேவர்கள் என்றென்றும்
பாதுகாப்பார்களாக!
குறித்த பருவங்களில்
காலந்தாழ்த்தாமல் மழை பொழியட்டும்.
பயிர்கள் நன்கு விளைந்து
செல்வம் பெருக்கும் அறுவடையைத் தரட்டும்.
உலகில் வளமை பொங்கட்டும்.
ஆள்பவர்கள்

நேர்மையானவர்களாக இருக்கட்டும்,
தம்மத்தைப் பாலிப்பவர்களாக இருக்கட்டும்

தேவர்கள் எம்மை
எல்லா அபாயங்களிலிருந்தும்
எல்லா இன்னல்களிலிருந்தும்
எல்லாக் கேடுகளிலிருந்தும்
என்றென்றும் பாதுகாப்பார்களாக!
அரசாங்கத்தால் விளையும் இன்னல்கள்,
கொள்ளையர்களால் விளையும் அபாயங்கள்,
மற்ற மனிதர்களால் விளையும் கேடுகள்,
மனிதரல்லாத மற்ற பிறவிகளால் விளையும் அபாயங்கள்,
நெருப்பு, நீர் அல்லது தீய ஆவிகளால்
விளையும் அபாயங்கள்
அனைத்திலிருந்தும்
தேவர்கள் எம்மை
என்றென்றும் பாதுகாப்பார்களாக!
அடிக்கட்டைகள், முட்கள்,
துரதிர்ஷ்டங்கள்,
கொள்ளை நோய்கள், தொற்று நோய்கள்
ஒழுக்கக் கேடான பழக்கங்கள்.
தவறான நம்பிக்கைகள்,
தீய மனிதர்கள்,
மதயானைகள்
முரட்டுக் குதிரைகள், எருதுகள்,
மான்கள்,
நாய்கள், நச்சுப் பாம்புகள்,
தேள்கள், நல்ல பாம்புகள்
புலிகள், கரடிகள், கழுதைப் புலிகள்,
காட்டுப் பன்றிகள், எருமைகள்,
பேய்கள், பிசாசுகள் –
ஆகிய இவற்றால்
விளையக்கூடிய அபாயங்களிலிருந்தும்
தேவர்கள் எம்மை
என்றும் பாதுகாப்பார்களாக!
ஒவ்வொரு அபாயத்திலிருந்தும்
ஒவ்வொரு நோயிலிருந்தும்
ஒவ்வொரு துரதிர்ஷ்டத்திலிருந்தும்
தேவர்கள் எம்மை
என்றும் பாதுகாப்பார்களாக!

புத்தரைச் சரணமடையச் செல்வோர்
துக்ககரமான வாழ்க்கை நிலைகளில்
எப்போதும் வீழ்வதில்லை.
மரணத்திற்குப் பின் அவர்கள்

மனித உடலை விடுத்துத்
தேவர்கள் உறையும் மண்டலங்களில்
பிறவி கொண்டு
மகிழ்ச்சி மிகுந்த வாழ்வில் திளைப்பது உறுதி!

2. இரத்தினச் சுத்தம்

ஒரு சமயம் வைசாலிவாழ் மக்கள் ஒன்றன் பின் ஒன்றாகத் தொடர்ந்து நிகழ்ந்த பஞ்சம், கொள்ளை நோய், பேய் பிசாசுகள் பிடித்தாட்டல் ஆகியவற்றால் பாதிக்கப்பட்டு மிக்க அவதியுற்றார்கள். அவர்களது அவலநிலை கண்டு ஆனந்த தேரர் மனம் பதைத்தார். கருணையால் அவர் உள்ளம் உருகியது. முதலில் புத்தரது ஒன்பது மேன்மையான பண்பு நலன்களையும் சிந்தித்து உணர்ந்தவராய்த் தியானத்தில் அவர் தமது உள்ளத்தை ஊக்குவித்துக்கொண்டு, பின்னர் பாதுகாக்கும் பாசுரமான *இரத்தினச் சுத்தத்தை* ஓர் இரவு முழுவதும் ஓதினார். அவரது உருக்கத்தாலும் *இரத்தினச் சுத்தத்தின்* சக்தியினாலும் வைசாலி மக்களைப் பீடித்திருந்த தொல்லைகளும் தொற்றுநோய்களும் அகன்று அவர்கள் நல்ல வாழ்க்கை நிலையைப் பெற்றார்கள்.

அந்த *இரத்தினச் சுத்தம்* நம்மையும் காப்பதாக!

1. இங்குக் கூடியுள்ள அனைவரும் –
   இப்பூவுலகில் வாழ்பவர் அல்லது
   விண்ணுலகங்களில் உறைபவர் –
   எவராக இருந்தாலும்
   ஒவ்வொருவரும்
   அன்பு மனம் கொண்டு
   அதில் நிலைபெற்றிருப்பாராக!
   ஒவ்வொருவரும்
   விழிப்புடன் கவனமாக
   இந்த வார்த்தைகளை
   உற்றுக்கேளுங்கள்.

2. ஓ, தேவர்களே!
   கருத்தில்கொள்ளுங்கள்
   இரவும் பகலும்
   இம்மனிதர்கள்
   உங்களுக்குக் காணிக்கை செலுத்துகிறார்கள்.
   ஆகையால், அவர்களைத்
   தளராத ஊக்கத்துடன்
   என்றும் காப்பாற்றுங்கள்
   அவர்கள் பால் அன்பு காட்டுங்கள்

3. இந்த உலகம் அல்லது மற்ற உலகங்களில்
   எந்தச் செல்வச் சிறப்பான இரத்தினம் இருந்தாலும்,

பௌத்த வாழ்க்கைமுறையும் சடங்குகளும்

விண்ணுலகங்களில்
எந்த மதிப்புமிக்க மாணிக்கக் கல் இருந்தாலும்,
அது எதுவும்
தம்மத்தை எடுத்துக்காட்டும் ததாகதருக்கு,
தம்மத்தின் உருவாக உள்ள ததாகதருக்கு
ஈடாகாது, ஒப்பாகாது.
தம்மத்தின் உருவாக இருப்பது
புத்தரின் மேம்பட்ட பண்பு.
இந்தச் சத்திய வசனங்களின் வலிமையால்
அனைவருக்கும் நல்வாழ்வு அமையட்டும்.

4. மனமாசுக்களை அழித்ததன் மூலம்
ஆசைகளிலிருந்து விடுபட்ட
பிறப்பும் இறப்பும் அற்ற
உயரிய நிப்பாண நிலையை
அடைந்தார் சாக்கியமுனி.
அந்த உன்னத நிலைக்கு
ஈடானது எதுவுமில்லை இங்கே.
அந்த உன்னத நிலைக்கு இட்டுச் செல்வது
தம்மத்தின் மேம்பட்ட பண்பு.
இந்தச் சத்திய வசனங்களின் வலிமையால்
அனைவருக்கும் நல்வாழ்வு அமையட்டும்

5. அனைத்தையும் கடந்து
தடையற்று இடைவிடாது தொடர்ந்து
நிலைத்திருக்கும் சமாதி என்று
புத்தர் போற்றிப் புகழ்ந்த
அந்த உன்னதத் தூய்மை நிலைக்கு,
பேரானந்தமாகவே மாறிவிட்ட
அந்த உலகாயதத்திற்கு அப்பாற்பட்ட
பரவெளிச் சமாதி நிலைக்கு
ஈடானது எதுவுமில்லை இங்கே.
அந்தத் தூய்மை நிலைக்கு இட்டுச் செல்வது
தம்மத்தின் மேம்பட்ட பண்பு.
இந்தச் சத்திய வசனங்களின் வலிமையால்
அனைவருக்கும் நல்வாழ்வு அமையட்டும்.

6. (*சோதா பஞ்ஞா, சகதாகாமி, அநாகாமி, அரஹந்தா*)
ஆகிய நான்கு நிப்பாண நிலைகளையும்
(அவற்றோடு இணைந்த)
எட்டு நிப்பாண உணர்வுகளையும்
உணர்ந்து அனுபவித்திருக்கும்
உயர்ந்தோர்கள் கொண்டது
பகவரின் ஸ்ராவக சங்கம்.
அவர்கள் தானம் பெறத்தக்கவர்கள்.

அவர்களுக்கு அளிக்கப்படும் தானங்கள்
ஏராளமான நற்பலன்களைத் தருகின்றன.
இது சங்கத்தின் மேம்பட்ட பண்பு.
இந்தச் சத்திய வசனங்களின் வலிமையால்
அனைவருக்கும் நல்வாழ்வு அமையட்டும்.

7. உறுதியான மனத்தோடு
புத்த சாசனத்தை ஏற்றுக்கொண்டவர்கள்,
ஆசைகளைக் கடந்து வந்தவர்கள்,
மரணமென்பது இல்லாத
அரிய நிலைக்கு உயர்ந்தவர்கள்,
தூய்மையின் மேன்மையினால் வென்ற
நிப்பாணப் பேரமைதியில் திளைத்திருப்பவர்கள் –
அவர்கள் உச்சபட்ச நிலையை அடைந்தவர்களாவர்.
இது சங்கத்தின் மேம்பட்ட பண்பு.
இந்தச் சத்திய வசனங்களின் வலிமையால்
அனைவருக்கும் நல்வாழ்வு அமையட்டும்.

8. தெய்வ நேர்ச்சிக்குரிய ஒரு ஸ்தம்பம்,
நிலத்தில் ஆழமாகக் குழிதோண்டிப் புதைக்கப்பட்டிருக்கிற
அந்த ஸ்தம்பம்
எவ்வாறு நாலாப் பக்கங்களிலிருந்தும் வீசும்
காற்றுகளால் அசைக்க முடியாததாக
நிலைபெற்றிருக்கிறதோ,
அவ்வாறே புனிதரான அரஹந்தரும்
நிலைகுலையாமல் இருக்கிறார்.
இது சங்கத்தின் மேம்பட்ட பண்பு.
இந்தச் சத்திய வசனங்களின் வலிமையால்
அனைவருக்கும் நல்வாழ்வு அமையட்டும்.

9. மெய்ஞ்ஞானமெய்திய புனிதரான புத்தரால்
விளக்கப்பட்ட உன்னத உண்மைகளை உள்வாங்கித்
தம் வாழ்க்கை நெறியை அமைத்தவர்கள்,
"தான்" எனும் தனித்தன்மை எதிலும் இல்லை
என்ற உன்னத உண்மையை உணர்ந்து,
அந்த உன்னத உண்மையாகவே மாறியவர்கள்,
"தான்" எனும் தனியுணர்வு இன்றி
அனைத்து உயிர்களோடும் ஒன்றியவர்கள் –
அவர்கள் சில சமயம் விழிப்புணர்வு தவறியவர்களாக
          இருந்தாலும்
அவர்களுக்கு ஏழு மறுபிறவிகளுக்கு மேல்
மீண்டும் பிறப்பு–இறப்பு என்பது கிடையாது.
இது சங்கத்தின் மேம்பட்ட பண்பு
இந்தச் சத்திய வசனங்களின் வலிமையால்
அனைவருக்கும் நல்வாழ்வு அமையட்டும்.

10. உள்ளுணர்வில் உன்னதக் காட்சியைக் கண்டவர்–
"தான்" எனும் தனித்துவத்தில் நம்பிக்கை,
தெளிவின்றி ஐயங்களால் அலைக்கழிக்கப்படுதல்,
வேள்விகளும் சடங்குகளும் விமோசனத்தைத் தரும்
என்று அவற்றைப் பற்றிக்கொண்டுள்ள மூடநம்பிக்கை
ஆகிய மூன்று தளைகளையும் வெட்டி எறிகிறார்.
நான்கு துக்கமயமான உலகங்களில் பிறவியெடுப்பதிலிருந்து
பூரணமாக விடுதலை பெறுகிறார் அவர்
மிகக் கொடிய மாபெரும் பாவங்கள் எதையும்
இழைக்க இயலாதவராகிறார் அவர்
இது சங்கத்தின் மேம்பட்ட பண்பு.
இந்தச் சத்திய வசனங்களின் மகிமையால்
அனைவருக்கும் நல்வாழ்வு அமையட்டும்.

11. உலகாயதத்திற்கு அப்பாற்பட்ட உன்னதத்தை
உள்ளுணர்வில் காணும் பேறுபெற்ற அவர்,
எண்ணத்தாலோ சொல்லாலோ செயலாலோ
எந்தத் தவறிழைத்தாலும்
அதை அவர் மறைக்க இயலாதவராகிறார்.
அப்படி மறைத்துவைக்க அவரால் முடியாது
என்பது உண்மை.
இது சங்கத்தின் மேம்பட்ட பண்பு.
இந்தச் சத்திய வசனங்களின் மகிமையால்
அனைவருக்கும் நல்வாழ்வு அமையட்டும்.

12. இளவேனில் காலத்தில் வனச்சோலைகளில் எவ்வாறு
எண்ணற்ற வண்ணங்களைக் கொண்ட
மலர்க்கொத்துகள்
பூத்துக் குலுங்குகின்றனவோ
அவ்வாறு
புனிதமான புத்தரிடமிருந்து
நுண்ணிய மேன்மையான பலவண்ணத் தம்மம்–
உயரிய நன்மையான நிப்பாணத்திற்கு
இட்டுச் செல்லும் தம்மம்–
எழுந்து மலர்ந்துள்ளது.
இது புத்தரின் மேம்பட்ட பண்பு.
இந்தச் சத்திய வசனங்களின் மகிமையால்
அனைவருக்கும் நல்வாழ்வு அமையட்டும்

13. ஒப்பும் உயர்வும் அற்ற மேன்மையை
அடைந்த புனிதரான புத்தர்
அந்த உன்னத மேன்மையைக்
கொண்டுவருபவராக இருக்கிறார்,
அனைவருக்கும் அளிப்பவராக இருக்கிறார்.
அனைத்து உலகங்களையும் அறிந்தவராக இருக்கிறார்.
ஒப்பும் உயர்வும் அற்ற அவர்

மிக அருமையான தம்மத்தை
உலகில் அனைத்து மக்களின் நலனுக்காக
எடுத்து விளக்கியுள்ளார்.
இது புத்தரின் மேம்பட்ட பண்பு
இந்தச் சத்திய வசனங்களின் மகிமையால்
அனைவருக்கும் நல்வாழ்வு அமையட்டும்

14. கடந்தகால வினைகளின் பலன்கள்
துடைத்து அகற்றப்பட்டு,
மீண்டும் புதிதாக வினைப் பலன்கள்
சேரக்கூடிய சாத்தியக்கூறு இன்றி,
வருங்காலத்தில் மறுபிறவிகளிலிருந்து
விடுதலை பெற்ற
அந்த அரஹந்தர்களின் மனம்
தூய்மைப் பொலிவு பெற்று விளங்குகிறது.
வறுக்கப்பட்ட விதைகள்
மீண்டும் முளைவிட முடியாததுபோல,
அவர்களது மனமும்
மீண்டும் என்றும் ஆசை துளிர்க்க முடியாத
தூய்மையான மனமாக விளங்குகின்றது.
உண்மையான ஞானம் பெற்ற இவர்கள்,
எண்ணெய் வற்றிய விளக்கிலிருந்து
தீச்சுடர் மறைவதுபோல,
ஆசைவற்றி அணைந்துபோகிறார்கள்.
இது சங்கத்தின் மேம்பட்ட பண்பு.
இந்தச் சத்திய வசனங்களின் மகிமையால்
அனைவருக்கும் நல்வாழ்வு அமையட்டும்

15. இப்பூவுலகில் வாழ்பவர் அல்லது
விண்ணுலகங்களில் உறைபவர்
யாராக இருந்தாலும்,
இங்கு யார் யார் கூடியுள்ளார்களோ
அவர்கள் அனைவராலும்
தேவர்களாலும் மனிதர்களாலும்
போற்றி வணங்கப்படுகிறார்
தம்மத்தை எடுத்து விளக்கிய புனிதரான புத்தர்.
மெய்ஞ்ஞானம் பெற்ற அவரை
ஒப்பும் உயர்வும் அற்ற அவரை
நாமும் போற்றி வணங்குவோமாக!
இந்தச் செயலின் மகிமையால்
அனைவருக்கும் நல்வாழ்வு அமையட்டும்.

16. இப்பூவுலகில் வாழ்பவர் அல்லது
விண்ணுலகங்களில் உறைபவர்
யாராக இருந்தாலும்,
இங்கு யார் யார் கூடியுள்ளார்களோ

பௌத்த வாழ்க்கைமுறையும் சடங்குகளும்

அவர்கள் அனைவராலும்
தேவர்களாலும் மனிதர்களாலும்
போற்றி வணங்கப்படுகிறார்
தம்மத்தை எடுத்து விளக்கிய புனிதரான புத்தர்.
புத்தரது புனிதமான போதனையாகிய தம்மத்தை
நாமும் போற்றி வணங்குவோமாக!
இந்தச் செயலின் மகிமையால்
அனைவருக்கும் நல்வாழ்வு அமையட்டும்.

17. இப்பூவுலகில் வாழ்பவர் அல்லது
    விண்ணுலகங்களில் உறைபவர்
    யாராக இருந்தாலும்,
    இங்கு யார் யார் கூடியுள்ளார்களோ
    அவர்கள் அனைவராலும்
    தேவர்களாலும் மனிதர்களாலும்
    போற்றி வணங்கப்படுகிறார்
    தம்மத்தை எடுத்து விளக்கிய புனிதரான புத்தர்.
    புத்தர் நிறுவிய புனிதமான சங்கத்தை
    நாமும் போற்றி வணங்குவோமாக!
    இந்தச் செயலின் மகிமையால்
    அனைவருக்கும் நல்வாழ்வு அமையட்டும்.

குறிப்பு

மேலும் கீழ்வரும் சுத்தங்களும் காதங்களும் பாதுகாக்கும் பாடல்களாக ஓதப்படுகின்றன.

- மஹாமங்கள சுத்தம்
- மஹா ஜெயமங்கள காத்தா
- ஜெயமங்கள அட்ட காத்தா
- கரணீய மெத்த சுத்தம்
- மெத்த பாவனா
- புண்ய கிரியா
- புண்யானுமோதனம்
- சங்கல்பம்.

இவற்றைத் துணை நூலான **சத்தம்மக் கையேடு – பாகம் 2**இல் காணலாம்.

மேலும் முக்கியமான *பரித்ராண சுத்தங்களாகக்* (பாது காக்கும் சூத்திரங்களாகக்) கீழ்க்காண்பவற்றைக் குறிப்பிடலாம்:

- கந்த சுத்தம் (விஷப்பாம்புக்கடியிலிருந்தும் மற்ற அபாயங்களிலிருந்தும் பாதுகாப்பது)
- மோர சுத்தம் (பாலினத் தொல்லைகளிலிருந்து பெண்களைக் காப்பது)
- வட்ட சுத்தம் (தீவிபத்துகளிலிருந்து பாதுகாப்பது)
- தஜக்க சுத்தம் (எல்லாவகைப் பயங்களையும் அவையில் பேச அஞ்சுவதையும் போக்குவது)
- ஆடானாடிய சுத்தம் (தீயவர்களின் கொடுமையிலிருந்து காப்பது)
- அங்குலிமாலா சுத்தம் (பிள்ளைப் பேற்றைச் சுகமாக்குவது)
- போஜங்க சுத்தம் (நோய்களிலிருந்து காப்பது; மருத்துவமனைகளில் ஓதப்பட வேண்டியது)
- புப்பண சுத்தம் (துரதிர்ஷ்டங்களிலிருந்து காப்பது).

அத்தியாயம் 7

பௌத்த வாழ்க்கை முறைகள்

பௌத்தக் கோட்பாடு

எண்ணத்தாலோ சொல்லாலோ செயலாலோ யாருக்கும் எந்த உயிருக்கும் ஊறுவிளைவிக்காமை பௌத்த வாழ்க்கை நெறியின் அடிப்படை.

சார்புடைமையே வாழ்வின் அடிப்படை உண்மை யாக இருப்பதால், அந்தச் சார்புடைமையைப் போற்றி வாழ்வை ஆதரிக்கும் அன்பும் கருணையும் அஹிம்சையும் வாழ்க்கையின் விதிகளாகின்றன.

"யாருடைய மனத்தையும் புண்படுத்தாதே!
எந்த உயிருக்கும் தீங்கு விளைவிக்காதே!
மற்ற உயிர்களுக்கு நன்மை செய்ய இயலாவிட்டாலும்
தீங்காவது எண்ணாமல் இருப்பாயாக!
மனிதர்களானாலும் விலங்குகளானாலும்
ஒவ்வொருவருக்கும் அவரது உயிர்
அரியது, விலைமதிப்பற்றது.
தன்னுயிரை நேசிக்கும் ஒருவர்
அவ்வாறே அனைத்துயிர்களையும் நேசிக்கும்போது
புனிதமடைகின்றார்.
மனிதர்கள்பால் மட்டுமல்ல
ஊமை விலங்குகள் பாலும்
அன்பும் கருணையும் காட்டுவாயாக!"

இதுவே பௌத்தத்தின் தலையாயக் கோட்பாடு.

பௌத்த மதம்

பௌத்தர்கள் மதம் என ஏற்றுக்கொண்டிருப்பது புத்தர் காட்டிய தம்மத்தின் வழி நடப்பதன்றி வேறல்ல. இங்கு அனுபவித்து அறியப்படாத நம்பிக்கைகளுக்கு இடமில்லை.

ஓ.ரா.ந. கிருஷ்ணன்

பௌத்த தம்மம் அனைத்து உயிர்களையும் உலகத்தையும் ஒன்றிணைக்கும் தனிப்பெரும் மதம். மனிதர்களிடையே வேறுபாடு காணாத மதம்; பிரிவினையை விளைவிக்காத மதம்: அனைவரும் சமம் என்று போற்றும் மதம்!

தம்மத்தின் வழி நடப்பவர் தம்மத்தால் காப்பாற்றப்படுவார் என்கிறது பௌத்தம்.

ஒன்றே உலகம், நன்றே தம்மம்!

பௌத்தர்களின் புனிதச் சின்னம்

பௌத்தர்கள் புனிதச் சின்னமாக ஏற்பது தம்மச் சக்கரத்தையே. தம்மச் சக்கரம் எட்டு அல்லது இருபத்தி நான்கு கூறுகளைக் கொண்டதாக இருக்கலாம்.

மஞ்சள், குங்குமச் சிவப்பு இரண்டும் மங்களத்தைக் குறிக்கும் நிறங்களாகக் கருதப்படுகின்றன. புத்தரின் புனித உடலிலிருந்து வெளிப்பட்டுப் பிரகாசித்த ஆறு வண்ணங்களில், இந்த இரண்டும் மிகப் புனிதமானவையாக ஏற்றுக்கொள்ளப் படுகின்றன. திருமணமான ஒவ்வொரு பெண்ணும் மஞ்சள், குங்குமம் இரண்டையும் மங்களத்தைக் காட்டும் அடையாளங் களாகப் புருவங்களின் மத்தியிலும் முன்நெற்றியிலும் அணி கிறார்கள். இவற்றைப் பெண்கள் அணிவது பௌத்தத்தில் புனிதமானதாகப் போற்றி மதிக்கப்படுகின்றது.

பௌத்தத்தின் குறிப்படையாளக் கொடி

நீலம், சிவப்பு, மஞ்சள், வெண்மை, ஆரஞ்சு ஆகிய ஐந்து வண்ணங்கள் தீட்டப்பட்ட துகிற்கொடியே பௌத்தத்தைக் குறிப்பிட்டு அடையாளம் காட்டும் கொடியாகத் திகழ்கின்றது.

புத்தரின் புனித உடலிலிருந்து பிரகாசித்த பேரொளியில் கண்ட இந்த ஐந்து வண்ணங்கள் கொண்ட துகிற்கொடியே, சர்வதேச அளவில் பௌத்தக் கொடியாக ஏற்கப்பட்டுள்ளது.

பௌத்த பிக்குகள்

பௌத்த சமுதாய அமைப்பு பிக்குகளையும் பிக்குணி களையும் கொண்ட சங்கத்தையும் பஞ்சசீலங்களை ஏற்ற சாதாரண மக்களையும் அடக்கியதாகும். சங்கம் வாழ்க்கைத் தேவைகளுக்குச் சாதாரண மக்களைச் சார்ந்திருக்கின்றது; அவர்கள் தம் ஆன்மீகத் தேவைகளுக்குச் சங்கத்தைச் சார்ந் திருக்கிறார்கள். இருபிரிவினரும் ஒன்றையொன்று சார்ந்து ஒன்றுக்கொன்று ஆதரவாக உள்ளார்கள். ஒருவரையொருவர்

பௌத்த வாழ்க்கைமுறையும் சடங்குகளும்

சார்ந்து அவர்கள் வாழும் வாழ்க்கையானது அன்புறு நேயம், இணக்கம், ஒத்திசைவு, நன்னெறி மற்றும் தூய்மை ஆகிய வற்றைப் பிரதிபலிப்பதாக உள்ளது.

உலகாயத ஆசைகளை நீக்கி, வீட்டைத் துறந்து வீடற்ற நிலைக்கு வந்து, துவராடை புனைந்து துறவறம் பூண்டு, புத்த தம்மத்தின் வழி நடந்து, "தான்" எனும் தனித்துவ உணர்வின்றி, தன்னலம் கருதாமல் பிறர் நலமே பெரிதாய்க் கொண்டு அனைத்து உயிர்களின் நலத்திற்காகவும் மகிழ்ச்சிக் காகவும் பாடுபடுவதற்கே தம்மைப் பூரணமாக அர்ப்பணித்துக் கொண்டவர்கள் பௌத்த பிக்குகள்.

பிக்குகளுக்கென்று புத்தர் விதித்துள்ள 227 விதிக்ளையும் கட்டளைகளையும் அவர்கள் வழுவாது கடைப்பிடிக்கின்றார்கள். இல்லறத்தார் இடும் பிச்சையை உண்டே அவர்கள் உயிர்வாழ் கின்றார்கள். உணவுக்காகப் பிச்சையோட்டை அவர்கள் ஏந்தும்போது அவர்களது அகந்தை உணர்வு அழிகின்றது.

இவ்வாறு துறவறம் ஏற்று, பௌத்த தம்மத்தின் வழிநடப் பவர்கள் "*பிக்கு, பந்தே, குரு அல்லது பதந்தா*" என்றழைக்கப் படுகின்றார்கள். பிக்குகள் ஒன்று சேர்ந்து ஒரு குழுவாக இயங்குவது சங்கம் எனக் கூறப்படுகின்றது. பிக்குகள் சங்கத்தின் தலைவர் "சங்க நாயகர்" என்றழைக்கப்படுகின்றார்.

தம்மாச்சாரி

இந்தியாவில் இன்றைய நிலமையில் பௌத்த பிக்குகளின் எண்ணிக்கை மிகவும் குறைவு. இன்று தமிழ்நாட்டில் இருக்கும் தமிழ்ப் பிக்குகளை ஒரு கை விரல்களால் எண்ணிவிடலாம். வாழ்க்கையின் பல்வேறு கட்டங்களில் செய்யப்பட வேண்டிய சடங்குகளை நிறைவேற்றுவதற்குப் பிக்குகளின் உதவி இன்று நம் நாட்டில் கிடைப்பது மிக அரிதாக உள்ளது. ஆகவே, தம்ம உபாசகர்களே சடங்குகளை நிறைவேற்றும் வழிமுறை களையும் விதிகளையும் சடங்குகளில் ஓதப்பட வேண்டிய பாசுரங்களையும் நன்கு கற்றுத் தேர்ந்து தம்மாச்சாரிகளாகப் பணியாற்ற வேண்டியது இப்போது நம்நாட்டில் அவசியமா கின்றது. தம்மாச்சாரிகள் துறவறம் மேற்கொள்ளாமல், இல்லறம் காப்பவர்களாகவே இருக்கலாம். அவர்கள் துறவறம் மேற் கொள்ள வேண்டும் என்னும் அவசியமில்லை.

தம்மாச்சாரிகள் புத்தரின் போதனைகளை நன்கு கற்றவர் களாகவும் பௌத்த தம்மத்தின் சாரத்தை உள்வாங்கியவர் களாகவும் தம்மத்தை எளிய முறையில் போதிக்கும் சொல் லாற்றல் உடையவர்களாகவும் சடங்குகளில் செய்ய வேண்டிய வற்றை நன்கு அறிந்தவர்களாகவும் இருப்பது சாலச் சிறந்தது.

இல்லறத்தார் செய்ய வேண்டிய சடங்குகளையும் விழாக் களையும் நடத்திக்கொடுப்பவர்களாகத் தம்மாச்சாரிகள் விளங்கினாலும் அவர்கள் மற்ற மதங்களில் காணப்படுகின்ற பூசாரிகள், அர்ச்சகர்கள், மதகுருக்கள் போன்றவர்களல்லர் என்பது குறிப்பிடத்தக்கதாகும்.

பௌத்த உபாசகர்கள், உபாசகிகள்

புத்தம், தம்மம், சங்கம் ஆகிய மும்மணிகளையும் சரணம் அடைந்து, பஞ்சசீலங்களை வழுவாது கடைப்பிடிக்க உறுதி பூண்டு, சீலத்தோடு தியானம் (சமாதி), உள்நோக்கி அறியும் ஞானம் ஆகிய மனவளப் பயிற்சிகளையும் மேற்கொண்டு புத்தர் காட்டியுள்ள தம்மத்தின் பாதையில் வழிநடக்கும் ஆண்களும் பெண்களும் உபாசகர்கள், உபாசகிகள் என்று அழைக்கப்படுகின்றார்கள். இவர்களில் மூத்தவர் மஹா உபாசகர் என்றழைக்கப்படுவார்.

சடங்குகளிலும் விழாக்களிலும் தம்மாச்சாரிகள் கூறும் கட்டளைகளை ஏற்று உபாசகர்களும் உபாசகிகளும் அவற்றின் படி செயல்பாடுவார்கள்.

பௌத்தர்களின் உணவு

இல்லறத்தார் தாமாக முன்வந்து மனமுவந்து இடும் பிச்சையை உண்டே பிக்குகள் வாழ வேண்டியிருப்பதால், இந்த உணவுதான் உண்ண வேண்டும் என்ற எந்த விதியும் அவர்களைப் பொருத்தவரையில் இருக்க இயலாது. இடப் பட்ட பிச்சை எதுவாக இருந்தாலும் அதை ஏற்று அவர்கள் உண்கிறார்கள்.

உட்கொள்ளப்படும் உணவு பிரதேசத்துக்குப் பிரதேசம் அதன் சூழ்நிலை, வெப்பநிலை, கிடைக்கும் பொருட்கள் ஆகியவற்றிற்கேற்ப மாறுபடும். உயிர்களுக்கு ஊறுவிளைவிக்க லாகாது என்பது பௌத்தத்தின் அடிப்படைக் கோட்பாடாக இருப்பதால், தாவர உணவே இங்கே பரிந்துரைக்கப்படுகின்றது. ஆனால் தாவர உணவு கிடைப்பது அரிதாக உள்ள திபெத்து போன்ற குளிர்ப் பிரதேசங்களில் உள்ள லாமாக்கள் எனப்படும் பிக்குகளும் திபெத்திய பௌத்தர்களும் மாமிச உணவு உட் கொள்வதை இழிவாகக் கருதிக் கண்டிக்க இயலாது. தாவரமும் உயிர் கொண்டதே. ஆனால் ஐந்தறிவு கொண்ட விலங்குகளை நாம் உணவுக்காகக் கொல்லும்போது அதிகத் துக்கத்தை விளைவிக்கக் காரணமாகின்றோம். ஆகையால், ஒவ்வொருவரும் தம் சூழ்நிலைக்கேற்பத் தாம் கடைப்பிடிக்க வேண்டிய நடு வழியைத் தாமே தேர்ந்தெடுத்துக்கொள்ள வேண்டும்.

இறைச்சி விற்பனைக்காக விலங்குகளைக் கொலைசெய்யும் தொழிலைப் பௌத்தம் ஏற்பதில்லை. இறைச்சி வணிகத் தொழிலை ஏற்கலாகாது என்று பௌத்தம் தடைசெய்கின்றது. மதச் சடங்குகளில் ஈவு இரக்கமின்றி விலங்குகள் பலியிடப் படுவதை வன்மையாகக் கண்டித்து, இந்தியாவில் மதங்களின் சீர்திருத்தத்திற்கு முதற்காரணமாக அமைந்தவர் புத்தர்.

தனிப்பட்ட முறையில் ஒருவரது உணவுப் பழக்கம் எதுவாக இருந்தாலும் பௌத்தச் சடங்குகளில் மாமிசத்துக்கு இடமில்லை. தாவர உணவே வழங்கப்பட வேண்டும் என்பது கட்டுப்பாடான நெறிமுறையாகின்றது.

அத்தியாயம் - 8

தானம் – சீலம்

தானம்

தானமளிப்பது பௌத்த அறநெறியில் மிக முக்கிய மான இடம்பெறுகின்றது. ஈகையாகிய மேன்மையில் முழுநிறைவு அடைகின்றபோது போதிசத்துவர் மெய்ஞ் ஞானம் பெறுகின்றார். பௌத்த உபாசகர்களும் போதி சத்துவர்களைப் பின்பற்றி ஈகை நெறியைக் கடைப்பிடிக் கிறார்கள்.

பௌத்தத்தில் ஈகை நான்கு வகையாகக் காட்டப் படுகின்றது:

- பிறர் நலத்திற்காகத் தம்ம போதனை அளிப்பது,
- தேவைப்படுவோருக்கு இயன்ற அளவு பொரு ளுதவி செய்வது,
- துயரத்திலிருப்போருக்கு அன்பும் ஆதரவும் தருவது,
- அநீதிகளும் கொடுமைகளும் மக்களுக்கு இழைக்கப்படுகின்றபோது அவற்றிற்கு எதிராக அச்சமின்றிப் போராடுவது.

அச்சமேதுமின்மை போதிசத்துவரின் தனிப்பெரும் குண நலனாகும். மக்களின் அறியாமையையும் துயரத்தை யும் வறுமையையும் ஒழிப்பதற்கும் அநீதியான சமூகக் கொடுமைகளிலிருந்தும் கொடுங்கோன்மையிலிருந்தும் மக்களை விடுவிப்பதற்கும் போதிசத்துவர் தம் வாழ்க்கையை அர்ப்பணித்தவராய் இருக்கிறார்.

போதிசத்துவரின் எல்லாச் சேவைகளும் தன்னல மேது மற்ற, அன்பும் கருணையும் இணைந்த, மனித

நேயத்தோடு செயலாற்றப்படுகின்றன. 'தான்' எனும் தனித்துவ உணர்வு இன்மை அவரது எல்லாச் செயல்களிலும் ஊடுருவி நிற்கிறது. தானமளிக்கும் போதிசத்துவர் தாம் தானமளிப்ப தாகவோ தானம் பெறும் பிறிதொருவர் இருப்பதாகவோ கொடுக்கப்படும் தானம் என ஒன்று இருப்பதாகவோ எந்த இருமை உணர்வுமின்றிச் செயல்படுகின்றார். செய்யும் செயல்கள் அனைத்தையும் அனைத்து உயிர்களும் துக்கம் நீங்கி நிப்பாணப் பேரின்பத்தை அடைய வேண்டும் என்னும் அன்புணர்வோடு நிப்பாணத்திற்கே சமர்ப்பிக்கின்றார்.

தானம் இவ்வாறு பூரணமான, உண்மையான ஞானத் தோடு செய்யப்படும்போது முழுநிறைவு பெறுகின்றது, மேன்மை அடைகின்றது. வறியவர்களுக்குக் கொடுக்கப்படும் தானம் அன்புணர்வோடு ஏற்றத்தாழ்வு என்னும் உணர்வின்றி இருக்க வேண்டும். பொருள் தானம் வறுமையால் துக்கத்தில் வாடுபவர் களுக்கே அளிக்கப்பட வேண்டும். பலனை எதிர்பார்த்து அளிக்கப்படுவது தானமாகாது. பௌத்தச் சங்கங்களைச் சேர்ந்த பிக்குகளுக்கு அளிக்கப்படும் தானம் அன்போடும் பணிவோடும் சிரத்தையோடும் கொடுக்கப்பட வேண்டும்.

பௌத்தர்கள் பிக்குகளுக்குத் தரும் தானம் இரண்டு வகைப்படும்:

முதலாவது, பிக்குகளின் அன்றாடத் தேவைகளைப் நிறைவேற்றுவதற்கான பொருள்களைத் தானமாக அளித்தல். உணவு, தண்ணீர், உடைகள், மருந்து, தங்குவதற்குப் பாதுகாப் பான இடம், சவரக்கத்தி, பற்களைத் துலக்கக் குச்சி, பற்பசை, சோப்புக்கட்டி, பேனா, காலணிகள், அஞ்சலட்டைகள் ஆகிய வற்றைத் தானமாக அளிப்பது முதல் வகையில் அடங்கும். இடம்விட்டு இடம் செல்லும் பிக்குகளின் வழிச் செலவுகளுக் காகப் பணம் தரப்பட வேண்டும். பிக்குகளிடம் பயிற்சி பெறும் உபாசகர்கள் அப்பயிற்சிகளுக்காக அவர்களுக்குத் தனியாக நன்கொடைகள் வழங்க வேண்டும்.

இரண்டாம் வகை தானம் "*கடின சீவரதானம்*" என்று அழைக்கப்படுகின்றது. ஐப்பசித் திங்களில் நிகழும் பௌர்ணமி தினத்தில் *வஸ்ஸான வாசம்* (மழைக்கால ஓய்வு) முடிவதைக் குறிக்கும் சடங்கு அனுசரிக்கப்படும்போது இந்தத் தானம் அளிக்கப்படுகின்றது. இந்த நாளில் பௌத்த உபாசகர்கள் விஹாரம் வந்து மும்மணி சரணம் புகுந்து எட்டுச் சீலங்களை அனுசரித்துப் புத்தருடைய ஜாதகக் கதைகளைக் கேட்டறி வார்கள். ஆண்டு முழுவதும் பிக்குகளுக்குத் தேவையான சீவர உடைகள் தயாரிக்கப்பட்டு இந்த நாளில் தானமாக வழங்கப்படுகின்றன. வணக்கத்திற்குரிய மூத்த பிக்குகளுக்குப்

பிரத்தியேகமான அங்கி தானமாக வழங்கப்படும். இந்தப் பௌர்ணமி நாள் உலகிலுள்ள பௌத்த நாடுகளில் ஒரு முக்கியமான திருவிழாவாகக் குதூகலத்துடன் கொண்டாடப் படுகின்றது. ஒவ்வொரு உபாசகரும் குறைந்தது ஐந்து பிக்கு களுக்கு இந்த நாளில் சீவர அங்கி (துவராடை) தானமளிக்கிறார்.

மற்ற பாரம்பரியங்களைப் போலன்றி, பௌத்தப் பாரம் பரியத்தில் பிக்குகள் உணவுகளையோ உடைகளையோ பிச்சை கேட்டு வாங்குவதில்லை. கேட்கப்படாமல் தாமாகவே விரும்பி மற்றவர்கள் முன்வந்து அளிக்கும் தானத்தையே ஏற்றுக்கொண்டு, மரணத்தைத் தழுவும்வரை அவர்கள் அமைதியுடனும் கிடைத்தது போதுமென்ற நினைவுபெற்ற மனத்துடனும் வாழ்கின்றார்கள். பிக்குகளின் இந்தப் பண்பாட்டை நன்கு அறிந்தவர்களாய், அவர்கள் கேட்காமலே அவர்களுக்குத் தேவையானவற்றை வழங்க வேண்டியது இல்லறத்தாரின் சீரிய நெறியும் கடமையுமாகும்.

எல்லாத் தானங்களையும்விடச் சிறப்பானது, மேன்மை யானது, தம்ம தானம். தம்மத்தைக் கற்றறிந்து பிறருக்குப் போதித்து அவர்களின் துயரங்களை நீக்க உன்னத எட்டு அங்கப் பாதையைக் காட்டுவதும் அவர்களை நல்வழிப்படுத்து வதும் தானங்களில் உயர்ந்த தானமாகும். ஏனெனில் இந்தத் தம்ம தானம் மற்ற தானங்களைப் போல இல்லாமல், நிலைத்து நிற்கக்கூடியது, அழிவற்றது, மேல்நிலைக்கு இட்டுச் செல்வது. இந்தத் தம்ம தானம் அளிக்க வேண்டியது பிக்குகள் ஏற்க வேண்டிய கடமைகளில் ஒன்றாகும். இந்தத் தம்மதானம் வழங்கும் பிக்குகளின் சங்கத்திற்குத் தமது புத்திரர்களில் ஒருவரை நன்கொடையாகத் தந்து சங்கத்தில் சேர்த்துவைப்பது பௌத்த நாடுகளில் ஒவ்வொரு இல்லறத்தாரின் கடமை யாகவும் உன்னத தானமாகவும் கருதப்படுகின்றது.

வருவாயில பத்தில் ஒரு பங்கைத் தானத்திற்கென ஒதுக்கி வைப்பது நல்ல பழக்கமாகக் கருதப்படுகின்றது. இயன்றவரை உபாசகர்கள் இதைப் பின்பற்றுவது உத்தமம்.

சீலம் (நல்லொழுக்க நெறி)

அத்தியாயம் – 2இல் விளக்கப்பட்டுள்ளதுபோல, சீலம் **நற்பேச்சு-நற்செயல் – நற்தொழில்** ஆகிய மூன்று அங்கங்களைக் கொண்டதாகும்.

குருவிடம் தம்ம உபதேசம் பெற்றுப் பௌத்த தம்மம் கூறும் சீலங்களைத் தவறாது அனுசரிக்கும் உபாசகர்கள் மேன்மை பெறுகிறார்கள். நோய் நொடிகளின்றி உடல்நலம்

குன்றாமல் அவர்கள் நீண்ட ஆயுட்காலத்திற்கு மகிழ்வுடனும் நிறைவுடனும் வாழ்கின்றார்கள். உற்றார்களும் உறவினர்களும் நண்பர்களும் அவர்களை அன்புடன் நேசிக்கிறார்கள். அவர்களை ஆதரித்துப் போற்றும் நண்பர்கள் குழு பெருகுகின்றது. தீயவற்றி லிருந்து விலகிக் குறைகளும் களங்கங்களும் ஏதுமின்றி இருப்ப தால், தீமைகள் அவர்களைத் தீண்டுவதில்லை. இவ்வாறு உபாசகர்கள் துக்கங்களிலிருந்தும் துயரங்களிலிருந்தும் விடு பட்டவர்களாய் உன்னத எட்டு அங்கப் பாதையில் இறுதிக் குறிக்கோளாகிய நிப்பாணத்தை நோக்கி முன்னேறுகின்றார்கள். சில சமயங்களில் தவிர்க்க முடியாத காரணங்களினால் பஞ்சசீலங்கள் எந்த ஒன்றிலாவது வழுவ நேரிட்டால், உபாசகர் தமது குருவாகிய பிக்குவை அணுகி அவரிடம் மனம் உருகித் தமது பிழையை வெளிப்பட உரைத்து மன்னிப்புப் பெற வேண்டும். மீண்டும் குருவிடம் உபதேசம் பெற்று, பஞ்சசீலங் களில் வழுவாது நிலை பெற்றிருக்க உறுதிகொள்ள வேண்டும். தம்மத்தில் சரியான உபதேசம் பெறாமல் ஒருவர் பண்பட்ட மனிதராக மாற இயலாது. ஆகவே ஒவ்வொருவரும் ஒரு தம்ம குருவை ஏற்று அவரிடம் உபதேசம் பெறுவது இன்றி யமையாததாகும்.

மற்ற மதப் பரம்பரைகளில் தங்களது பிரிவுகளை வெளிப் படுத்திக் காட்டும் வகையில் நாமம், விபூதி போன்ற குறிகள் அல்லது அடையாளங்கள் ஏற்றுக்கொள்ளப்பட்டு அணியப்படு கின்றன. ஆனால் பௌத்த உபாசகர்களை மற்றவர்களிட மிருந்து பிரித்து வேறுபடுத்திக்காட்டும் குறிகளோ தனிப்பட்ட அடையாளங்களோ எதுவும் கிடையாது. அவர்களை அலங்கரிப்ப தெல்லாம் முகங்களில் காணப்படும் அமைதியும் பொலிவும் அன்பும் நேச உணர்வின் பிரதிபலிப்புமேயாகும். அவர்கள் வாழ்க்கையில் ஒவ்வொரு கணமும் நல்ல மன விழிப்புணர்வு உள்ளவர்களாய், எப்பொழுதும் தியானத்தில் ஈடுபட்டவர் களாய் இருக்கிறார்கள். உள்ளும் புறமும் வேறுபாடின்றி அனைத்து உயிர்களையும் நேசிக்கும் அன்புணர்வு ஓங்கியவர் களாய், போதுமென்னும் மனநிறைவு பெற்றவர்களாய் அவர்கள் என்றும் வாழ்கின்றார்கள். அவர்களின் முகங்களில் பொலியும் அன்புணர்வும் பிரகாசிக்கும் அறிவுத் தெளிவும் அவர்களைப் பௌத்தர்களாகி அடையாளமிட்டுக் காட்டும். அவர்களது ஞானமும் அன்பும் கருணையும் அனைவரையும் ஈர்க்கும். அனைவரும் அவர்களைப் போற்றி மகிழ்வார்கள். மற்ற மதப் பாரம்பரியங்களில் இறைபொருளிடம் பாதுகாப்பு வேண்டி பிரார்த்திக்கப்படுகின்றது. ஆனால் பௌத்தர்களுக்கு நல் லொழுக்கமும் அறநெறியுமே பாதுகாப்பாகும்.

அத்தியாயம் 9

பாவனா (தியானம்)

பௌத்தத்தில் தியானம் முதலில் "*பாவனா*" என்னும் பாலி மொழிச் சொல்லால் அழைக்கப்பட்டது. "*பாவனா*" என்பது "வளர்த்தல்", "பண்படுத்தல்", "வேளாண்மை" என்று பொருள்படும். அதாவது, "மன வேளாண்மை", "மனவளப் பண்பாடு" என்று கொள்ளலாம். ஆகவே தியானம் என்பது "தன் மனத்தைத் தானே பண்படுத்தல்", "தன் மனத்தைத் தானே வளர்த்தல்", "தன்னைத்தானே தூய்மைப்படுத்துதல்", ஆகும். இதுவே "ஆத்ம கலாச்சாரம்" என்றும் வடமொழியில் குறிப்பிடப்படுகின்றது.

மற்ற மதப் பாரம்பரியங்களில் கடவுள் பிரார்த்தனைக்கு எவ்வளவு முக்கியத்துவம் கொடுக்கப்படுகின்றதோ அவ்வளவு முக்கியத்துவம் பௌத்தத்தில் தியானத்திற்குத் தரப்படுகின்றது. தியானத்தின் அவசியத்தைப் பௌத்தம் பெரிதும் வலியுறுத்துகின்றது. உடலாலும் வாக்காலும் உள்ளத்தாலும் செய்யப்படும் செயல்களே மனிதனின் வாழ்வை நிர்ணயிக்கின்றன. நல்ல உள்ளத்தோடும் நல்ல நோக்கத்தோடும் செய்யப்படும் செயல்கள் நல்ல பலன்களைத் தருகின்றன. தீய உள்ளத்தோடும் தீய நோக்கத்தோடும் செய்யப்படும் செயல்கள் தீய பலன்களையே விளைவிக்கின்றன. மனமே எல்லாச் செயல்களையும் தூண்டி இயக்கும் மூலக் கருவியாகும். வாழ்வில் நல்ல பலன்களையும் மகிழ்ச்சியையும் ஆனந்தத்தையும் அடைய விரும்பாத உயிர்களே இல்லை. ஒவ்வொருவரும் துக்கமற்ற ஆனந்தமயமான வாழ்வையே விரும்புகிறார்கள். நல்ல உள்ளமும் நல்ல நோக்கமும் நல்ல செயல்களுமின்றி வாழ்வில் நல்ல பலன்களும் ஆனந்தமும் விளையும் சாத்தியக்கூறு இல்லை. ஆகவே மனத்தைச் செம்மைப்படுத்தி நல்ல நெறியில் செலுத்த

வேண்டியது அவசியமாகின்றது. மனத்தைச் செம்மைப் படுத்துவது தியானத்தின் மூலமே சாத்தியமாகும்.

அ. அடிப்படைத் தியானங்கள்

மனத்தைப் பண்டுத்துவதற்கு எளிய வழியாகப் பௌத்தம் காட்டுவது புத்தம், தம்மம், சங்கம் ஆகிய மும்மணிகளின் மேன்மைகளையும் சிறப்பான பண்புகளையும் வழிபடுவதும் ஆழ்ந்து சிந்தித்துத் தியானிப்பதுமாகும்.

புத்தருடைய ஒன்பது சிறப்புப் பண்புகளும், தம்மத்தினுடைய ஆறு சிறப்புப் பண்புகளும், சங்கத்தினுடைய பத்து சிறப்புப் பண்புகளும் இங்கு நினைவுகூர்ந்து ஆழ்ந்து தியானிக்கப் படுகின்றன. இவை *புத்தானுஸ்ஸதி, தம்மானுஸ்ஸதி, சங்கானுஸ்ஸதி* எனக் கூறப்படுகின்றன. பாலி மொழிச் சொல்லான "*அனுஸ்ஸதி*" என்பது "*நினைவுகூர்ந்து தியானித் திருத்தல்*" எனப் பொருள்படும்.

ஆர்வத்தோடு ஆத்மார்த்தமாக இவற்றைச் சிந்தித்தும் வழிபட்டும் உள்வாங்கிப் பதித்துகொள்ளும்போது மனத்தின் அடி ஆழத்தில் மிகப்பெரும் உருக்கம் அல்லது மாற்றம் ஏற்படுவதை நம்மால் உணர முடியும். உதாரணமாக, புத்தரது பண்புகளும் சிறப்புகளும் நினைவுகூர்ந்து வழிபடப்படும் போதும் சிந்திக்கப்படும்போதும், ஒவ்வொன்றும் மனக்கண்ணில் உருவகப்படுத்திப் பார்க்கப்பட்டு அது புத்தரது சாதனை யுடனோ அல்லது அவரது வாழ்வில் நிகழ்ந்த ஒரு அரிய நிகழ்ச்சியுடனோ இணைத்துச் சிந்திக்கப்படுகின்றது. இவ்வாறாக அந்தப் பண்புகளும் மேன்மைகளும் உள்ளூர உணரப்படும் உண்மைகளாகின்றன, உயிர்த்துடிப்புள்ளவைகளாகின்றன, நிதர்ஸனமாக அனுபவிக்கப்படுகின்றன. அவற்றை ஒருவர் தன் சொந்த வாழ்க்கையுள் தொடர்புபடுத்தி, மனவளத்துக்கும் ஆன்மீக வளர்ச்சிக்கும் பொருத்தமாகவும் உதவும்படியாகவும் அமைத்துக்கொள்ளலாம்.

அ.1 மூன்று நினைவுகூர்தல்கள் (*அனுஸ்ஸதி*)

(1) *புத்தானுஸ்ஸதி* - புத்தரின் பண்புகளை நினைவுகூர்தல்

இதிபி ஸோ பகவா

உண்மையில் மேன்மை எய்திய பகவான் இவரே.

1. அரஹங்

மனமாசுக்களை அறுத்தெறிந்த அரஹந்தர்.

2. ஸம்மாஸம்புத்தோ
   தாமே பூரணஞானம் எய்தியவர்.
3. விஜ்ஜா சரண ஸம்பன்னோ
   மெய்யறிவும் உயரிய ஒழுக்கமும் இணைந்து உருவானவர்.
4. ஸுகதோ
   புனிதப் பாதையில் நடந்து இலக்கை அடைந்தவர்.
5. லோகவிதூ
   அனைத்து உலகங்களையும் அறிந்தவர்
6. அனுத்தரோ புரிஸ தம்ம ஸாரதி
   மக்களைப் பயிற்றுவித்து நல்வழியில் செலுத்தும் ஒப்பற்ற வழிகாட்டி
7. ஸத்தா தேவ மனுஸ்ஸானங்
   தேவர்களுக்கும் மனிதர்களுக்கும் போதகர்
8. புத்தோ
   மெய்ஞ்ஞானமூட்டுபவர்.
9. பகவாதி
   போற்றுதலுக்குரிய புனிதர்.

நமோ தஸ்ஸ ஸம்மா ஸம்புத்தஸ்ஸ
   அத்தகைய சம்மா சம்புத்தருக்கு வணக்கம்

1. அரஹங்

மனமாசுக்களையும் கேடுகளையும் வேரறுத்துத் தமது இறுதி இலக்கான நிப்பாண நிலையை அடைந்த புனிதரான அரஹந்தர், முழுநிறைவு பெற்ற புத்தர் அவர். தமது சொந்த முயற்சிகளாலேயே ஆன்மீக ஆற்றல்களை ஊக்கி வளர்த்துக் கடும் உழைப்பால் பிறப்பு – மரணம் – மறுபிறப்பு எனத் தொடர்ந்து நிகழும் கொடிய சம்சாரச் சுழற்சியிலிருந்து விடுபட்டவராய் நிப்பாண நிலையை அடைந்தவர் அவர்.

அறியாமையால் பேராசைகள், பேராசைகளால் பற்றுதல்கள், பற்றுதல்களால் தீய கர்மவினைகள், அவற்றால் விளையும் பலன்கள், ஆசைகளாகிய சக்திகளின் பரிணாம வளர்ச்சி என்று ஒன்றுக்கொன்று காரணமாகி, ஒன்றையொன்று

தொடர்ந்து, காரணம் – விளைவு என்று சுழன்றுகொண்டிருக்கும் சார்புவழி வாழ்க்கைச் சுழற்சியின் மூலகாரணத்தை அறிந்து, அறியாமையையும் பேராசைகளையும் வெற்றிகண்டு சுழற்சியிலிருந்து விடுபட்டவர் புத்தர். துக்கத்திலிருந்து பூரணமாகவும் நிரந்தரமாகவும் விடுதலை பெற்றவர்.

சார்புவழித் தொடரும் வாழ்க்கைச் சக்கரச் சுழற்சியிலிருந்து *(dependent origination)* விடுபட்ட புத்தர் வேறு எந்த உலகங்களிலும் ஏன் தேவலோகங்களிலும்கூடப் பிறவியெடுக்க நேராத ஒரு அரிய நிலையை அடைந்தார். தேவலோகங்களுக்கும் மேற்பட்ட ஒரு அரிய நிலை, நிப்பாண நிலை இது. துக்கத்தைப் பூரணமாகவும் நிரந்தரமாகவும் அறுத்த நிலை இது. அனைத்து உயிரினங்களின் மேலும் கொண்ட அளவற்ற அன்பாலும் கருணையாலும் அனைவரும் அந்தத் துக்கமில்லாத நிலையை அடைய வேண்டும் என்பதற்காகப் புத்தர் தாம் கண்டறிந்த உண்மைகளையும் தம்மத்தையும் போதிப்பதில் நிப்பாணத்திற்குப் பின் வாழ்ந்த 45ஆண்டுகளையும் அர்ப்பணித்தார். நிப்பாண நிலைக்கு இட்டுச் செல்லும் தம்மப் பாதையை, தாம் கடந்துவந்த தம்மப் பாதையை, அனைவருக்கும் போதித்தார். ஒரு முன்னோடி என்னும் முறையில் அவர் மிகச் சிறந்த அரஹந்தர்கள் பலரை உருவாக்கிப் பௌத்த சங்கத்தை நிறுவினார். அதனால்தான் அவர் “அரஹந்தர்களுக்கெல்லாம் அரஹந்தர்” என்றும் “தேவர்களுக்கெல்லாம் தேவர்” என்றும் போற்றிப் புகழப்படுகின்றார்.

2. ஸம்மா சம்புத்தோ

பூரண ஞானம் எய்தியவர். இப்பூவுலகில் முதன்முதலாகப் பூரண ஞானம் எய்தியவர் நாம் வணங்கும் புத்தரே! மேலும் இதில் ஒரு சிறப்பு என்னவென்றால், அவர் மற்ற எந்த ஆசிரியரின் உதவியோ வழிகாட்டலோ இல்லாமல் தமது சொந்த முயற்சியால் தாம் கண்டறிந்த தம்மத்தின் மூலம் இந்த உச்சபட்ச நிலையை அடைந்தார். அனைத்து அறிவுகளின் கொள்கலம் அவர். அனைத்து அறிவுகளையும் பிரகாசித்து வெளிப்படுத்திக் காட்டி அனைத்து மக்களுக்கும் அறிவூட்டும் போதகராகவும் இருந்தார் அவர்.

கடந்த காலத்தில் நிகழ்ந்தவை, தற்காலத்தில் நிகழ்பவை, எதிர்காலத்தில் நிகழ விருப்பவை என அனைத்தையும் அறிந்தவர் *(ஜானாதி)* அவர், தெய்வீகக் கண்ணால் நிதர்சனமாகக் கண்டவர் அவர். ஆன்மீகச் சிறப்பு அவரால் முழுமையாக அடையப்பட்டுவிட்டதைக் காட்டுகின்றது புத்தரின் இந்த

மேன்மை. இவ்வாறு அனைத்தையும் அறிந்தவர் *(ஸப்பாஞ்ஞு)* அவர், தாமே புத்தரானவர் *(சயம்பு)* அவர்.

3. விஜ்ஜா சரண சம்பன்னோ

மெய்யறிவு மற்றும் உயரிய ஒழுக்கத்தின் உறைவிடம் அவர். மெய்யறிவும் ஒழுக்கமும் ஒருங்கிணைந்து உருப்பெற்ற ஞானம் மற்றும் நல்லொழுக்கப் பிழம்பாகவே திகழ்ந்தார் அவர்.

நான்கு உன்னத உண்மைகளையும் கண்டறிந்ததன் மூலம் அவர் பெற்ற ஞானம் அனைத்தையும் அறிந்ததாக இருந்தது, தடையற்றதாக இருந்தது, அளவற்றதாக அமைந்தது.

மற்றவர்களும் துக்கத்திலிருந்து மீள வேண்டும் என்பதற்காகத் தாம் கண்டறிந்த தம்மப் பாதையையும் பிணைக்கும் தளைகளிலிருந்து விடுவிக்கும் ஞானத்தையும் அனைவருக்கும் எடுத்துக்காட்டி விளக்கிய அவரது பெருந்தகைமை அளவற்ற ஒழுக்கத்தாலும் எல்லையற்ற கருணையாலும் விளைந்தது. மெய்ஞ்ஞானம் எய்திய பின்னர் தாம் பெற்ற நிப்பாணப் பேரின்பத்திலேயே, சமாதியிலேயே, செயலின்றி ஆழ்ந்து திளைத்திருந்திருக்கலாம் அவர். ஆனால், மற்றவர்கள் துக்கத்தில் அல்லலுறுவதைத் தம் பேரறிவால் ஊடுருவிக் கண்ட அவர், கருணையுள்ளம் மேலோங்க அவர்களின் துயரங்களைத் தீர்ப்பதே இனித் தமது கடமையென மேற்கொண்டார். தாம் கண்ட மெய்யறிவின் மூலம் துக்கமயமாகிய சம்சார சாகரத்தைக் கடந்த புத்தர், தமது அபரிமிதமான அன்பு, கருணை மற்றும் நற்குணங்களின் மூலம் மற்றவர்களையும் துக்க சாகரத்திலிருந்து மீட்க முடிந்தது.

4. ஸுகதோ

புனிதப் பாதையில் நடந்து இலக்கை அடைந்தவர் இவர்.

புத்தராக உயர்வதற்கு ஒருவர் முதற்கண் மிகச் சிறந்த பத்து ஆன்மீக மேன்மைகளை முழுமைசெய்து நிறைவுபடுத்த வேண்டியது இன்றியமையாததாகும். அந்த மேன்மைகளை நிறைவுபடுத்துவதற்குச் சாதாரண மனித ஆற்றலுக்கு அப்பாற்பட்ட தியாக உணர்ச்சியும் தடைகளை எதிர்த்துப் போராடும் பேராண்மையும் தீரமும் அவசியமாகும். புத்தராக மாறப்போகும் போதிசத்துவர் நூற்றுக்கணக்கான தனது முற்பிறவிகளிலிருந்து தொடர்ந்து உள்ளார்ந்த ஆர்வத்துடனும் தோல்விகண்டு தளராத ஊக்கத்துடனும் விடாமுயற்சியுடனும் தனது ஆன்மீகப் பண்பு

களைப் பெருக்கி நிறைவுபடுத்தக் கடுமையாக உழைப்பவராக இருக்கிறார். முயற்சியில் வெற்றி கண்டு புத்தரான அவர், இவ்வண்ணம் மங்களகரமாக அனைத்து மேன்மைகளையும் சுமந்து வருபவராக இருக்கிறார் (ஸு + ஆகதோ).

இவ்வண்ணம் நிப்பாணம் எய்திய அவர் பின்னர் அனைத்து உயிர்களையும் காக்க நிப்பாணத்திலிருந்து சம்சாரத் திற்கு இறங்கிவந்து, மக்களைத் துக்கத் தளையிலிருந்து விடு விக்கக் கடுமையாக உழைக்கிறார். உடலை நீத்து இப்பூவுலகை விட்டுச் செல்லும்போதும் அவர் தனிச் சிறப்புடன் செல்கிறார் (ஸு + கதோ). எண்ணற்ற உயிர்களின் வாழ்வில் அறியாமையை அகற்றி ஒளியேற்றும் வண்ணம் ஓர் அரிய பொக்கிஷத்தைத் தந்துவிட்டுச் செல்கிறார். தம்ம தீபத்தை ஏற்றித் தந்துவிட்டுச் செல்கிறார். உலகம் முழுவதும் ஊடுருவியிருக்கும் துக்கத் தளைகளிலிருந்து அனைவரையும் விடுவிக்கும் ஒப்பற்ற போதனை யாகிய தம்மத்தை அற்புதமாக விளக்கிச் சொல்லிவிட்டுச் சென்றிருக்கிறார் அவர்.

"இவ்வண்ணம் நிப்பாணத்திற்கு வந்தவர்—இவ்வண்ணம் சம்சாரத்தில் இறங்கிச் செயலாற்றிவிட்டு மறைந்தவர்" என்பதால் அவர் ததாகதர் எனவும் அழைக்கப்படுகின்றார்.

5. லோக விதூ

அனைத்தையும் அறிந்தவரான புத்தர் அனைத்து உலகங் களைப் பற்றியும் அறிந்தவராக (லோக விதூ) இருக்கிறார்.

எதுவும் அவரது அறிவுக்குத் தடையாக இருக்க முடியாது, இடையூறாக இருக்க முடியாது. கடந்த காலத்தைப் பற்றியதோ தற்காலத்தைப் பற்றியதோ எதிர்காலத்தைப் பற்றியதோ எதையும், அருகில் இருப்பதோ அல்லது தொலைவினில் இருப்பதோ பருமனானதோ அல்லது நுண்மையானதோ எதையும் – புத்தர் தாம் அறிய விரும்பும் எதையும் – அற்புதமாகவும் பூரணமா கவும் ஊடுருவிப் பார்த்து அறிகிறார். இதனால் அவர் அனைத்தையும் ஒரே கணத்தில் அறிகிறார் என்று அர்த்த மில்லை. அம்மாதிரி ஒரே சமயத்தில் அனைத்தையும் அறிய முற்படுவது அறிவோட்டத்திற்குத் தடையாகவே இருக்கும், அறிவை மூழ்கடிப்பதாகும். அனைத்து உயிரினங்களையும் அனைத்து வாழ்க்கைத் தளங்களையும் அனைத்துத் தியான நிலைகளையும் எல்லா வகையான உணர்வுகளையும், சம்சாரத் தளைகளிலிருந்து விடுபட்டு நிப்பாணத்தை அடையும் பாதையை யும் இவற்றைப் பற்றிய ஒவ்வொரு உண்மையையும் ஆழ்ந்து ஆராய்ந்து அறியக்கூடிய திறனையே இது குறிக்கிறது.

இவ்வாறு அனைத்து உயிரினங்களையும் உயிர்கள் பிறவிகொள்ளும் எல்லா உலகங்களையும் ஊடுருவி அறியும் தம் திறமையின் மூலம், புத்தர் ஒவ்வொரு மனிதருக்கும் அவரது குணநலன், இயல்பு, செயலாற்றல், பரிணாம வளர்ச்சி யின் அளவு ஆகியவற்றிற்கேற்பப் பொருத்தமான நல்வழி காட்ட முடிகின்றது.

6. அனுத்தரோ புரிஸ தம்ம ஸாரதி

மக்களைப் பயிற்றுவித்துப் பழக்கி நல்வழியில் நடத்திச் செல்லும் ஒப்பற்ற வழிகாட்டி புத்தர்.

தீயவர்களையும் அமைதிப்படுத்தி நல்வழியில் செலுத்திய புத்தரது அரும் பண்பும் இதில் அடங்குகிறது. நிப்பாணம் எய்திய பின்னர் புத்தர் தம்மப் பணி ஏற்று வாழ்ந்த 45 ஆண்டுகாலக் கடின வாழ்க்கையில் நிகழ்ந்த எண்ணற்ற நிகழ்ச்சி கள் அவரது இந்தப் பண்புக்குச் சிறந்த சான்றுகளாக விளங்கு கின்றன. தம்மை எதிர்த்த அல்லது குற்றஞ்சாட்டிய கொடியவர் களையும் அவர் தமது மாபெரும் ஆன்மீகப் பலத்தால் வெற்றி கண்டு நல்வழிப்படுத்தியிருக்கிறார். மன்னர்களாலும் அடக்க முடியாத கொள்ளைக்காரனும் கொலைகாரனுமான அங்குலி மாலாவைத் திருத்தி, தம்மத்தின் பாதையில் வழிநடத்திப் பொறுமையின் உருவமாக அவனை மாற்றியது புத்தருடைய கருணையின் வலிமையைக் காட்டுகின்றது.

கருணையின் உருவான புத்தர் தீயவர்களை வெற்றி கொண்டவராக இராமல் அவர்களையும் தீமையிலிருந்து பாதுகாப்பவராகவே இருந்தார். அனைவரின் பாதுகாவலர் அவரே, அடைக்கலமும் அவரே. அவருக்கு ஈடாக எவருமில்லை.

7. ஸத்தா தேவ மனுஸ்ஸானங்

ஞானம் பெறவும் விடுதலை அடையவும் விரும்பும் அனைத்து மனித மற்றும் தெய்வப் பிறவிகளின் ஒப்பற்ற ஆன்மீக ஆசானாகவும் வழிகாட்டியாகவும் விளங்குகிறார் புத்தர்.

மனிதர்களுக்கு மட்டுமல்ல, தேவர்களுக்கும் ஆசான் என்று இங்குக் கூறப்படுவது உலகாயதத்தைத் தாண்டிய அவரது அற்புத நிலையை வலியுறுத்திக் காட்டுகின்றது. அனைத்துத் தேவ உலகங்களுக்கும் அப்பாற்பட்ட அரிய நிப்பாண நிலையை அடைந்துவிட்டதால், அவர் தேவர்களுக்கும் பிரம்மாக்களுக்கும் மேம்பட்டவராகிறார், மேலானவராகிறார். தேவர்களும் பிரம் மாக்களும் அவரை மிகப் பக்தியுடன் அணுகித் தங்களது

ஆன்மீகப் பிரச்சினைகளைத் தீர்த்துவைக்குமாறும் தங்களை முக்திநிலைக்கு இட்டுச் செல்லுமாறும் புத்தரிடம் வேண்டிக் கொள்கின்றனர்.

உண்மையை நாடும் அனைவருக்கும் உச்சபட்ச ஆசானாகப் புத்தர் இருப்பதால், அவர் ஒருவரே "உண்மையான அடைக்கலம்" ஆவார்.

8. புத்தோ

இது புத்தரது எட்டாம் பண்பும் மேன்மையும் ஆகும்.
தாமே பூரண ஞானம் எய்திய புத்தர், மற்றவர்களும் அதை அடைய உதவுகிறார்; மற்றவர்களுக்கும் ஞான ஒளியைக் காட்டுகிறார்.
அவர் மேன்மையில் நிறைவு பெற்றவர்.
உண்மைகளைக் கண்டறிந்தவர்.
தாமே தம் சொந்த முயற்சிகளாலே ஞானம் எய்தியவர்.
மெய்யறிவு மற்றும் நல்லொழுக்கத்தின் அவதாரம்.
உன்னதமான நிலையை அடைந்தவர்.
எல்லாம் அறிந்தவர்.
நிகரற்ற பயிற்சியாளர், பழக்குபவர்.
ஆசான்களுக்கெல்லாம் ஆசானாக இருப்பவர்.
உச்சபட்ச ஞானத்தை அடைந்தவர்.
உண்மையை நாடும் அனைவருக்கும் ஞான ஒளியைக் காட்டுபவர்.

தானே ஒளிவிட்டுப் பிரகாசிக்கும் சூரியன் சுற்றிலுமுள்ள அனைத்தையும் ஒளியிட்டுக் காட்டுகின்றது, ஒளிரச்செய்கின்றது. சூரியனைப் போலவே புத்தரும் தாமே பூரண ஞானம் எய்தியவராய், சுற்றிலுமுள்ள அனைவருக்கும் ஞான ஒளியைத் தருகிறார். அவர் ஒரு விடுதலை பெற்ற, விமோசனம் அடைந்த தனி மனிதராக மட்டுமில்லாமல் அனைவரையும் விடுவிப்பவராயும் இருக்கிறார், விமோசனம் தருபவராகவும் இருக்கிறார். தனது தனிச்சிறப்பு வாய்ந்த திறமையினால், அவர் தனது வாழ்நாளில் கணக்கிலடங்கா மக்களை அவர்களைப் பிணைக்கும் துக்கத் தளைகளிலிருந்து விடுவித்தார். அவரது மறைவுக்குப் பின்னரும் அவர் போதித்த தம்மமும் அவர் நிறுவிய சங்கமும் அவரது தம்மப் பணியைத் தொடர்ந்து செய்து எண்ணற்ற மக்களைத் துக்கத்திலிருந்து விடுவித்துள்ளன, விடுவித்துக்கொண்டுள்ளன. அவர் ஆரம்பித்த தம்மப் பணி தொடர்ந்து நீடிக்கின்றது. மெய்ஞ்ஞானம் அடைந்தவர்களின் மரபும் வழிவழியாக வளர்ந்து வந்துகொண்டேயிருக்கிறது.

புனிதரான புத்தர் தம்மைச் சுற்றியிருந்தவர்களைப் போதி சத்துவர்களாகத் தம்மப் பணிக்கு அர்ப்பணித்தார். வருங்காலப் புத்தர்களாகிய அந்தப் போதிசத்துவர்கள் புத்த சாசனத்தை நிலைநிறுத்தி ஆன்மீக மரபுகளைக் கட்டிக்காத்துவருவது தொடர் கின்றது.

துன்பம், துயரம், அச்சம், நம்பிக்கையிழப்பு, ஏமாற்றம் ஆகியவற்றால் பீடிக்கப்பட்டு அல்லலுற்றிருக்கும் இந்த உலகத் திற்கு இன்னல் தீர்க்கும் மருந்தாகவும், நம்பிக்கை நட்சத்திர மாகவும், கலங்கரை விளக்கமாகவும் இருப்பது புத்த சாசனமே யாகும்.

9. பகவாதி

மேற்கண்ட உயரிய பண்புகளையும் மேன்மைகளையும், கொண்ட புனிதரான புத்தரே போற்றுதலுக்கும் வணக்கத் திற்கும் உரிய பகவர். துக்கமயமாகிய சம்சாரச் சிறையைத் தகர்த்தெறிந்து அனைத்து ஜீவராசிகளையும் பாதுகாப்பவர் அவர். ஞான ஒளியையும் விடுதலையையும் தருபவர் அவர். தீமையின் மொத்த வடிவமான மாறனால் விரிக்கப்பட்ட மாயவலையில் சிக்குண்டு தவிப்பவர்களைக் காப்பாற்றுபவர் அவர்.

இவ்வாறு புனிதரான புத்தரே உண்மையான இரட்சகர்.

(2) *தம்மானுஸ்ஸதி* - தம்மத்தின் பண்புகளை நினைவு கூர்தல்

1. ஸ்வாக்காதோ பகவதா தம்மோ

புனிதரான பகவரால் தெளிவுபட விளக்கிக் கூறப்பட் டுள்ளது தம்மம்.

2. ஸந்திட்டிகோ

இங்கு இப்போதே காணக் கிடைப்பது, உடன் பயன் அளிப்பது.

3. அகாலிகோ

காலத்தைக் கடந்தது, காலத்தை வென்றது (எக் காலத்துக்கும் பொருந்துவது).

4. ஏஹிபஸ்ஸிகோ

"வந்து சோதித்துப் பாருங்கள், அனுபவித்துப் பாருங்கள்" என்று அனைவரையும் அழைப்பது.

5. ஓபநயிகோ

உடனே உயர்நிலைக்குக் கொண்டுசெல்வது.

6. பச்சத்தங் வேதிப்போ விஞ்ஞூஹீ தி

அறிவுள்ள ஒவ்வொருவரும் இந்த வாழ்வில் தாமே பரிசோதித்து உணர்ந்தறியக்கூடியது அந்தத் தம்மம்

தம்மத்தைப் பற்றி ஆழ்ந்து சிந்திக்கும் தியானம் ஒரு வெறும் அறிவு சார்ந்த பயிற்சியல்ல; அதற்கு மேல் மிக மேம்பட்டதாகும். தம்மத்தைப் பற்றிய இந்த உள்நோக்குத் தியானம் மேற்கொள்ளப்படும்போது, தம்மத்தைப் போற்றும் உணர்ச்சி, தம்மத்தில் பேரார்வம், நம்பிக்கை ஆகியவை தூண்டி யெழுப்பப்பட்டு மனத்தின் தன்மையில் அரியதொரு மாற்றத்தை விளைவிக்கின்றன; மனத்தின் தன்மை சீர்படுகின்றது. இங்கே தியானம் பக்தியாக மலர்கின்றது; அர்ப்பணிப்பு வளர்கின்றது. இவ்வாறு இங்குத் தியானமே பக்தியாகவும் அர்ப்பணிப்பாகவும் வழிபாடாகவும் மாறுவதால், இது சாதாரண அறிவுபூர்வமான எண்ணங்களிலிருந்து வேறுபட்டதாகும்.

புத்தர் போதித்த தம்மம் தெளிவின்மை, முன்னுக்குப் பின் முரண்பாடு, பொருத்தமின்மை ஆகிய எந்தக் குறை பாடும் இல்லாததாக இருக்கின்றது. அது அற்புதமாகவும் தெளிவுபட விரிவாகவும் விளக்கிக் கூறப்பட்டுள்ளது. புல னின்பங்களில் பேராசை கொண்டு துய்த்திருத்தல் அல்லது மெய்வருத்திக் கடுந்தவஞ் செய்தல் போன்ற நேர் எதிரெதிர்க் கோடிமுனைகளாக இருக்கும் செயல்களைத் தவிர்த்து நடுவழியைக் கடைப்பிடித்துத் துக்கத்தை ஒழிக்குமாறு போதிக்கிறார் புத்தர். புத்தரது போதனையாகிய தம்மம் ஒருவரை, உலகாயத வாழ்வு – உலகாயதத்திற்கு அப்பாற்பட்ட பரவெளி ஆன்மீக வாழ்வு ஆகிய இரண்டு நிலைகளிலும் உன்னத எட்டு அங்கப் பாதையில் நிலைநிறுத்துகின்றது. இங்கு எண்ணம், சொல், செயல் ஆகிய மூன்றும் முரண்பட்டிருக்க முடியாது; மூன்றும் ஒன்றாகவே இருக்க வேண்டும். தம்மத்தைப் பொருத்தவரையில் போதனையில் கற்பது வேறு, வாழ்வில் கடைப்பிடிப்பது வேறு (செயல் வேறு) என்று இருக்க முடியாது.

புத்தரின் சொற்களிலேயே கூறுவதென்றால், "தம்மம் ஆரம்பத்திலும் நன்மை பயப்பதாக உள்ளது, நடுவிலும் நன்மை பயப்பதாக உள்ளது, இறுதியிலும் நன்மை பயப்பதாக உள்ளது." ஆரம்பத்தில் கேட்கப்படும்போது இது மங்களகரமானதாகவும் எண்ணற்ற மக்களுக்கு வாழ்த்துகளையும் மகிழ்ச்சியையும் அளிப்பதாகவும் இருக்கிறது. தம்மம் போதிக்கும் உன்னத

எட்டு அங்கப் பாதை வாழ்க்கை நெறியாக ஏற்றுக்கொள்ளப் பட்டுக் கடைப்பிடிக்கப்படும்போது, அதன்வழி நடக்கும்போது, குற்றங்குறைகள் அற்ற நடத்தையால், மகிழ்ச்சிகரமான வாழ்வு அமைந்து தொடர்கின்றது. இவ்வாறு தம்மம் இடையிலும் நலன் பயப்பதாக உள்ளது. இறுதியில் அது ஆசைகளாகிய சக்திகளின் தொகுப்பாகிய நமது விஞ்ஞானத்தை முற்றிலும் மாற்றி நிப்பாண நிலைக்கு இட்டுச் செல்கின்றது. துக்கத் தளையிலிருந்து பூரணமாகவும் நிரந்தரமாகவும் விடுதலை அளிக்கின்றது. இவ்வாறு அது இறுதியிலும் நலன் பயப்பதாக உள்ளது.

தம்மத்தின் இந்த முதற்பண்பு மேற்கண்டவாறு சிந்தித்துத் தியானிக்கப்படும்போது, மனத்தில் தம்மத்தின்பால் பக்தி உணர்ச்சியும் அதைக் கடைப்பிடிக்க வேண்டும் என்ற பேரார்வ மும் அதைக் கடைப்பிடிப்பதில் உறுதியும் வளர்கின்றன.

தம்மம் வாழ்க்கை நலனுக்கு எவ்வளவு ஏற்றது என்பதும் அதன் பலனும் மேன்மையும் அதனைப் பயின்று கடைப் பிடிப்போருக்கு உள்ளங்கை நெல்லிக்கனிபோலத் தெளிவாகத் தெரிகின்றன. ஆன்மீக மாற்றத்தைச் சாதகர் உள்ளூர உணர்வார். உலகாயத அளவிலும் அது பெரும் பலனை விளைவிக்கின்றது. உதாரணமாக, அன்பையும் கருணையையும் வளர்த்துப் பெருக்கும்போது வெறுப்பு, கோபம், பகைமை, பயம் ஆகியவை மறைகின்றன. தம்மத்தைப் பின்பற்றுபவர் அரிய மனிதராகிறார். அந்த அரிய மனிதரின் வாழ்க்கை திறந்த புத்தகமாக இருப்பதால் அதன் மேன்மையை அனைவரும் காண்கிறார்கள். அவரது தூய்மையான நிலையைப் பற்றி இரகசியமானது எதுவுமில்லை. அந்தத் தூய வாழ்க்கை நிலையே தம்மத்தின் பலனையும் பெருமையையும் எந்தவித ஐயத்துக்கும் இடமில்லாமல் தெளிவாகக் காட்டும் சான்றாக விளங்கு கின்றது.

இத்தம்மம் எக்காலத்துக்கும் பொருந்துவதாகவும் ஏற்ற தாகவும் உள்ளது. காலத்தால் மறையாத உண்மையை அது காட்டுகிறது என்பதில் ஐயமில்லை.

"வந்து சோதித்துப் பாருங்கள், அனுபவித்துப் பாருங்கள்" என்கிறது தம்மம். குருட்டு நம்பிக்கை எதற்கும் இங்கு இட மில்லை. இது தம்மத்தின் தனிச்சிறப்பான அம்சமாகும். இங்கு உண்மை வெறும் சொல்லளவில் நில்லாமல் அனுபவபூர்வமாக உள்ளூர உணர்ந்தறியப்படுகின்றது. இங்கே பெறப்படுவது அனுமானத்தால் யூகிக்கப்பட்ட சாதாரண விவர அறிவல்ல. மறைநூல்களிலிருந்தோ மற்றவர்களிடமிருந்தோ கேட்டறியப் பட்ட வெறும் கேள்வி ஞானமும் அல்ல; அனுபவிக்கப்பட்டு

நேரடியாக உணர்ந்து அறியப்பட்ட உண்மை அறிவாகும். ஆய்வுக்கும் நேரடி சோதனைக்கும் அப்பாற்பட்ட நம்பிக்கையை அடிப்படையாகக் கொண்டதல்ல இது, எந்த ஆய்விலும் சோதனையிலும் தேர்வு பெறுவது இது.

ஆய்வுத் திறனும் கொள்கைகளும் கோட்பாடுகளும் எவ்வளவுதான் மதிநுட்பம் வாய்ந்தவையாக இருந்தாலும் அவை என்றும் நேரடி அனுபவ அறிவுணர்வுக்கு ஈடாக முடியாது. எனவேதான் தம்மம் அனைவரையும் அவரவரே தாங்களாகவே சோதித்துப் பார்த்துக்கொள்ளுமாறு அழைக்கிறது. தம்மம் காலத்தால் என்றும் மாறாத இயற்கை விதிகளையும் நியதிகளையும் அடிப்படையாகக் கொண்டிருப்பதால், அதன் உண்மையும் நிச்சயத்தன்மையும் என்றும் உறுதிப்பாட்டுடன் நிலைத்து நிற்கின்றன. காலத்தால் மாறாததாகவும் என்றும் உண்மையாகவும் முழுமைநிறைவு பெற்றதாகவும் உள்ள ஒன்றே “வந்து சோதித்துப் பாருங்கள்” என்று துணிவாக அறைகூவல்விட முடியும்.

மீண்டும் வீழ்ச்சி அல்லது மாற்றம் என்பதில்லாத அற்புத நிப்பாண நிலைக்கு உபாசகரைத் தவறாமல் அழைத்துச் சென்று சேர்க்கிறது தம்மம். இந்த நிலையில் “தான் – பிறர்” என்பது போன்ற பிரிவினை உணர்ச்சிக்கும் இருமை உணர்வுக்கும் இடமில்லை. உலக இயலுக்கு அப்பாற்பட்ட அனைத்தையும் கடந்த அற்புத நிலை இது.

தம்மம் மேற்கண்ட அதீதமான பண்புகளைக் கொண்டுள்ள காரணத்தால் அறிவுள்ளவர்களால் மட்டும் அது முழுமையாகப் புரிந்துகொள்ளப்படுகிறது. வெறும் படிப்பாலோ பக்தி வழிபாட்டாலோ அல்லது ஆன்மீக ஆற்றல்களாலோ மட்டும் இந்த அறிவு கிடைக்கப் பெறுவதில்லை. நான்கு உன்னத வாய்மைகளையும் உணர்ந்து உண்மையின் உருவமாகவே வாழும்போதுதான் மெய்யறிவு பிறக்கின்றது. தம்மத்தைப் புரிந்துகொள்வது என்பது தம்மத்தின் உருவமாகவே வாழும்போது இயற்கையாக நிகழ்கின்றது. ஆகவே தம்மத்தைப் புரிந்துகொள்வது என்பது இயல்பில் ஒவ்வொருவருக்கும் தனிப்பட்ட அனுபவமாகவே அமைகின்றது. ஆகவேதான், இறுதியில் “அறிவுள்ள ஒவ்வொருவரும் தமக்குத்தாமே பரிசோதித்து உணர்ந்தறியக்கூடியது அந்தத் தம்மம்” என்று கூறப்பட்டுள்ளது.

(3) சங்கானுஸ்ஸதி – சங்கத்தின் பண்புகளை நினைவு கூர்தல்

சங்கம் புத்தரால் நிறுவப்பட்ட புனித அமைப்பாகும். இது உலகியலுக்கு அப்பாற்பட்டு அனைத்தையும் கடந்த

நிப்பாணம் எய்திய அரிய சீடர்களைக் கொண்டது. நிப்பாணம் எய்துவதில் நான்கு படிநிலைகள் காட்டப்பட்டுள்ளன.

சோதாபஞ்ஞா (தர்மம் என்கிற ஆற்றில் இறங்கி நீந்துபவர்)

பத்துத் தளைகளுள் முதல் மூன்று தளைகளான 'தான்' என்னும் தனித்துவத்தில் நம்பிக்கை, ஐயம், வேள்விகளிலும் சடங்குகளிலும் கொண்டுள்ள மூடநம்பிக்கை ஆகியவற்றிலிருந்து பூரணமாக விடுபட்டதை உள்ளார உணரும் சாதகர் சோதாபஞ்ஞா நிலையையடைந்தவராகிறார். தம்மம் என்கிற ஆற்றில் இறங்கி மறுகரையான நிப்பாணத்தை நோக்கி நீச்சலிடுகிறார் இவர். ஆற்று நீர் எப்படிக் கடலை அடைந்து அதில் கலப்பது உறுதியோ, அவ்வாறே இவரும் நிப்பாண மாகிய மறுகரையை அடைவது திண்ணம். பூரணநிப்பாண நிலையையடையும் முன்னர் அதிகபட்சம் அவர் ஏழு மறு பிறவிகளே எடுக்க வேண்டியிருக்கும் என்கின்றன பௌத்த மறைநூல்கள்.

சகதாகாமி (ஒருமுறை மட்டும் மனிதப்பிறவிக்குத் திரும்புபவர்)

நிப்பாணமாகிய மறுகரை அதிகத் தொலைவில் இல்லை என்பதைக் காணும் சாதகர், மேலும் தீவிரமாகப் பயிற்சி மேற்கொண்டு பத்துத் தளைகளில் மேலும் இருதளைகளை – அதாவது புலனின்ப ஆசை, வெறுப்பு ஆகிய இருதளைகளையும் – அறுத்தெறிவதில் ஈடுபடுகிறார். முதல் மூன்று தளைகளையும் அறவே அறுத்தெறிந்த சாதகர், இந்த இருதளைகளையும் வலுவிழக்கச் செய்கிறார். மெய்ஞ்ஞானத்தின் இரண்டாம் தளமாகும் இந்த நிலை. காமம், குரோதம் ஆகிய மன உந்துதல் கள் இந்நிலையில் வேரோடு அழிக்கப்படாவிட்டாலும் தீவிர நன்முயற்சியால் அவை வலுவிழந்து அழியும் நிலைக்குக் கொண்டுவரப்படுகின்றன. சாதகர் இவற்றால் பாதிக்கப்படுவது ஒரு சில நேரங்களே அல்லது கனவில் மட்டுமே.

இந்த நிலையையடைந்த சாதகர் இப்பிறவியிலேயே முழு நிப்பாணம் பெறாவிட்டாலும் அடுத்த பிறவியில் வெற்றி பெறுவது உறுதி எனக் கூறப்படுகிறது. மீண்டும் ஒரே ஒருமுறை அவர் மனிதப் பிறவி எடுக்கவேண்டியிருக்கலாம்.

அநாகாமி (பூவுலக வாழ்விற்கு என்றும் திரும்பி வராதவர்)

காம குரோதங்களை முற்றிலும் வேரறுக்கும் சாதகர் அநாகாமி நிலையை அடைந்தவராகிறார். அவர் மீண்டும் மனிதராகப் பிறப்பதில்லை எனப்படுகின்றது. ஆனால் அவர்

வாழ்வின் மேல் கொண்டுள்ள பேரவாவைப் பூரணமாகத் துறக்காதவராய் இருப்பதால், பிரம்மாக்கள் அல்லது தேவர்கள் வாழும் மேலுலகங்களில் ஏதாவது ஒன்றில் அவர் பிறப்பார். அந்தத் தூய உறைவிடத்திலிருந்து பின்னர் பூரணஞானம் பெற்று நிப்பாணம் எய்துவார்.

அரஹந்தர் (நிப்பாணம் எய்தியவர்)

பத்துத் தளைகளில் எஞ்சிய ஐந்தையும் அதாவது உருவ வாழ்வில் அவா, அருவ வாழ்வில் அவா, தற்பெருமை, பதற்றம், அறியாமை ஆகியவற்றையும் வேரறுக்கும்போது சாதகர் அரஹந்தர் நிலையையடைகிறார். துக்கத்திலிருந்து பூரணமாகவும் நிரந்தரமாகவும் விடுதலை பெற்ற நிப்பாணம் இதுவே. மன மாசுக்கள் மறைந்து, விஞ்ஞானம் துக்கயமான சம்சாரம் என்கிற பிறப்பு - இறப்பு சுழற்சியில் மீண்டும் பரிணமித்தல் நின்றுவிடுகிறது. 'தான்' எனும் தனி உணர்வு ஒழிந்துபோன தால் காரணம் - விளைவு என்கிற வினைத் தொடர்பின் இயக்கம் அற்றுப் பூரண விடுதலை பெற்றவராகிறார்.

மேற்கண்ட ஒவ்வொரு நிலையிலும் உள்நோக்கினால் அறியப்படும் இரண்டு ஞானங்கள் உதிக்கின்றன:

- முதலாவது, நிப்பாண நிலையை அடைவதைக் காணும் உள்நோக்குக் காட்சி (அகக்காட்சி),
- இரண்டாவது, தளைகளறுந்து நிப்பாணப் பழம் கனிந்ததைக் காணும் உள்நோக்குக் காட்சி.

இவை எவ்வாறு சாதகருடைய விஞ்ஞானம் (உயிர் ஊற்று) படிப்படியாகப் பரிணமிக்கிறது என்பதைக் காட்டுகின்றன. ஒவ்வொரு நிலையிலும் அதை அடைந்ததைக் காணும் அகக் காட்சியைக் காண்பவர் ஒருவராகவும் நிப்பாணப் பழம் கண்டு அந்தப் பேரின்பத்தில் திளைப்பவர் இன்னொருவ ராகவும் புரிந்துகொள்ளப்படுகின்றது.

இவ்வாறு நான்கு நிப்பாண நிலைகளும் எட்டுப் படிகளும் காட்டப்பட்டுள்ளன. சோதா பஞ்ஞா, சகதாகாமி, அநாகாமி அரஹந்தர் ஆகிய நான்கு நிப்பாண நிலைகளையும் அவற்றோடு இணைந்த எட்டு நிப்பாண அகக்காட்சிகளையும் உணர்ந்து அனுபவிக்கும் உயர்ந்தோர்கள் கொண்டது பகவரின் ஸ்ராவக சங்கம்.

இந்த எட்டு அகக்காட்சிகளையும் கண்டுணர்ந்தவர்கள் அரியர்கள், மேதகைமை பொருந்தியவர்கள், புனிதர்கள் என்று அழைக்கப்படுகிறார்கள். ஏனெனில் அவர்கள் உன்னத எட்டு

அங்கப் பாதையில் நடந்து உலகியலுக்கு அப்பாற்பட்ட அற்புத நிலையை அடைந்து அதில் உறுதியாக நிலைபெற்றவர்களாக இருக்கிறார்கள்.

இவ்வாறு பகவருடைய ஸ்ராவக சங்கம் நற்பாதையில் செல்வதாகும். அவர்கள் நடந்து செல்லும் உன்னத எட்டு அங்கப்பாதை நற்பாதை, அதாவது சரியான பாதை எனப் படுகின்றது. ஏனெனில் அந்தப் பாதை இலக்கைப் போலவே தூய்மை பொருந்தியதாகும். தூய்மைத் தகைமையினால் அது நற்பாதை, சரியான பாதையாகும்.

அதுவே அடுத்து நேரடிப் பாதை எனவும் போற்றப் படுகின்றது. ஏனெனில அது ஒன்றுக்கொன்று முரண்பட்டு நேர் எதிரெதிர் முனைகளாக இருக்கும் உச்சக் கோடிகளைத் தவிர்த்து நடுவழியில் செல்கின்றது. அது நிப்பாணத்திற்கு நெளிவோ அழிவோ வளைவோ இன்றி நேரடியாக இட்டுச் செல்லுகின்றது; மாற்றமோ பின்னடைவோ தோல்வியோ இல்லாமல் உறுதியாக நிப்பாணத்தில் கொண்டுசேர்க்கிறது.

அது நேர்மையான பாதை என்றும் வர்ணிக்கப்படுகின்றது. ஏனெனில் அது நன்மை பயப்பது எது தீமை பயப்பது எது என ஆராய்ந்து தெளிவாகக் காட்டுகிறது. தீமையை விலக்கி நலன் பயப்பதிலேயே மனத்தையும் செயலையும் பதிக்கிறது.

அதுவே இறுதி இலக்கான துக்கம் நீங்கிய நிப்பாண நிலையை அடைய உகந்த இசைவான பாதையாகும்.

அரியர்களைக் கொண்ட சங்கம் புண்ணியத்தை விளைக்கும் விளைநிலமாகப் போற்றப்படுகின்றது. வாழ்க்கையின் அடிப்படைத் தேவைகள், நாகரிக வளர்ச்சி ஆகியவற்றிற்கு எவ்வாறு விளைநிலம் இன்றியமையாததாக உள்ளதோ, அவ்வாறு ஆன்மீக வளர்ச்சிக்குச் சங்கம் இன்றியமையாததாக உள்ளது. மனிதர்களின் தேவைகளைப் பூர்த்திசெய்யும் பல வகை உணவு தானியப் பயிர்கள், பழங்கள், பூக்கள் போன்றவை விளைய எவ்வாறு வயல் அவசியமோ, அவ்வாறு விடுதலை பெற மிகவும் தேவையான ஆன்மீகத் தகுதியும் உண்மை ஞானமும் விளைவதற்குப் புனித சங்கமாகிய “ஆன்மீக வயல்” மிகவும் அவசியமாகும். வணிகத்திலும் மற்ற தொழில்களிலும் “முதலீடு” எத்தனை முக்கியமானதோ, அதுபோலவே புத்தமத ஆன்மீக வாழ்வில் “புண்ணியத்துக்காகச் செயல்படுதல்” அத்தனை முக்கியத்துவம் வாய்ந்ததாகும். புண்ணியங்களை விளைக்க உருவாக்கப்பட்ட அமைப்பாகச் சங்கம் விளங்குவதால், அது நிகரற்ற புண்ணிய சேத்திரம் எனப் போற்றுதற்குரியதாகும்.

ஆன்மீக வயலில் உழுது பயிரிட்டுப் புண்ணியங்களை வளர்க்கும் சங்கத்தைச் சேர்ந்த துறவிகள் காணிக்கை, விருந் தோம்பல், வணக்கம் செலுத்துதல், மற்றும் மரியாதையாகப் போற்றப்படுதல் ஆகியவற்றிற்கு முழுத்தகுதி பெற்றவர்களாவர். இவர்களுக்குக் காணிக்கை வழங்கியும் விருந்தோம்பலோடு உபசரித்தும் மரியாதையாக வணங்கியும் போற்றும் ஒவ்வொரு வரும் புண்ணியங்களைச் சேர்த்துக் குவிக்கிறார்கள். அவரது வாழ்வு ஆன்மீக வளம் பெற்றுத் தூய்மை அடைகின்றது.

நல்லொழுக்க நெறியும் ஆன்மீக மேன்மையுமே புண்ணிய மாகும். அவற்றால் விளைவதும் புண்ணியமாகும். உண்மை என்ன என்பதை ஊடுருவிக் கண்டறியும் உள்நோக்குக் காட்சியை, உண்மை ஞானத்தைப் பெற்றுத் துக்கத் தளைகளி லிருந்து விடுபடுவதற்காகவே உபாசகர் புண்ணியத்தைக் குவிக்கிறார். தம்மத்தைக் கடைப்பிடித்துப் புண்ணியங்களைக் குவிக்கும் அவர் தூய்மையும் வளமும் பொருந்திய நல்வாழ்வில் என்றும் மகிழ்ச்சியுடன் நிலைத்திருக்கிறார். அவர் சேர்க்கும் புண்ணியம் இவ்வாறு உலக வாழ்வில் மேன்மை, ஆன்மீகப் பழம் இரண்டையும் உறுதிப்படுத்துகின்றது.

அ.2 சதுராரக்கா பாவனா – பாதுகாக்கும் நான்கு தியானங்கள்

1) புத்தானுஸ்ஸதி – புத்தரின் அற்புதமான குணநலன்களை நினைவுபடுத்திப் பார்த்தல்

1. *புத்தானுஸ்ஸதி மெத்தா ச*

அசுபம் மரணாஸ்ஸதி,
இதி இமா சதுராரக்கா,
பிக்கு பாவேய்யா ஸீலவா.

நெறிமிக்க ஒரு பிக்கு தன் வாழ்நாளில் எப்போதும்
பாதுகாக்கும் இந்த நான்கு தியானங்களையும்
பயிற்சி செய்ய வேண்டும்.
புத்தரின் அற்புதமான குணநலன்களை
நினைவுபடுத்திப் பார்த்தல்,
உலகிலுள்ளவர்கள் அனைவரிடமும் அன்பை
வளர்த்துப் பெருக்குதல்,
அசுத்தமானவற்றைத் தியானித்து
வாழ்வின் உண்மைத் தன்மையை உணர்தல்,
மரணத்தைச் சிந்தித்துத் தியானித்தல்.

2. *அனந்த – வித்தார குணம்,*
குணதோனுஸ்ஸரம் முனிம்,

பாவேய்யா புத்திமா பிக்கு,
புத்தானுஸ்ஸதிமாதிதோ.

புத்தரின் அற்புதமான குணநலன்களிலிருந்து
ஆரம்பித்து,
அல்லது அவரது அறநெறிமுறை பற்றியும்
மற்றும் அனைத்துயிர்களோடும் ஒன்றிணைந்த
அவரது ஆன்மீக மேன்மைகளைப் பற்றியும்
ஆராய்ந்து
புத்தியுள்ள ஒரு பிக்கு தன் தியானத்தைப்
பண்படுத்த வேண்டும்.

3. *ஸவாஸனே கிலேஸே ஸோ,*
எகோ ஸப்பே நிகாதியா,
அஹூ ஸுஸுத்த – ஸந்தானோ,
பூஜானன்ச ஸதாரஹோ.

விடுதலை பெற்ற அனைத்துப் புனிதர்களிலும்
அவர் ஒருவரே,
மனமாசுக்களை
அவை விட்டுச்சென்ற அடையாளங்களோ
தடையங்களோ* எதுவுமின்றி
முற்றிலும் அழித்தவர்.
அதன் மூலம் களங்கமற்ற அதியற்புதமான
தூய்மை நிலையை அடைந்து,
உண்மையாகவே
அனைவராலும் எக்காலத்திலும் வழிபடப்படும்
மேன்மை பெற்றவரானார்.

* தென்னை மரம் ஒன்றில் காணப்படும்
வளையங்களைப் போல், மனமாசுக்கள் நம்
ஆழ்மனத்தில் நீங்காத தடயங்களை (சுவடுகளை)
ஏற்படுத்திவிடுகின்றன. இவைதான் ஒருவருடைய
சுய இயல்பான ஆசைகளையும்
குணப்போக்கையும் நிர்ணயிக்கின்றன. ஒரு
துறவிக்கும் சுய இயல்பான ஆசை ஏதாவது
இருக்கலாம். ஆனால் புத்தர் பெருமான்
அனைத்தையும் கடந்தவராவார்.

4. *ஸப்பகாலகதே தம்மே,*
ஸப்பே ஸம்மா ஸயம் முனி,
ஸப்பாகாரேன புஜ்ஜித்வா,
ஏகோ ஸப்பாஞ்ஞு தம் கதோ,

தாமாகவே அம்முனிவர் முழுமையாக
அனைத்து அறிவுக் காட்சிகளையும்
கண்டுணர்ந்தார்,
அனைத்து அறிவுகளையும் பெற்றார்.
கடந்தகாலம் நிகழ்காலம் மற்றும் எதிர்காலம்
ஆகியவற்றை
எண்ணிப் பார்க்கக்கூடிய ஒவ்வொரு வகையிலும்
பூரணமாகக் கண்டறிந்தார்.
இவ்வாறு அவர் ஒருவரே “எல்லாம் அறிந்தவர்”
ஆவார்.

5. *விபஸ்ஸனாதி விஜ்ஜாஹி,*
ஸீலாதி சரணே ஹி ச.
ஸுஸமித்தேஹி ஸம்பன்னோ,
ககனாபெஹி நாயகோ.

நிகரற்ற நன்னெறி நடத்தையுடன் தொடங்கி,
உலகியலுக்கு அப்பாற்பட்ட
பரவெளி நிப்பாணப் பாதை காணும்
அகக்காட்சி,
நிப்பாணப் பயன் பெற்றதை உணரும்
அகக்காட்சி –
ஆகிய உள்நோக்கிக் காணும் அகக்காட்சிகள்
உட்பட
அனைத்து அசாதாரணப் பேறுகளையும் பெற்ற
உச்சபட்ச தலைவராகிய புத்தர்.
தேர்ச்சிகளில் ஆகாசத்தைப் போல
எல்லையற்றவராக இருக்கிறார்.
ஒவ்வொரு தேர்ச்சியிலும் உச்சத்தை எட்டியவர்
அவர்.

6. *ஸம்மாகதோ ஸுபம் டானம்,*
அமோகவசனோ ச ஸோ,
திவிதஸ்ஸாப்பி லோகஸ்ஸ,
ஞாதா நிரவஸெஸதோ.

முழுநிறைவு பெற்ற நிப்பாண நிலையை
அடையும் பொருட்டு,
அவர் தன்னந்தனியாகவே உண்மைப் பாதையில்
நடந்தார்,
உண்மையின் மொத்த வடிவமும் உறைவிடமும்
அவரே;
அவரது சொற்கள் பொய்க்காத சொற்கள்
தவறு கண்டுபிடிக்க முடியாத சொற்கள்
உயிர்கள் பிறவிகொள்ளும் மூன்று உலகங்களிலும்

அவர் ஒருவரே அனைத்தையும் அறிந்தவர்;
அறியாதது என்று எதுவுமில்லாமல்
அனைத்தையும் அறிந்தவர்.

7. *அனேகேஹி குணோகெஹி,*
ஸப்பஸத்துத்தமோ அஹூ,
அனேகேஹி உபாயேஹி,
நரதம்மே தமேஸி ச.

மிக உயரியவர், அதி உன்னதமானவர் அவரே.
உயிர்களின் உள்ளங்களில்
நல்லொழுக்க நெறிகளை
மழைகளாகப் பொழிந்து கொட்டியவர்.
அடங்காமனம் கொண்டவர்களைப் பயிற்றுவித்து
அவர்களின் மனத்தை அடக்கப் பழக்கியவர் அவர்.

8. *ஏகோ ஸப்பஸ்ஸ லோகஸ்ஸ,*
ஸப்பமத்தானுஸாஸகோ,
பாக்ய – இஸ்ஸரியாதினம்,
குணானம் பரமோ நிதி.

அகில உலகத்துக்கும் அவர் ஒருவரே
உன்னத நலனாகிய துக்கமறுத்த நிலையை அடைய
உண்மையான வழிகாட்டியாவார்.
அனைத்து மேன்மைகளையும் திறமைகளையும்
சக்திகளையும் நற்பேறுகளையும்
பொழியும் ஊற்றுக்கண்ணாக இருக்கும்
அவர் ஒருவரே உண்மையான வழிகாட்டியாவார்.

9. *பஞ்ஞாஸ்ஸ ஸப்ப தம்மேஸு,*
கருணா ஸப்பஜந்துஸு,
அத்தத்தானம் பரத்தானம்,
ஸாதிகா குணஜேட்டிகா

ஒப்பும் உயர்வும் அற்ற அவர்,
அனைத்தையும் அறிந்த உயரிய ஞானத்தாலும்
அனைத்து உயிர்களிடமும் கொண்ட அளவற்ற
கருணையாலும்
தமக்கும் பிறருக்கும் உச்சபட்ச நலன்
பயப்பவற்றைச்
செயல்படுத்துவதில் வித்தகராவார்.

10. *தயாய பாரமி சித்வா,*
பஞ்ஞாய்த்தான – முத்தரி,
உத்தரி ஸப்பதம்மே ச,
தயாயஞ்ஞே ச முத்தரி.

கருணையினால் அவர் மேன்மைகளை
முழுமையாக நிறைவுபடுத்துவதில் வெற்றிகண்டு
ஞானத்தின் சிகரத்தை அடைந்தார்.
இவ்வாறு மேன்மைகளை நிறைவுபடுத்தி
அவர் பெற்ற அனைத்தையும் அறியும்
உயர்அறிவால்,
கருணையுள்ளம் பொங்க
எல்லா உயிர்களையும் துக்கத்தில் பிணைக்கும்
தளைகளிலிருந்து விடுவித்தார்.

11. *திஸ்ஸமானோபி தாவஸ்ஸ,*
ரூபகாயோ அசிந்தியோ,
அஸாதாரண – ஞானத்தே,
தம்மகாயே கதாவ கா தீ?

அவரது பரு உடல்,
அனைவருடைய கண்களுக்குப் புலப்படுவதாக
இருந்தாலும்
நம்ப முடியாதபடி வேறெதனுடனும் ஒப்பிட
முடியாததாயிருந்தது.
பரு உடலே அப்படியிருந்ததென்றால்,
அவருடைய தர்ம காயத்தை (ஆன்மீக உடலை)ப்
பற்றி என்ன சொல்வது?
ஒப்பற்ற அது, உண்மையில் அதி அற்புதமானது.

அ.3 அசுத்தங்களைச் சிந்தித்துப் பார்த்தல்

1. உயிரற்ற சடப்பொருள்கள்
கவர்ச்சிகரமாக இருந்தாலும்
அவற்றிலுள்ள அழுக்குகளை, அசுத்தங்களை
ஒருவர் கண்டு தெளிவான அறிவுபெற முடிகிறது.
அதேபோல, கவர்ச்சிகரமாகத் தோற்றமளிக்கும்
உயிர் கொண்ட உடல்களிலுமுள்ள
அழுக்குகளை, அசுத்தங்களைக் கண்டு
ஒருவர் தெளிவான அறிவுபெற வேண்டும்.
அடிப்படையில் உடல் அழுகும் தன்மை கொண்டது
என்பதை உணர்ந்து,
அசுத்தங்களைத் தியானித்து
உடல்களின் உண்மைத் தன்மையை உணர்ந்து
காம இச்சைகளிலிருந்து
ஒருவர் மனத்தை விலக்க வேண்டும்.

2. எனது உடலின் முப்பத்தியிரண்டு பாகங்களும்
தேய்ந்து உருக்குலையும்போது,

சிதைவடையும்போது
இயற்கையிலேயே அசுத்தங்கள் எழுகின்றன.
உடலின் ஒவ்வொரு பாகத்திலும் அசுத்தம்
எந்தப் பகுதியில், எந்த இடத்தில்
உண்டாகின்றது,
எந்த வர்ணத்தில் இருக்கின்றது,
எந்த வடிவில் இருக்கின்றது,
எந்த மணமுடையதாக இருக்கின்றது
என்று உற்றுப் பார்த்துத்
தெளிவாக உணர்ந்தறியப்பட வேண்டும்.

3. பிணங்கள் புதைக்கப்படும் இடமாகிய
இடுகாட்டில் நிலவும் அசுத்தங்களைவிட
உடலிலுள்ள அழுக்குகள்
மிகவும் அருவருப்பானவை;
இடுகாட்டில் பூமியாவது நிச்சயம் சுத்தமாக இருக்கும்.
ஆனால் எப்போதுமே அழுகி
துர்நாற்றம் வீசிக்கொண்டிருக்கும் நம் உடம்பில்
"சுத்தமானது" என்று எதையும் குறிப்பிட முடியாது.

4. முடிவில்லாமல் தொடர்ந்து
உடல் அழுகிக்கொண்டிருக்கும் சூழலில்
அது புதுப்பிக்கப்படுகின்றது என்பது
சாக்கடைக் கழிவுநீர்த் தொட்டியில்
மேலும் மேலும் முட்டைப்புழுக்கள்
உற்பத்தியாவதைப் போன்றேயிருக்கின்றது.
ஓட்டம் இன்றி அடைபட்டதனால்
பொங்கி வழியும் கழிவறையைப் போல
உடல் உள்ளே அழுக்குகளால்
நிரப்பப்பட்டிருக்கின்றது.

5. கழிவறையில் நிரம்பி வழியும் அசுத்தங்களைப் போல
உடலிலிருந்தும் அழுக்குகள் பொங்கி வழிகின்றன.
ஒரு பாழான கிராமத்தில் அழுகித் துர்நாற்றம்
வீசும் ஒரு குட்டையில் உள்ளதைப் போல,
உடலில் பல்வேறு வகையான புழுக்கள்
குடிகொண்டுள்ளன.

6. எல்லா நோய்களுக்கும் ஆளாகும் இந்த உடல்
சீழ்வடியும் கொப்புளங்களையும்
வெம்புண்களையும் சொறிகளையும் கொண்ட
தோலால் மூடப்பட்ட
ஒரு பையைப் போலவே இருக்கின்றது.

பொதுவாகக் குணமாக்கப்படக்கூடியதாக இல்லாமல்
எப்பொழுதும் அருவருப்பையூட்டும் இந்த உடல்,
உண்மையில் அழுகும் பிணத்தை ஒத்ததாகவே உள்ளது.

அ.4 மரணானுஸ்ஸதி - மரணத்தைத் தியானித்தல்

1. உயிர் ஊற்றுச் சக்தி ஓயும்போது,
   எண்ணெய் வற்றிய விளக்குத் தீ
   அணைந்துபோவதுபோல
   உயிர்த்தீயும் அணைந்துபோகின்றது.
   எவ்வாறு மற்றவர்கள் மரணமடைந்தார்கள்
   என்பதைச் சிந்தித்துப் பார்த்து
   மரணத்தை ஒருவர் தியானிப்பதை வளர்க்க வேண்டும்.

2. இந்த உலகில் எவ்வளவு உயரிய மனிதர்களாக
                                     இருந்தாலும்
   அவர்களும்
   மாவீரர்களும் மன்னர்களும்
   நல்லதிர்ஷ்டத்தோடு வாழ்ந்தவர்களும்
   ஏன் புத்தர்களும்கூட
   மரணத்தைத் தழுவியிருக்கிறார்கள்.
   அவ்வாறே, நானும் மரணத்திலிருந்து தப்ப முடியாது.
   ஒரு நாள் இல்லாவிட்டால் மற்றொரு நாள்
   மரணம் நேர்ந்தே தீரும்.

3. கொலையாளி தான் கொலைசெய்ய இருப்பவரை
   ஆர்வத்துடன் எதிர்பார்த்திருப்பதைப் போல,
   நாரை தனக்கு இரையாகும் மீனை
   ஆர்வத்துடன் எதிர்பார்த்திருப்பதைப் போல,
   மரணமும் எதிர்பார்த்திருந்து
   தவறாமல் உயிரைக் கவ்விச் செல்கின்றது.
   மரணம் அதனோடு பிறப்பையும்
   கூடவே கொண்டு வருகின்றது.

4. எவ்வாறு எழும் சூரியன்
   மறைவது நிச்சயமோ
   அவ்வாறே பிறந்த உயிரும்
   பின்னர் மறைகின்றது.
   ஒரு மிருகம் தன் இரையைப் பிடிப்பதற்காக
   எவ்வாறு பதுங்கிப் பதுங்கி வருகின்றதோ
   அவ்வாறே மரணமும் நிற்காமல்
   பின்தொடர்ந்து வந்துகொண்டேயிருக்கின்றது.

5. நீர்க்குமிழிகள் உடைகின்றன.
   பனித்துளிகள் வறண்டுபோய் மறைந்துவிடுகின்றன.

ஓ.ரா.ந. கிருஷ்ணன்

நீரில் கிழித்த கோடு மறைந்துபோகின்றது.
பூச்சி பல்லிக்கு இரையாகின்றது.
தவளை பாம்பிற்கு இரையாகின்றது.
அவ்வாறே
நாமும் மரணத்திற்கு இரையாவது தடுக்க முடியாதது.
அந்த இணையற்ற பிரத்தியேக புத்தர்களும்
மெய்ஞ்ஞானம் எய்திய உயரிய புத்தர்களும்
பெரும் பெரும் துறவிகளும்
பெரும் அறிவு, அளவற்ற புண்ணியங்கள்,
இயற்கைக்கு அப்பாற்பட்ட அருஞ்சித்திகள்
பரந்த புகழ், போற்றிப் பின்பற்றுவோர் கூட்டம்
ஆகிய பெரும் பேறுகளைப் பெற்றவர்களும்கூட
மரணத்திற்கு இரையாகிவிட்டார்கள்
அப்படியிருக்க என்னைப் பற்றி என்ன கூறுவது?
நான் எம்மாத்திரம்?

7. உள்ளிருந்தும் புறத்திருந்தும்
உயிரை ஆதரிக்கும் பல்வகை
இயற்கை நிகழ்வுகளும் காரணங்களும்
மாறுபடுவதாலும் மறைவதாலும்
அல்லது
பீடிக்கும் அநேக நோய்களாலும்
கண்சிமிட்டும் நேரத்திற்குள் ஒரு கணத்தில்
நாம் மரணம் அடையக்கூடும்
உண்மையில் சொல்லப்போனால்
நாம் ஒவ்வொரு கணமும்
இறந்துகொண்டுதான் இருக்கிறோம்.

மரணம் எத்தனையோ வகைகளில் நிகழக்கூடும். ஒவ்வொரு முறை தியானிக்கும்போதும், அல்லது இரவில் உறங்கச் செல்லும் முன்னரும் மரணத்தை எப்படி எதிர்கொள்வது என்பது சிந்தித்துப் பார்க்கப்பட வேண்டும். மரணம் எப்பொழுது நேரும் என்று உறுதியாகக் கூற முடியாது. இப்பொழுதே மரணம் ஏற்படலாம். குழப்பமின்றி, பயமின்றி, வெறுப்பின்றி எப்படி மரணத்தைத் தழுவுவது என்று சிந்தித்துப் பார்த்து மனத்தை உறுதிப்படுத்திக்கொள்ள வேண்டும். மரணத்திற்கு முன்னர் செய்துமுடிக்கப்பட வேண்டியவை என்ன, மரணத்திற்குப் பின்னர் தொடரும் வாழ்வில் என்னவாகப் பரிணமிக்க விரும்புகிறீர்கள் என்றும் தீவிரமாகச் சிந்தித்துப் பார்த்து மனத்தைப் பண்படுத்திக்கொள்ள வேண்டும். தீயவற்றைத் தவிர்த்து நல்லவற்றையே செய்து தம்மப் பாதையில் வழிநடக்க வேண்டியதன் அவசரத்தையும் அவசியத்தையும் உணர வேண்டும். ஏனெனில் மரணம் எந்த நேரமும் நிகழக்கூடியது, தவிர்க்க முடியாதது.

அ.5 அபிணம் பச்சவேக்கிதப்பம் – மெய்ம்மையை எப்போதும் சிந்தித்திருத்தல்

1. பிக்குகளே! ஆண்கள், பெண்கள், துறவறத்தார், பொதுமக்கள் –
ஒவ்வொருவரும் ஐந்து மெய்ம்மைகளை எப்போதும்
மீண்டும் மீண்டும் மேலும் மேலும் சிந்தித்தவராய்
இருக்க வேண்டும். எந்த ஐந்து மெய்ம்மைகள்?

2. "நான் முதுமைக்கு ஆட்பட்டவன்
முதுமையடையும்
சாத்தியக்கூறைத் தாண்டி நான்
சென்றுவிடவில்லை"
இவ்வாறு "முதுமை" என்கிற மெய்ம்மை
மீண்டும் மீண்டும் மேலும் மேலும்
சிந்தித்துப் பார்த்து உணரப்பட வேண்டும்.

3. "நான் நோய்க்கு ஆட்பட்டவன்
நோயால் பீடிக்கப்படும் சாத்தியக்கூறைத்
தாண்டி நான் சென்றுவிடவில்லை."
இவ்வாறு "நோய்" என்கிற மெய்ம்மை
மீண்டும் மீண்டும், மேலும் மேலும்
சிந்தித்துப் பார்த்து உணரப்பட வேண்டும்

4. "நான் மரணத்திற்கு ஆட்பட்டவன்
மரணமடையும் சாத்தியக்கூறைத்
தாண்டி நான் சென்றுவிடவில்லை."
இவ்வாறு "மரணம்" என்கிற மெய்ம்மை
மீண்டும் மீண்டும் மேலும் மேலும்
சிந்தித்துப் பார்த்து உணரப்பட வேண்டும்

5. "மாற்றமும் நிலையாமையும்,
பிரியமானவற்றிலிருந்தும்
ஆசையாகப் பற்றியிருப்பவற்றிலிருந்தும்
பிரிய நேரிடுவதும்
தவிர்க்க இயலாதபடி
நிகழ்ந்துகொண்டேயிருக்கின்றன"
இவ்வாறு "நிலையாமை" என்கிற மெய்ம்மை
மீண்டும் மீண்டும், மேலும் மேலும்
சிந்தித்துப் பார்த்து உணரப்பட வேண்டும்.

6. "எனது செயலின் சொந்தக்காரன்
(உரிமையாளன்) நானே.

எனது செயலின் வாரிசும் நானே
எனது செயலே நான் உதித்த கருப்பையுமாகும்
எனது செயலே எனது உறவினருமாகும்
எனது செயலே எனது பாதுகாப்புமாகும்.
நல்லது அல்லது கெட்டது
நான் எந்தச் செயலைச் செய்தாலும்
அந்தச் செயலின் வாரிசும் நானே"
இவ்வாறு "கம்மா" என்கிற மெய்ம்மை
மீண்டும் மீண்டும், மேலும் மேலும்
சிந்தித்துப் பார்த்து உணரப்பட வேண்டும்.

7. பிக்குகளே !
ஆண்கள், பெண்கள்,
துறவறத்தார், பொதுமக்கள்
ஒவ்வொருவரும்
இந்த ஐந்து மெய்ம்மைகளை
எப்போதும்
மீண்டும் மீண்டும், மேலும் மேலும்
சிந்தித்தவராய் இருக்க வேண்டும்.

ஆ. அமைதித் தியானம்

புத்தகோஷர் இயற்றிய *"தூய்மைப் பாதை"* (விசுத்தி மக்கம்) போன்ற பௌத்த மறை நூல்கள் தியானத்தில் மனத்தை அமைதிப்படுத்தவும் ஒருமுகப்படுத்தவும் உறுதுணையாக நாற்பது (40) பொருட்களைப் பரிந்துரைத்துள்ளன. உபாசகர்கள் இவை அனைத்தையும் தியானிக்க இயலாது. சாதகரின் இயல்பான மனோபாவத்திற்கேற்ப, குரு தியானப் பொருளைத் தேர்ந்து கூறுவார். இருந்தாலும் கீழ்க்காணும் இரண்டு தியானப் பொருட்களை உபாசகர் தியானத்திற்கு ஏற்றுக்கொண்டு தியானிப்பது மிக உத்தமம்.

1. உள்வாங்கும் மூச்சையும் – வெளிவிடும் மூச்சையும் தியானிப்பது

2. அன்பு – கருணை உணர்வைத் தியானிப்பது.

சாந்தத்திற்கும் சலனமற்ற மனநிலைக்கும் மனத்தைக் கொண்டுவர மூச்சைத் தியானிக்கும் பயிற்சியே (ஆனாபானா சதி – அதாவது உள்வாங்கும் மூச்சையும் வெளியேறும் மூச்சையும் உற்றுக் கவனமாகப் பார்த்திருக்கும் பயிற்சியே) தலைசிறந்த வழியாகும். மூச்சையே தியானிக்கும் இந்த அமைதித் தியானத்தில் பயிற்சி முதிர முதிர, மூச்சை உற்றுநோக்கி அதிலேயே ஒன்றியிருக்கும்போது இயல்பாகவே, தானாகவே,

ஒவ்வொரு உள்மூச்சுக்கும் வெளிமூச்சுக்கும் பின்னர் மூச்சு சிறிது நேரம் நின்றுவிடும். தியானத்தில் முன்னேற முன்னேற இப்படி மூச்சு நின்றுவிடும் இடைவெளி நேரம் அதிகரிக்கும். மூச்சு நின்றுவிடும் இந்தச் சூன்யமான இடைவெளியிலேயே மனம் பதிந்து மனம் என்னும் உணர்வு மறையும்போது சமாதிப் பேரின்பம் அனுபவிக்கப்படுகின்றது.

தீச் நாட் ஹன் எனும் உலகப் புகழ்பெற்ற தெற்கு வியட்நாமிய பிக்கு அமைதித் தியானத்திற்கு ஒரு எளிய முறையைக் கீழ்வருமாறு மிக அழகாகக் கூறியுள்ளார்:

"மூச்சை உள்ளிழுக்கும்போது நான் எனது உடலைச் சாந்தப்படுத்துகின்றேன்.
மூச்சை வெளிவிடும்போது நான் புன்னகை புரிகின்றேன்.
நிகழ்காலத்தில் இந்த நொடியில் வாழும் நான்
இது ஓர் அற்புதமான காலம் என அறிகின்றேன்."

(அமைதி: ஒரு புத்தராக உயர..., தமிழில்: பா. ஆனந்தி, ச. செயப்பிரகாசம், அகிம்சை, மலர் II, மார்ச் - ஏப்ரல், 2007 இதழ், அகிம்சை அமைதிக்கான அனைத்துலகக் காந்திய நிறுவனம் (IGINP))

கோடையில் குளிர்ந்த நீரை அருந்தும்போது உடலும் உள்ளமும் குளுமை பெற்றுப் புத்துணர்வு அடைவது உணர்ந்து அனுபவிக்கப்படுகின்றது. அதுபோலவே, இந்தத் தியானத்தில் மூச்சை உள்வாங்கும்போதும் வெளிவிடும்போதும் மூச்சானது உடலையும் உள்ளத்தையும் சாந்தப்படுத்துவதை உண்மையிலேயே உணர்ந்து அறிய முடியும்.

"இது ஓர் அற்புதமான காலம் என நான் அறிகிறேன்." இப்போதிருக்கும் இந்தக் கணமே உண்மையானது. இந்தக் கணத்தில் வாழ்வதே உண்மையான வாழ்வாகும். "சாந்தம், புன்னகை, இந்தக் கணம் அற்புதமான கணம்" – தியானத்தில் இவற்றை முழுமையாக உணர்ந்து அறிந்து அனுபவித்துத் திளைத்திருப்பீர்களாக!

- உயிர் மூச்சை உற்றுப்பார்.
- மூச்சோடு உடல் முழுவதையும் உணர்ந்து பார்.
- உடல் தளர்வதை, சாந்தமடைவதை உணர்.
- உள்ளத்தில் மகிழ்ச்சி பொங்குவதை உணர்.
- புன்னகைகொள்.
- மகிழ்ச்சியில் திளைப்பாயாக!
- அன்பைத் தியானி. அன்புணர்வாகவே மாறுவாயாக!

இ. அன்பு - கருணைத் தியானம்

பௌத்த தியானத்தில் மிக முக்கியமானதாகக் கருதப் படுவது அன்பு – கருணைத் தியானமாகும். உபாசகர்களைப் புத்தர் நிலைக்கு உயர்த்திச் செல்ல இந்தத் தியானம் ஒன்றே போதுமானதாகக் கருதப்படுகின்றது.

புத்தர் கூறியிருக்கிறார்: "எல்லாத் திக்குகளிலும் சென்று தேடிப் பார்த்தேன். என் உயிரினும் மேலான, விலைமதிப்பற்ற, எந்தப் பொருளும் உள்ளதாக என் மனத்துக்குத் தோன்ற வில்லை. அவ்வாறே ஒவ்வொருவருக்கும் அவரது உயிர் மேலான தாகவும் விலைமதிப்பற்றதாகவும் இருப்பதை நான் உணர்ந் தேன். தன் உயிரை நேசிக்கும் ஒருவர் வேறு எந்த உயிருக்கும் தீங்கிழைக்கமாட்டார்."

தன் உயிரைத் தானே நேசிப்பதை உணரும் சாதகர், அவ்வாறே அனைத்து உயிர்களும் தத்தம் உயிர்களை நேசிப்ப திலும் துக்கத்தை ஒழிக்க விழைவதிலும் சமம் என்பதையும் தமது தியானத்தில் உணர்ந்து அறிய வேண்டும். தமக்கு மற்றவர் கள் என்ன செய்ய வேண்டும் அவர் விரும்புகிறாரோ, அதை அவர் மற்றவர்களுக்குச் செய்யத் தயாராக இருக்க வேண்டும் என்பதையும் உணர்கிறார்.

அமைதியாகத் தியானத்தில் அமர்ந்து சாதகர் தம் உணர்வு களை உற்றுநோக்குகிறார். தமது கவலை, சோர்வு, பரபரப்பு மற்றும் இதர எதிர்மறை உணர்வுகளை விலக்கிவிட்டுத் தம்மைத் தாமே நேசிப்பதையும் தமது நலத்தையும் மகிழ்ச்சியையும் மேன்மையையும் தாம் விழைவதையும் உற்றுப்பார்த்து உணர் கிறார். அந்த நேச உணர்வுவையும் அன்பு உணர்வையும் தியானிக் கின்றார்.

"எந்தத் துயரும் என்னைத் தீண்டாமல்
எந்தப் பிணியும் என்னை அணுகாமல்
நான் நலம் பெருகி மகிழ்வுடன் வாழ அருள் கிடைக்கட்டும்!
நான் வளம் பெருகி வளமுடன் வாழ அருள் கிடைக்கட்டும்!
நான் துக்கம் ஏதுமின்றி மகிழ்வுடன் வாழ அருள் கிடைக்கட்டும்!"

அடுத்து, அந்த நேச உணர்வை, அன்பு உணர்வைத் தமக்கு மிகப் பிரியமானவர்பால் கொண்டுள்ள அன்பு உணர்வோடு ஒப்பிட்டுப் பார்க்கிறார். தம்மைத் தாமே நேசிக்கும் அன்புக்கு நிகராகப் பிரியமானவர்பால் கொண் டுள்ள அன்புணர்வையும் வளர்த்திப் பெருக்குகிறார். தாய் வேண்டுவதெல்லாம் தன் சேயின் நலமும் மகிழ்ச்சியுமே! ஒரு தாய் தன் ஒரே மகவின்பால் கொண்டுள்ள அன்புபோலத்

பௌத்த வாழ்க்கைமுறையும் சடங்குகளும்

தம் அன்பும் எதையும் எதிர்பாராத அன்பா என்று உற்றுப் பார்க்கிறார். எதிர்பார்த்தல் இருக்கிறதா இல்லையா என்று ஆராய்ந்து பார்க்கிறார். தாயன்புபோல எந்த எதிர்பார்ப்பும் இல்லாத தூய அன்பாகத் தம் அன்பை மாற்றுகின்றார். அன்பை உணர்கின்றார், அன்பை அனுபவிக்கின்றார், அந்த அன்பாகவே மாறிவிடுகின்றார். அவர் நலமே தம் நலம், அவர் மகிழ்ச்சியே தம் மகிழ்ச்சி என்று எண்ணுவது மட்டுமல்லாமல் அந்த உணர்வை வளர்க்கிறார், தியானிக்கின்றார்.

"எந்தத் துயரும் அவரைத் தீண்டாமல்
எந்தப் பிணியும் அவரை அணுகாமல்
அவர் நலம் பெருகி மகிழ்வுடன் வாழ அருள் கிடைக்கட்டும்!
அவர் வளம் பெருகி வளமுடன் வாழ அருள் கிடைக்கட்டும்!
அவர் துக்கம் ஏதுமின்றி மகிழ்வுடன் வாழ அருள்
கிடைக்கட்டும்!"

அதே மாதிரி, அடுத்துத் தமது அன்பு உணர்வு அலைகளைக் கீழ்க்காண்பவர்கள்பாலும் செலுத்திப் பாய்ச்சுகின்றார்:

- ஆசிரியர்கள் / குருமார்கள்
- பெற்றோர்கள்
- அன்பும் ஆதரவும் காட்டும் சகோதர சகோதரிகள், உற்றார்கள், உறவினர்கள்.
- நண்பர்கள்
- நடுநிலையாக இருப்பவர்கள்
- பகைவர்கள்
- வாழ்க்கையின் அத்தியாவசியத் தேவைகளான உணவு, உடை ஆகியவற்றை உற்பத்தி செய்யும் விவசாயிகள், தொழிலாளர்கள்.
- அனைத்து உயிர்கள்.

ஒவ்வொருவரையும் மனத்திரையில் கொணர்ந்து தெளிவான நல்ல மன விழிப்புணர்வுடன் அவர்பால் தமது அன்பு உணர்வைச் செலுத்தி, அவரது நலத்துக்கும் வளத்துக்கும் மேற்கண்டவாறு வேண்டியவராய், இறுகியிருக்கும் தமது மனமுடிச்சுகளைத் தளர்த்துகின்றார், அன்பு வட்டத்தை விஸ்தரிக்கின்றார். எந்த எதிர்பார்ப்பும் இல்லாத தூய அன்பு உணர்வை அனுபவிக்கின்றார், அன்பு உணர்வாகவே மாறிவிடுகின்றார்.

இவ்வாறு தியானத்தில் வளர்க்கப்பட்ட அன்புணர்வு தியானத்தில் மட்டுமின்றி வாழ்வின் ஒவ்வொரு கணத்திலும்

ஊடுருவி நிலைத்திருக்கப் பயில வேண்டும், அந்த அன்புணர்வி லிருந்து மாறாமல் இருக்க வேண்டும்.

ஈ. விபஸ்ஸனா (உள்நோக்குத் தியானம்)

மனம் பேராசைகளாலும் பெரும் பற்றுதல்களாலும் வெறுப்புகளாலும் பகைமை உணர்வுகளாலும் அலைக்கழிக்கப் பட்டுக் களங்கமடைகின்றது. நாளாக நாளாக ஈரத்தால் இரும்பு துருப்பிடித்து அழிவதைப் போல மனமும் ஆசைகளால் அழிவை நோக்கிச் செல்கின்றது. பூரணமாகவும் நிரந்தரமாகவும் துக்கத்தை அறுத்து ஆனந்தமயமான வாழ்வைப் பெற இந்த மன மாசுக்களும் களங்கங்களும் வேரழிக்கப்பட வேண்டும். பௌத்த விபஸ்ஸன்னா தியானத்தின் மூலமே இந்த ஆனந்த மயமான பேரின்ப வாழ்வை அடைய முடியும்.

ஆனாபானா சதியின் மூலம் அமைதித் தியானத்தில் பெற்ற அமைதியையும் மன ஒருமுனைப்பாட்டையும் சமாதி நிலையையும் அடிப்படையாகக் கொண்டு கௌதம சித்தார்த்தர் அதற்கு மேல், *விபஸ்ஸனா* எனப்படும் உள்நோக்குத் தியானம் மேற்கொண்டதாகவும் அந்த விபஸ்ஸனா தியானம் மூலம் அவர் உள்ளொளி ஞானம் கண்டு, எல்லா மாசுக்களையும் வேரறுத்த புத்தராக மாறினார் என்றும் வரலாறு கூறுகின்றது.

மனமாசுக்களை வேரறுப்பதற்கும் தூயமனம் பெறுவதற்கும் துக்கத்திலிருந்தும் கவலையிலிருந்தும் பூரணமாகவும் நிரந்தர மாகவும் விடுதலை பெறுவதற்கும் ஒரே வழி நல்மன விழிப் புணர்வை வளர்க்கும் இந்தத் தியானமே என்று புத்தர் *சதிபட்டான சுத்தம்* எனப்படும் பேருரையில் கூறியுள்ளார் *(தீக நிகாயம், சுத்தம் 22; மஜ்ஜிம நிகாயம், சுத்தம் 10).*

பாலி மொழிச் சொல்லான "விபஸ்ஸனா" என்பது இருகூறு களைக் கொண்டதாகும்: "வி"+"பஸ்ஸனா". 'வி' என்பது "பல்வேறு வகைகளில்" என்று பொருள்படும். "பஸ்ஸனா" என்றால் "உற்றுக் கவனமாகப் பார்ப்பது, நோக்குவது, தெளிவுபட அறிவது" என்பதாகும்.

நல்மன விழிப்புணர்வு நிலைபெற்று நிற்க வேண்டியது இங்கேயே நம் உடலிலும் உள்ளத்திலுமேயாகும், புறத்தேயுள்ள பொருட்களில் அல்ல என்கிறார் புத்தர். இந்தத் தியானத்தில் உடல், உணர்வுகள், மனநிலைகள் மற்றும் மனத்தை ஆக்கும் பொருட்கள் (அதாவது எண்ணங்கள், தம்மங்கள் என்று பௌத்தத்தில் கூறப்படுபவை) தியானப் பொருட்களாக எடுத்துக் கொள்ளப்பட்டுத் தியானிக்கப்படுகின்றன. தியானம்

ஆனாபானா சதியில் ஆரம்பமாகிறது. சமாதி நிலையை அணுகிய வுடன் ஆழ்நிலைச் சமாதியில் நுழையாமல் தியானத்தில் ஒவ்வொரு உள்வாங்கும் மூச்சோடும் வெளிவிடும் மூச்சோடும், உடலின் உட்புறம், வெளிப்புறம் அல்லது இரண்டு புறங்களிலும் நிகழும் மாற்றங்களும் அவற்றோடு இணைந்து மனத்தில் எழும் உணர்வுகளும் எண்ணங்களும் உற்றுநோக்கி உணர்ந்து அறியப்படுகின்றன.

1. அந்த உடல் உணர்வுகளோடு இணைந்து வெளிப்புற மனத்தில் எழும் உணர்ச்சிகளும் மனத்தின் உட்புறத்தி லிருந்து அவற்றைத் தூண்டிவிடும் ஆசை வேகங்களும் குணப்போக்குகளும் உற்றுநோக்கித் தெளிவாக அறியப் படுகின்றன.
2. உடலில் நிகழும் ஒவ்வொரு மாற்றமும் உணர்வும் மனத்தில் எழும் ஒவ்வொரு உணர்ச்சியும் எண்ணமும் எழுவதும் மறைவதும் எழுந்து மறைவதுமாக இருப் பதும் உற்றுப்பார்த்து உணர்ந்தறியப்பட்டு, சாதகர் அவற்றிலேயே ஒன்றிவிடுகிறார்; அவற்றை உணர்ந்து அறியும் அனுபவமாகவே மாறிவிடுகிறார்.
3. உடல் அனுபவமும் மன அனுபவமும் மாறிமாறி எழு கின்றன, தேய்ந்து மறைகின்றன. இவ்வாறு எழுச்சி யிலும் வீழ்ச்சியிலும் ஒன்றியிருக்கும் உணர்வு இடை விடாது தொடர்ந்து நிலையாமையை உணர்கிறது, அனுபவிக்கிறது. நிலையாமை இங்கு அனுபவபூர்வமாக உணர்ந்து அறியப்படுகின்றது. இதுவே பாலி மொழியில் *சம்பஜஞ்ஞா* அதாவது "நிலையாமையை இடைவிடாது தொடர்ந்து அறியும் பூரண அறிவு" என்று கூறப்படு கின்றது. பற்றுவதற்கு இங்கு நிலையான சாரமான பொருள் எதுவும் இல்லை என்னும் உண்மை உள்ளூர அறியப்படும்.
4. எழும் எண்ணம், குறிக்கோளின்றி மனம் யதேச்சை யாகச் சிதறியதால் எழுந்த எண்ணமா காரணங்களால் எழுந்த எண்ணமா உள்மறைந்திருக்கும் எந்தக் குணம், எந்த மனோபாவம், எந்த ஆசைச்சக்தி அதை எழுப்பியது என்று மனத்தைச் சாதகர் பூரண விழிப்புணர்வோடு உற்றுநோக்கியறிந்தவராக இருக்கிறார். எழுந்த எண்ணத்தையும் அதன் காரணத்தையும் விருப்பு – வெறுப்பின்றி மனத்தில் குறித்து நோக்கிவிட்டு அவற்றை அவற்றின் போக்கில் தேய்ந்து மறைய விடுங்கள், எதையும் பற்றிக்கொள்ள வேண்டாம்.
5. "இந்த உடல் உணர்வு இருக்கிறது", "இந்த மனநிலை இருக்கிறது", "இந்த எண்ணம் இருக்கிறது", என்னும்

விழிப்புணர்வு மட்டும் இருக்கட்டும். "எது இருக்கிறதோ அது இருக்கிறது", அதை மட்டும் மனத்தில் குறித்து வையுங்கள். எதையும் பற்றிக்கொண்டிருக்க வேண்டாம். அதை அதன் போக்கில் தேய்ந்து மறையவிடுங்கள்.

6. ஒவ்வொரு மூச்சும் எழுந்து தேய்ந்து மறைவதைப் போல, எழுந்த ஒவ்வொரு உடல் உணர்வும் மன நிலையும் எண்ணமும் தேய்ந்து மறைகின்றது. தொடர்ந்து மேன்மேலும் உணர்வுகளும் எண்ணங் களும் எழுவதும் மறைவதுமாக இருக்கின்றன. இந்த இடைவிடாத மாற்றத்தை இடைவிடாது தொடர்ந்து உணர்ந்திருக்கும் பூரண அறிவில் *(சம்பஜஞ்ஞா)*, பற்றுவதற்கு இங்கு ஒன்றுமில்லை என்னும் உண்மை அறிவில் நிலைத்திருங்கள்.

7. ஒவ்வொன்றும் கணந்தோறும் எழுவதும் மறைவதுமாய் இருக்கின்றது. "அது என்னுடையதல்ல", "அது நானல்ல", "அது எனது சாரமோ ஆன்மாவோ அல்ல". இவ்வாறு எதையும் ஆதாரமாகக்கொள்ளா தவராய், எதையும் பற்றாதவராய், அந்த விழிப்புணர் வில் உறைந்திருங்கள்.

8. முதலில் எழுவதும் மறைவதும் உணர்ந்தறியப்படு கின்றன. பயிற்சி முதிர முதிர மறைவது மட்டுமே உணர்ந்தறியப்படுகின்றது. உடல் முழுவதும் ஒவ்வொரு உறுப்பும் தன் திடத்தன்மையை இழந்து நொறுங்கித் தூள்தூளாகச் சிதறுவதைச் சாதகர் காண்கிறார். இவ்வாறு ஒவ்வொரு உறுப்பும் நொறுங்கிச் சிதறி, முழு உடலும் நுண்ணிய அணுத்துகள்களின் (பாலி மொழியில் *கலாபாக்கள்)* அதிர்வுகளாகவே மாறு கின்றது. அதிர்வுகளின் கொந்தளிப்பாகின்றது. பாலி மொழியில் இது *பங்கஞானம்* எனப்படுகின்றது.

9. அடுத்து,

குறியற்ற விமோசனம்
ஆசைகளையறுத்த விமோசனம்
சூன்ய விமோசனம்

ஆகியவை தியானப் பொருட்களாக எடுத்துக்கொள்ளப் பட்டுத் தியானிக்கப்படுகின்றன.

10. மன மாசுக்களும் களங்கங்களும் கறைந்து மறைவதும் பிணைக்கும் தளைகள் அறுபடுவதும் இந்த உள் நோக்குத் தியானத்தில் உள்ளுணர்வால் உணர்ந்தறியப் படுகின்றன.

சதிபட்டான சுத்தம் போதிக்கும் *காயானுபஸ்ஸனா* (உடலை உற்றுநோக்குதல்), *வேதனானுபஸ்ஸனா* (உணர்வுகளை உற்றுநோக்குதல்), *சித்தானுபஸ்ஸனா* (மனநிலையை உற்று நோக்குதல்), *தம்மானுபஸ்ஸனா* (தம்மங்களை அதாவது மனத்தை ஆக்கும் மூலப் பொருள்களை உற்றுநோக்குதல்) ஆகியவற்றுள் எந்தத் தியானம் மேற்கொண்டாலும் அது இறுதியில் மனத்தின் உட்புறத்திலும் (உள்ளாழத்திலும்) வெளிப்புறத்திலும் உள்ள ஆசைவேகங்களையும் எண்ணங்களையும் உடலின் உட்புறத் திலும் வெளிப்புறத்திலும் தோன்றும் மாற்றங்களையும் உணர்வு களையும் உற்றுப் பார்த்திருப்பதிலேயே சங்கமமாகும்.

மனத்தில் ஆசைவேகங்களும் எண்ணங்களும் உடலில் சக்தி அலைகளின் (நுண்ணணுக்களின்) வீச்சுகளும் உணர்வு களும் மாறிமாறி எழுவதையும் மறைவதையும் பார்த்தறியும் உண்மையறிவில் சாதகர் ஐக்கியமாகிறார்.

“தான்” எனும் தனியுணர்வு மறைந்து வாழ்வின் இயற்கைத் தன்மைகளான ***அநித்தியம், அசுகம், அநத்தா*** (ஆன்மா இன்மை) ஆகிய மூன்று உண்மைகளையும் அனுபவிக்கும் அனுபவமாகவே சாதகர் மாறிவிடுகிறார். உண்மைத் தன்மைகள் அனுபவபூர்வ மாக உணர்ந்து அறியப்படுகின்றன.

உள்ளூடுருவிப் பார்க்கும் இந்த உள்நோக்கில் *(ஞான திருஷ்டியில்)* மன ஆழத்தில் படிந்துள்ள மாசுக்கள் வெளிக் கொணரப்பட்டு வேரறுக்கப்படுகின்றன.

பேராசையும் பற்றுதலும் நீங்குவதற்குக் காரணமான அந்த உள்நோக்கியிருக்கும் நல்மன விழிப்புணர்வை, ***புத்த ஞானத்தை,*** வளர்ப்பதே துக்கத்தை ஒழிக்கும் மார்க்கத்தை அறிவதாகும்.

அந்தப் **புத்த ஞானத்தை** வளர்த்துப் பெருக்க மேற்கொள்ளப் படும் மனப்பயிற்சியே துக்கத்தை ஒழிக்கும் மார்க்கமாகும்.

அத்தியாயம் 10

பௌத்தச் சடங்குகள்

மனித வாழ்க்கை பிறப்பு, கல்வி, திருமணம், பிள்ளைப்பேறு, மரணம் ஆகிய முக்கியமான பல கட்டங்களை உடையதாய் உருண்டோடிக்கொண் டிருக்கிறது. அந்தக் கட்டங்களை எப்படி வரவேற்பது, எதிர்கொள்வது, பூர்த்தி செய்வது என ஒவ்வொரு சமூக அமைப்பிலும் நெறிமுறைகளும் சடங்குகளும் காலப்போக்கில் வகுக்கப்பட்டுக் கடைப்பிடிக்கப்பட்டு வருகின்றன. அந்த நெறிமுறைகளும் சடங்குகளும் சமூக அமைப்பிற்கு ஒரு தனித்துவத்தையும் பண்பாட்டுச் சிறப்பையும் கட்டுக்கோப்பையும் அழகுப் பொலிவையும் தந்து அதை ஒளியிட்டுக் காட்டுகின்றது. அவை சமூக அமைப்பின் நாகரிகத்தையும் கலாச்சாரத்தையும் காட்டுவ தாக அமைகின்றன. இந்தியாவில் பௌத்தர்களும் சில சடங்குகளைக் கடைப்பிடிக்கிறார்கள். அவை இயற்கை விதிகளுக்கு அப்பாற்பட்ட போலிக் கோட்பாடுகளை அடிப்படையாகக் கொண்டவை அல்ல. பௌத்த தம்மத்தின் முக்கியமான அடிப்படைக் கோட்பாடு களையும் தம்மத்தைப் பின்பற்றுபவர்களின் பொதுவான வாழ்க்கைத் தேவைகளையும் கருத்தில் கொண்டு, அறிஞர்கள் இந்தச் சடங்கு நெறிமுறைகளை வகுத்துள் ளார்கள். இவை அனைவரும் எளிதில் பின்பற்றக்கூடியவை யாக அமைந்துள்ளன.

1. *கர்ப்ப மங்கள சங்காரம்*

பெண் கருவுற்றுத் தாயாகப்போவதைக் கொண் டாடும் சடங்கு இது. பெண் கருவுற்ற மூன்றாம் மாதத் தில் ஒரு சுபதினத்தில் இந்தச் சடங்கு நடத்தப்படுகின்றது.

அந்தக் குறிப்பிட்ட நாள், கருவுற்ற பெண் தூய நீரில் குளித்து முடித்தவுடன் புத்தாடைகளையும் ஆபரணங்களையும் அணிவித்து அவள் மகிழ்வுறும் வண்ணம் அவள் விருப்பம்போல வாசனைப் பொருள்களாலும் மலர்களாலும் அலங்கரிக்கப் படுகிறாள். புத்தர் சிலை ஒன்றை உயர்ந்த பீடத்தில் நிறுவி புத்த வழிபாட்டுக்கு ஏற்பாடு செய்யப்படுகின்றது. ஆசான்களும் குருமார்களும் வணக்கத்துடன் அழைக்கப்பட்டு வரிசையாக அமர்கின்றார்கள். பெண்ணும் அவள் கணவரும் பெற்றோர் களையும் மூத்தோர்களையும் குருமார்களையும் முறைப்படி வணங்கியபின் புத்தர் சிலைக்கு முன்னுள்ள ஆசனங்களில் அமர்கிறார்கள். கணவர் மனைவிக்குத் தன் அன்புப் பரிசு ஒன்றை வழங்கி வாழ்த்துகிறார். மனைவி பணிவன்புடன் பரிசை ஏற்றுக் கணவரை மரியாதையுடன் வணங்குகிறாள்.

சடங்கை முன்னின்று நடத்தும் தம்மாச்சாரி, புத்தர் சிலைக்கு முன் வைக்கப்பட்டிருக்கும் நூல்கண்டைத் தம்மமாகப் பாவித்து வணங்கி எடுத்துப் புத்தரது பாதத்தில் அதை வைத்துத் தொட்டு வணங்குகிறார். பின்னர் அந்த நூலின் ஒரு முனையைக் கையில் பிடித்துக்கொண்டு, அதைத் தம்ம கலசத்தைச் சுற்றிச் சுழற்றி முடித்த பின்னர் பெண்ணின் கைகள் வழியாகவும் அவரது கணவரின் கைகள் வழியாகவும் நூல்கண்டைச் செலுத்தி மறுமுனை தன் கைக்கு வருமாறு செய்கிறார். இது அவர்கள் ஒன்றாகப் பின்னிப் பிணைக்கப்பட்டிருக்கும் சார்புடைமைத் தத்துவத்தைக் குறிக்கின்றது. சார்புடைமையை அறிகிறவர் தம்மத்தை அறிகிறார், தம்மத்தை அறிகிறவர் சார்புடைமையை அறிகிறார் என்று புத்தர் கூறியுள்ளது இங்கு நினைவுகூரப்பட வேண்டும். தம்ம நூலைக் கையில் ஏந்தியவாறே தம்மாச்சாரி முறைப்படி கீழ்க்காண்பவற்றை ஓதுகிறார்:

> மும்மணிகளைச் சரணம் அடைதல்
> பஞ்சசீலங்களை வேண்டுதல்
> புத்த வந்தனம்
> தம்ம வந்தனம்
> சங்க வந்தனம்.

அடுத்து, தம்மத்தைப் பற்றிய அறிவுரைகளும் புத்த சரித்திரம், ஜாதகம் ஆகியவற்றிலிருந்து கதைகளும் எடுத்துக் கூறப்படு கின்றன. பின்னர் தம்ம நூல் அறுக்கப்பட்டு ஒரு துண்டு பெண்ணின் இடது கையைச் சுற்றி அவரது கணவரால் கட்டப் படுகின்றது. மற்றொரு துண்டை ஆசான் கணவரது வலது கையைச் சுற்றிக் கட்டுகிறார். கருவுற்ற பெண்ணின் இடது கையைச் சுற்றி அவள் கணவர் தம்ம நூலைக் கட்டும்போது ஆசான் கீழ்வரும் பாடலை ஓதுகிறார்.

"நீ விரும்பிய அனைத்தும் கூடிய சீக்கிரம்
அடையப் பெறுவாயாக!
உனது மனம் மகிழ்ச்சியால் நிறைவுபெற்றுப்
பூர்ணிமைச் சந்திரன்போலப் பிரகாசிப்பதாகுக!"

இந்தப் பாடல் முடியும்போது குழுமியுள்ள அனைவரும் *"சாது, சாது, சாது"* அல்லது *"உத்தமம், உத்தமம், உத்தமம்"* என்று மும்முறை கூறிக் கருவுற்ற பெண்ணிற்குத் தங்கள் வாழ்த்துகளை வெளிப்படுத்தி அவளது மகப்பேறு நல்லபடி சுகமாக நிறைவேற வேண்டிக்கொள்கின்றனர்.

பின்னர், கணவர் விழாவிற்கு வந்து சிறப்பித்த பௌத்த பிக்குகளுக்கு உரிய முறையில் தானங்களை வழங்குகிறார். சடங்குகளை நடத்திவைக்கும் ஆசான் தானமெதுவும் ஏற்றுக் கொள்வதில்லை. ஆனால் அவர் விழாவுக்கு வருவதற்கும் திரும்பிச் செல்வதற்குமான ஏற்பாடுகளைக் கணவர் செய்கிறார். விழாவுக்கு வந்து கருவுற்ற பெண்ணை ஆசீர்வதித்த, வாழ்த்திய அனைவருக்கும் பிரசாதம் வழங்கப்படுகின்றது. பிரசாதம் சமைக்கப்பட்ட உணவாக இருக்கலாம், அல்லது இனிப்புப் பலகாரங்கள் அல்லது பழங்களாக இருக்கலாம். விழாவுக்கு வந்துள்ள மற்ற பெண்கள் கர்ப்பிணியைச் சுற்றி அமர்ந்து நகைச்சுவையாகவும் வேடிக்கையாகவும் பேசி அவளுக்கு மகிழ்வூட்டுகிறார்கள்.

விழாவில் மேற்கொள்ளப்படும் வந்தனங்களும் தம்ம போதனைகளும் கர்ப்பிணிக்கு மகிழ்வூட்டச் செய்யப்படும் செயல்களும் அவளது மனத்தில் ஆழமாகப் பதிந்து கருப் பையில் வளரும் குழந்தைக்கும் நல்ல பலனைத் தருகின்றன என்பதில் ஐயமில்லை.

பிள்ளைப் பேற்றிற்குச் சில மாதங்கள் முன்பிருந்தே தினமும் தவறாமல் *அங்குலிமாலா சுத்தம்* ஓதப்பட வேண்டும். இந்தச் சுத்தத்தின் தமிழ் மொழிபெயர்ப்பு பிற்சேர்க்கை—2இல் தரப் பட்டுள்ளது. பிள்ளைப்பேறு சிரமமானதாக இருக்குமேயானால், கர்ப்பிணிப் பெண்ணுக்கு, இந்தச் சுத்தத்தை ஓதி அதனால் புனிதமானதாகவும் சக்திவாய்ந்ததாகவும் ஆக்கப்பட்ட தண்ணீர் குடிக்கக் கொடுக்கப்பட வேண்டும்.

2. குழந்தையின் பிறப்பைக் கொண்டாடும் சடங்கு

இது பௌத்தர்கள் கடைப்பிடிக்கும் இரண்டாம் சடங் காகும். இது குழந்தை பிறந்த ஐந்தாம் நாள் புத்தர் வழிபாட்டுடன் கொண்டாடப்படுகின்றது. குழந்தைப் பிறப்புக்குப் பின்னர் வீடு இதுவரை பூரணமாகச் சுத்திகரிக்கப்படாமல் இருப்பதால் இந்தச் சடங்கிற்குப் பிக்குகள் அழைக்கப்படுவதில்லை. ஆசான்

மட்டும் இதை முன்னின்று நடத்திவைக்கிறார். புத்தரை வணங்கியபின் குழந்தையின் தாயாரும் தகப்பனாரும் புத்தரின் சிலைக்கு முன் அமர்கிறார்கள். குழந்தையை மடியில் வைத்துக் கொண்டு ஆசான் கூறுகின்ற மும்மணிகளைச் சரணம் அடைதல், பஞ்சசீலங்களை வேண்டுதல், மும்மணிகள் வந்தனம் ஆகியவற்றை ஓதுகிறார்கள். அடுத்து, ஆசான் கீழ்வரும் பாடலைப் பாடுகிறார்.

அனைத்து உயிர்களும் நலம் பெருகி மகிழ்வுடன் வாழ்க!
அனைத்து உயிர்களும் வளம் பெருகிச் செழிப்புடன் வாழ்க!
அனைத்து உயிர்களும் துக்கம் நீங்கிப் பேரின்ப வாழ்வு
வாழ்க!

பிற்சேர்க்கை–3இல் கொடுக்கப்பட்டுள்ள பாசுரம் இசைக்கப் பட்டுக் குழந்தை ஆசீர்வதிக்கப்படுகின்றது.

இந்தப் பாடல் முடியும்போது கூடியுள்ள அனைவரும் “உத்தமம், உத்தமம், உத்தமம்” என்று மும்முறை கூறித் தம் வாழ்த்துகளைத் தெரிவிக்கிறார்கள்.

பின்னர், ஆசான் அரச இலை ஒன்றைத் தம்மக் கலசத்தி லுள்ள தண்ணீரில் தோய்த்துக் குழந்தையின் தலையைச் சுற்றி மூன்றுமுறை தெளிக்கிறார். மறுபடியும் அரச இலையைத் தம்மக் கலசத்திலுள்ள தண்ணீரில் தோய்த்து வீட்டின் நான்கு மூலைகளிலும் தெளித்து வீட்டைப் புனிதப்படுத்துகிறார்.

இறுதியில் அனைவருக்கும் இனிப்புப் பலகாரங்கள் பரிமாறப்படுகின்றன. உண்டு மகிழ்ந்த அனைவரும் குழந்தையை வாழ்த்தி விடைபெறுகிறார்கள்.

3. பெயர்சூட்டும் விழா (*நாமகரணம்*)

இது பௌத்தர்கள் கொண்டாடும் மூன்றாம் முக்கிய மான சடங்காகும். இது குழந்தை பிறந்த ஏழாம் வாரத்தில் கொண்டாடப்படுகின்றது. பிள்ளைப் பேற்றிற்குப் பின்னர் தாயின் உடல் நலம் இப்போது பூரணமாகத் தேறியிருக்கும். தேர்ந்தெடுக்கப்பட்ட சுபதினத்தில் பெயர்சூட்டும் இந்தச் சடங்கு நடைபெறுகின்றது. பிக்குகளும் ஆசான்களும் விழா விற்கு அழைக்கப்படுகின்றார்கள். தாயும் தந்தையும் குளித்து முடித்துப் புத்தாடைகளை அணிந்துகொள்கிறார்கள். குழந்தையை யும் குளிப்பாட்டி அதற்குப் புத்தாடையை அணிவிக்கின்றார்கள். புத்தரை வணங்கிய பின்னர் தாயும் தந்தையும் மிக்க மரியாதை யுடன் பிக்குகளுக்கும் ஆசான்களுக்கும் வணக்கத்தைத் தெரிவித்து அவர்கள்முன் இருக்கையில் அமர்கின்றார்கள். குழந்தையை மடியில் வைத்துக்கொள்கின்றார்கள்.

கர்ப்ப மங்கள சங்காரப் பகுதியில் விவரிக்கப்பட்டது போல இச்சடங்கை முன்னின்று நடத்தும் ஆசான் தம்மக் கலசத்தைச் சுற்றி நூலைச் சுழற்றித் தாயின் கைகள்வழியாகவும் தந்தையின் கைகள் வழியாகவும் நூல்கண்டைச் செலுத்தி மறுமுனையைக் கையில் ஏந்தியவாறு மும்மணிகளைச் சரணடைதலையும் பஞ்சசீலத்தையும் ஓதுகிறார்.

பின்னர் அவர் புத்தரின் இருபத்தியெட்டு நாமங்களையும் விவரிக்கும் புத்த நாமாவளியைப் பாடுகின்றார். தம்ம நூலைக் கையில் பற்றியவராகப் புத்தரை வணங்குகிறார். குழந்தைக்கு இந்தப் பெயரைச் சூட்டலாம் என்று அதற்கு ஏற்றதாகத் தமக்குத் தோன்றிய ஒரு பெயரை ஆசான் முன்மொழிகிறார். அவ்வாறே குழந்தையின் பெற்றோர் தமக்குப் பிடித்த ஒரு பெயரைக் கூறுகிறார்கள்; உறவினர்கள் ஒரு பெயரைக் கூறுகிறார்கள். இந்த மூன்று நாமங்களில் ஒன்று பெரும்பான்மையினரின் முடிவுக்கேற்பத் தேர்ந்தெடுக்கப்படுகின்றது. அப்படித் தேர்ந்தெடுக்கப்பட்ட பெயரை ஆசான் குழந்தையின் காதுகளில் மூன்றுமுறை ஓதுகிறார். பின்னர், அவர் கீழ்வரும் வாசகத்தை இசைக்கிறார்.

அனைத்து உயிர்களும் வளம் பெருகிச் செழிப்புடன் வாழ்க!
அனைவரும் புத்தரை நேசித்துத் துக்கத்திலிருந்து
விடுதலை பெறுவார்களாக!
அனைவரும் தம்மத்தைப் பின்பற்றித் துக்கத்திலிருந்து
விடுதலை பெறுவார்களாக!
அனைவரும் சங்கத்தைப் போற்றித் துக்கத்திலிருந்து
விடுதலை பெறுவார்களாக!

குழந்தையின் மேன்மைக்காக வாழ்த்தும் பாடல் தொடர்கின்றது. (காண்க பிற்சேர்க்கை-3) குழுமியுள்ள அனைவரும் “உத்தமம், உத்தமம், உத்தமம்” என மூன்றுமுறை கூறித் தம் விழைதல்களையும் வாழ்த்துகளையும் தெரிவிக்கின்றார்கள்.

பின்னர் ஆசான் அரச இலைக் கொத்து ஒன்றைத் தம்மக் கலசத்திலுள்ள தண்ணீரில் தோய்த்துக் குழந்தையின் தலையைச் சுற்றி மூன்றுமுறை தெளிக்கிறார். குழந்தையின் தாயும் தந்தையும் அத்தண்ணீரின் சில துளிகளைப் பருகுகின்றார்கள். தம்ம கலசத்தைச் சுற்றிக் கட்டப்பட்ட நூல்கண்டின் ஒரு முனை குழந்தையின் கையில் - ஆண் குழந்தையென்றால் வலது கையிலும் பெண் குழந்தையென்றால் இடது கையிலும் கட்டப்படுகின்றது.

அடுத்து, குழந்தையின் தகப்பனார் அரச இலைக் கொத்தைத் தம்மக் கலசத்திலுள்ள தண்ணீரில் தோய்த்து வீட்டின் நான்கு புறங்களிலும் தெளித்துப் புனிதப்படுத்துகிறார். பிக்குகளுக்கு

சங்க தானம் வழங்கப்படுகின்றது. கூடியுள்ள அனைவரும் பரிமாறப்படும் பிரசாதத்தை உண்டு மனம் களிக்கிறார்கள். குழந்தையைச் சுற்றி அமர்ந்து பெண்கள் இனிய பாடல்களைப் பாடி குதூகலத்தைப் பரப்புகின்றார்கள். குழந்தையின் நலத்தையும் மகிழ்ச்சியையும் எதிர்கால வளர்ச்சியையும் வேண்டி அனைவரும் வாழ்த்துத் தெரிவிக்கிறார்கள்.

4. அன்னம் ஊட்டும் சடங்கு (*அன்னப் பிராசனம்*)

இந்த அன்னம் ஊட்டும் சடங்கு குழந்தைக்கு ஐந்து மாதமாகும்போது நடத்தப்படுகின்றது. இந்தச் சடங்கும் பொதுவாகப் பெயர்சூட்டும் விழாவில் செய்யப்பட்டதுபோலவே நிறைவேற்றப்படுகின்றது.

மும்மணிகளைச் சரணடைதல், பஞ்சசீலம் ஆகியவற்றையும் குழந்தையை வாழ்த்தும் பாடலையும் பாடி முடித்த பின்னர் ஆசான் தாயின் மடியில் அமர்ந்திருக்கும் குழந்தையின் வாயில் அரிசிப் பாயசத்தைக் கரண்டியால் துளித்துளியாகப் புகட்டுகிறார். அப்படிப் புகட்டும்போது ஆசான் பின்வரும் வாசகத்தைத் திரும்பத் திரும்பப் பாடுகிறார்.

> "நமோ தஸ்ஸ பகவதோ அரஹதோ சம்மாசம்புத்தஸ்ஸ!
> வந்தனம் பகவரே, வந்தனம் ஆசையை அறுத்த
> அரஹந்தரே
> வந்தனம் உயர்ஞானம் எய்திய புத்தரே!"

அன்னம் ஊட்டப்பட்ட பின்னர் தாயார் குழந்தையைப் புத்தரின் காலடியில் சமர்ப்பித்து வணங்குகிறார்; தந்தையும் வணங்குகிறார்.

5. தலைமுடி மழிக்கும் சடங்கு (*கேச கம்பனம்*)

இது குழந்தைக்குச் செய்யப்படும் ஐந்தாம் சடங்காகும். பொதுவாக இது குழந்தை ஒன்று அல்லது இரண்டு வருடங்களைக் கடக்கும்போது நடத்தப்படுகின்றது. மூன்று வயதுக்குள் முதல் தலைமுடி மழித்தல் நிறைவேற்றப்பட வேண்டும். இந்தச் சடங்கு புத்த விஹாரம் ஒன்றிலோ வீட்டிலோ நடத்தப்படலாம்.

நிச்சயிக்கப்பட்ட சுபதினத்தில் இந்தச் சடங்கு புத்த வழிபாட்டுடன் ஆரம்பமாகின்றது. தந்தையின் மடியில் அமர்ந்திருக்கும் குழந்தையின் தலைமுடியிலிருந்து பிக்கு அல்லது ஆசான் முதலில் ஐந்திலிருந்து எட்டு மயிரிழைகளைக் கொண்ட கொத்தை வெட்டுகிறார். அப்படி வெட்டும்போது கீழ்க்காணும் பாடல் அவரால் இசைக்கப்படுகின்றது:

எல்லா வகைகளிலும் பலம் மிக்க
புத்தர்களுடைய மற்றும்
பிரத்தியேக புத்தர்களுடைய
அரஹந்தர்களுடைய
பேரருட்களாலும் சக்திகளாலும்
பூரணப் பாதுகாப்பு பெறுவாயாக!

பின்னர் நாவிதர் ஒருவர் குழந்தையின் தலைமுடி முழுவதையும் மழிக்கிறார். அப்படி மழிக்கப்பட்ட தலைமுடி கூட்டாகச் சேர்க்கப்பட்டு அரிசி' அல்லது கோதுமை மாவோடு கலந்து சிறிது தண்ணீரோடு பிசைந்தெடுக்கப்படுகின்றது. பிறகு மழிக்கப்பட்ட தலையில் அந்த மாவு பூசப்படுகின்றது. முடி கலந்த அந்த மாவு பின்னர் தரையில் குழி தோண்டிப் புதைக்கப்படுகின்றது. அல்லது ஆற்று நீரில் கரைக்கப்படுகின்றது. பின்னர் ஒட்டியிருக்கும் முடியனைத்தும் நீங்கக் குழந்தை நன்றாகக் குளிப்பாட்டப்பட்டுப் புத்தாடை அணிவிக்கப்படு கின்றது, தலைமுழுவதும் குளிர்ந்த சந்தனச் சாறு பூசப்படு கின்றது.

மும்மணிகளைச் சரணம் அடைதல், பஞ்சசீலம், மும் மணிகள் வந்தனம் ஆகியவற்றை அனைவரும் ஓதுகிறார்கள்.

பிக்குகளுக்கு சங்க தானம் வழங்கப்படுகின்றது.

மாலையில் குழந்தையை எடுத்துக்கொண்டு பெற்றோர் புத்த விஹாரத்துக்குச் சென்று தீப வழிபாடு, தூப வழிபாடு மற்றும் மலர் வழிபாடு மேற்கொள்கிறார்கள்.

6. காதுகுத்தும் சடங்கு (*கர்ன சேதன சங்காரம்*)

தலைமுடி மழிக்கும் சடங்கிற்குப் பின்னர் இரண்டொரு வருடங்களில் இந்தக் காதுகுத்தும் சடங்கு நடத்தப்படுகின்றது. பொதுவாகக் குழந்தைக்கு ஐந்து வயது முடிவதற்கு முன்னர் இந்தச் சடங்கு நிறைவேற்றப்படுகின்றது.

வழக்கமாகப் பெண் குழந்தைகளுக்குத்தான் இந்தச் சடங்கு செய்விக்கப்படுகின்றது. ஆனால் ஆண் குழந்தைகளுக்கும் இது உடல் நலத்தை அளிக்கும் என்று கருதப்படுகின்றது. ஆகவே அவர்களுக்கும் இதைச் செய்வது உத்தமம்.

நிச்சயிக்கப்பட்ட சுபதினத்தில், தேர்ச்சி பெற்ற ஆசாரி ஒருவரை அழைத்து அவரைக் கொண்டு இந்தச் சடங்கு நிறைவேற்றப்படுகின்றது. அல்லது ஒரு மருத்துவமனையில் காதுகுத்தல் ஏற்பாடு செய்யப்படுகின்றது. காதுகுத்தும்போது கீழ்வரும் வாசகம் ஓதப்படுகின்றது.

"அனைத்துத் துன்பங்களும் துயரங்களும் நீங்குக!
எந்தப் பிணியும் நம்மைத் தீண்டாதிருக்கட்டும்!
அனைத்து உயிர்களும் உடல் நலம் பெருகி
மகிழ்ச்சியோடு வாழ்க!

நல்லிசைப் பாடல்களைப் பாடி வலியால் அழும் குழந்தை தேற்றப்படுகின்றது.

பின்னர் மும்மணிகளைச் சரணடைதல், பஞ்சசீலம், புத்த வந்தனம் ஆகியவை முறைப்படி ஓதப்படுகின்றன.

7. கல்வி ஆரம்பச் சடங்கு *(விஜ்ஜாரம்ப சங்காரம்)*

குழந்தை ஐந்தாம் வயதை அடையும்போது ஏழாவதாக இந்த முக்கியமான சடங்கு நடத்தப்படுகின்றது. இது புத்த விஹாரம் ஒன்றிலோ அல்லது இல்லத்தில் வைத்தோ புத்த வழிபாட்டுடன் ஆரம்பமாகின்றது. குழந்தை நன்றாகக் குளித்து நீராடிய பின்னர் புதிய ஆடைகளை அணிந்து புத்தர் சிலையின் முன் அமர்கின்றது. ஆசான் குழந்தையின் கையில் எழுத்துப் பலகை ஒன்றைத் தருகின்றார். அதன் வலது கையில் ஒரு எழுதுகோலைக் கொடுத்துக் கையைப் பிடித்து, குழந்தையின் தாய்மொழியில் கீழ்க்காணும் வாசகங்களை எழுதப் பயிற்றுவிக்கின்றார்:

புத்தம் சரணம் கச்சாமி!
தம்மம் சரணம் கச்சாமி!
சங்கம் சரணம் கச்சாமி!

பின்னர் புத்தரின் கதை குழந்தைக்குக் கூறப்படுகின்றது. இந்தச் சடங்கு முடிந்த பின்னர் பெற்றோர்கள் குழந்தையைத் தங்களுக்குப் பிடித்த சிறந்த பள்ளியில் சேர்க்கின்றார்கள்.

8. சாமணேர பப்பஜ்ஜ தீக்சா சங்காரம்

பௌத்தத்தில் இளஞ்சிறுவர்களுக்கு ஏழிலிருந்து பதினொன்றாம் வயதுக்குள் தம்மப் பயிற்சித் தொடக்கப்படுகிறது. இதற்கான சடங்கு இந்து மதத்தில் பிராமணர்கள் தங்கள் சிறுவர்களுக்கு நடத்தும் *உபநயனத்திற்கும்* (பூணூல் அணியும் சடங்கிற்கும்), கிறித்துவர்களின் திருக்கோயில் சமய நுழைவுச் சடங்குக்கும் (*ஞான ஸ்நானம்*, Baptism), முகம்மதியர்களின் சுன்னத் சடங்கிற்கும் ஒப்பானதாகும். சீக்கியர்கள், பார்சிக்கள், ஜைன மதத்தினர் என ஒவ்வொரு மதத்தினரும் தங்கள் சிறுவர்களைத் தங்களது மதத்திற்கே உரிய சமயச் சடங்குகளிலும் வழிபாட்டு முறைகளிலும் சமயக் கோட்பாடுகளிலும் ஈடுபடுத்துவதற்குத் தனிப்பட்ட சடங்குமுறைகளை வகுத்துக்

கடைப்பிடிக்கிறார்கள். பௌத்த சமயத்தில் தம்மப் பயிற்சி ஆரம்பச் சடங்கு *"சாமணேர பப்பஜ்ஜ தீட்சை"* எனக் கூறப்படு கின்றது. இந்தத் தீட்சை பெறாத இளைஞர்களைத் திருமணம் செய்துகொள்ளப் பௌத்த நாடுகளில் பெண்கள் மறுத்து விடுவார்கள். அந்த இளைஞர்கள் தன்மானமும் மதிப்பும் அற்றவர்களாகக் கருதப்படுவார்கள். ஆகவே பௌத்த நாடு களில் இந்தத் தீட்சை மிக முக்கியமானதாகவும் இன்றி யமையாததாகவும் மதிக்கப்படுகின்றது.

தீட்சைச் சடங்கு

பெற்றோர்கள் தம் புதல்வரை மேற்சொன்ன தீட்சை பெறுவதற்காகத் தங்களுக்குச் சௌகரியமான புத்த விஹாரம் ஒன்றிற்கு அழைத்துச் செல்கின்றார்கள். அங்குப் பிக்குகளின் முன்னிலையில் தீட்சை ஆரம்பமாகின்றது. சிறுவனின் தலை மழிக்கப்படுகின்றது. நன்னீரில் குளித்துத் தன்னைத் தூய்மைப் படுத்திக்கொண்டு அவன் வெள்ளை வேட்டி அணிந்து பிக்கு களின் முன் சம்மணமிட்டு அமர்கின்றான்.

சிறுவன் பிக்குகளை வணங்கிக் கீழ்வருமாறு வேண்டிக் கொள்கின்றான்:

"பந்தே(குருவே)! வணக்கம், மனத்தாலும் வாக்காலும் செயலாலும் நான் ஏதாவது தவறுகள் இழைத்திருந்தால் அன்புகூர்ந்து என்னை மன்னித்தருளுங்கள். மும்மணிகளைச் சரணம் அடைதலையும் பஞ்சசீலத் தம்மங்களையும் எனக்குப் போதித்து என்னை ஆசீர்வதித்து ஒரு சாமணராக ஆக்குங்கள்."

இந்த வேண்டுதலைக் கேட்டு குரு மகிழ்வுற்றுச் சிறுவனின் பெற்றோர்கள்பால் திரும்பிப் பார்த்துச் அவனை ஒரு பௌத்த சாமணராக ஆக்க அவர்களின் சம்மதத்தைக் கேட்கிறார். அதற்குச் சம்மதம் தெரிவித்து, பெற்றோர்கள் சிறுவனைக் குருவிடம் ஒப்படைக்கின்றனர்.

குரு பிச்சைப் பாத்திரத்தையும் துவராடைகளையும் தலைமுடி மழிக்கச் சவரக் கத்தியையும் குடிதண்ணீரை வடிகட்ட தூய வெள்ளைத் துணியையும் சிறுவனிடம் கொடுக்கிறார். குருவின் மற்ற சீடர்கள், துவராடைகளை பௌத்த பிக்குகள் எப்படி வழக்கமாக அணிகிறார்களோ, அந்த விதத்தில் அவனுக்கு அணிவிக்கிறார்கள். பிச்சைப் பாத்திரத்தைக் கைகளில் ஏந்தியவனாய்ச் சிறுவன், முழங் கால்களை மண்டியிட்டுக், கால் கட்டைவிரல்களை நிலத்தில் ஊன்றி அமர்ந்து தம்மப் பிச்சை வழங்குமாறு குருவை வேண்டு கிறான். மும்மணிகளைச் சரணம் அடைதல், பஞ்சசீலங்கள்,

அட்டசீலங்கள், தசசீலங்கள், தியான முறை ஆகியவற்றைப் போதிக்கும் குரு சிறுவன் சாமணராகக் கடைப்பிடிக்க வேண்டிய விதிகளையும் கற்றுத் தருகிறார். இந்தப் போதனைகளுக்குப் பின் சிறுவன் பௌத்த சங்கத்தில் சேர்ந்து சாமணர் ஆனதாகக் குரு அறிவிக்கிறார்.

சாமண விதிகளை வழுவாது கடைப்பிடித்துச் சிறுவன் குறைந்தது ஒரு வாரமாவது சங்கத்தில் பயிற்சி பெற வேண்டும். இந்தப் பயிற்சியின்போது தம்ம போதனைகள் தினந்தோறும் தொடர்ந்து வழங்கப்படும். மேலும் எவ்வாறு இல்லறத்தாரிடம் பிச்சை கேட்பது, எவ்வாறு துவராடைகளை அணிவது, நல்லொழுக்க நெறிமுறைகள் என்னென்ன ஆகியவையும் சிறுவனுக்குக் கற்றுத்தரப்படும். இந்தச் சாமண வாழ்க்கை முறையைக் கடைப்பிடித்துச் சிறுவன் குறிப்பிட்ட காலம்வரை சங்கத்தில் வாழ்கின்றார். அதன் பின்னர், சிறுவன் விருப்பப் பட்டால் பிச்சை பாத்திரத்தையும் துவராடைகளையும் சங்கத் திற்குத் திருப்பிக் கொடுத்துவிட்டு, இல்லற வாழ்க்கைக்குப் பெற்றோர்களிடம் திரும்பிச் செல்வான். பௌத்த நாடுகளில், தம்மப் பயிற்சி முடிந்த பின்னர் சாமண வாழ்க்கையிலிருந்து திரும்பும் சிறுவன் ஒரு யானையின் மேல் அமர்த்தப்பட்டு வீதிகளில் ஊர்வலமாக அழைத்துச் சென்று கௌரவிக்கப் படுவான். பௌத்த உபாசகர்கள் அவனைத் தங்கள் வீடுகளுக்கு அழைத்து விருந்தளிப்பார்கள். சாமணர்கள் எவ்வாறு கௌரவிக்கப்படுகிறார்கள் என்பதை உணரும் சிறுவன் பிற்காலத்தில் பௌத்த பிக்குவாக மாறுவதற்கு இவை தூண்டுதல் களாக அமைகின்றன.

சிறுவனைச் சாமணராக மாற்றும் சடங்கு ஆரம்பிக்கும் முதல் நாளன்று அவன் பெற்றோர்கள் பிக்குகளுக்குச் சங்க தானம் வழங்குவார்கள். கூடியுள்ளோருக்குப் பிரசாதமும் வழங்கப்படும். மும்மணிகளைச் சரணம் அடைதல், பஞ்ச சீலங்கள், புத்த வணக்கம் ஆகியவைகளும் வழக்கம்போல ஓதப்படும். தம்ம உரைகளும் தொடரும்.

9. திருமணச் சடங்கு

வம்சம் தளைத்துப் பெருக வழிவகுக்கும் இல்லற வாழ்க்கை யில் ஈடுபட ஆணும் பெண்ணும் இணையும் திருமணம் அவர்களது வாழ்க்கையில் ஒரு மிக முக்கியமான திருப்ப மாகும், நிகழ்ச்சியாகும். திருமணத்தில் ஆணும் பெண்ணும் மட்டுமல்ல, இரண்டு வெவ்வேறு குடும்பங்கள் இணைகின்றன. உறவுகள் விரிந்து பெருகுகின்றன. இந்தக் குடும்பங்களின் மற்ற வெவ்வேறு உற்றார்களும் உறவினர்களும் இணைகிறார்கள்.

சமூகம் மேலும் இறுக்கமாகப் பின்னிப் பிணைக்கப்படுகின்றது. திருமணம் என்பது ஒரு ஆணையும் ஒரு பெண்ணையும் மட்டும் அன்பால் பிணைக்கும் சடங்கு அல்ல. குடும்பங்களையும் அவர்களின் உறவினர்களையும் மற்றும் நண்பர்களையும் அன்பு, நேயம், ஒற்றுமை, ஒத்துழைப்பு ஆகிய சார்புடைமைத் தத்துவங்களால் பிணைக்கின்றது. பௌத்தர்களைப் பொருத்த வரை திருமணம் என்பது சமய உணர்வு, சமூக உணர்வு இரண்டும் இணைந்த புனிதமான சடங்காகும்.

வெவ்வேறு சாதிகளைச் சேர்ந்த ஆணும் பெண்ணும் திருமணம் செய்து கொள்வதை இந்து மத மறைநூல்கள் அனுமதிப்பதில்லை. ஒரு சாதிக்குள்ளேயே செய்யப்படும் திருமணம் *அனுலோமம்* என்றும் சாதிவிட்டுச் சாதி வெவ்வேறு சாதிகளுக்குள் செய்யப்படும் திருமணம் *பிரதிலோமம்* என்றும் இந்து மத மறைநூல்கள் வர்ணிக்கின்றன. *அனுலோமத்தில்* பிறந்த குழந்தை உயர்வானது என்றும் *பிரதிலோமத்தில்* பிறந்த குழந்தை தாழ்ந்ததென்றும் அவை கூறுகின்றன. சாதிப் பிரிவினைகளையும் சாதியைச் சார்ந்து பண்புகள் உருவா கின்றன என்னும் கருத்தையும் சாதியைச் சார்ந்து உயர்வு – தாழ்வு என்று வேறுபாடுகள் கற்பிக்கப்படுவதையும் பௌத்தம் எதிர்க்கின்றது. இந்த வேறுபாடுகள் இயற்கை விதிகளைக் கருத்தில் கொள்ளாமல் வெறும் மனக் கற்பனைகளால் உருவாக்கப்பட்டுச் சமூகத்தில் திணிக்கப்பட்டவை என்று பௌத்தம் உறுதிபடக் கூறுகின்றது. மற்ற மதங்கள் எப்படியோ, ஆனால் பௌத்தத்தைப் பொருத்தவரை, சாதி, சமயம் மற்றும் இனம், குலம், பிறப்பு, தொழில் ஆகியவற்றின் அடிப்படையில் பிரித்துக் கூறப்படும் வேறுபாடுகளுக்கு இடமில்லை. மனித ராகப் பிறந்த அனைவரும் சமம் என்று பௌத்தம் வலியுறுத்து கின்றது. பிறப்பால் மட்டும் ஒருவர் உயர்ந்த குலத்தவராய் ஆகிவிடுவதில்லை. நற்பண்பே அவரை உயர்ந்தவராக ஆக்கு கின்றது. பௌத்தத்தில் திருமணம் என்பது மும்மணிகளைச் சரணடைந்த ஆணும் பெண்ணும், சம உரிமைகள் கொண்ட ஆணும் பெண்ணும், இல்லற வாழ்க்கையை ஏற்பதற்காக இணையும் சடங்காகும். பௌத்தக் கோட்பாடுகளைக் கடைப் பிடித்து உன்னத எட்டு அங்கப் பாதையில் நடக்கும்போதே ஒருவர் பௌத்தராகிறார், பிறப்பால் மட்டுமல்ல.

திருமணத்தில் ஒன்று சேர்வதற்கு, மணப்பெண் குறைந்தது பதினெட்டு (18) வயதைக் கடந்தவளாகவும் மணமகன் இருபத்தி யிரண்டு (22) வயதைக் கடந்தவராகவும் இருக்க வேண்டும். தற்போதைய சமூக மற்றும் பொருளாதார நிலைமைகளைக் கருத்தில்கொண்டு மணமகள் இருபத்தியிரண்டு வயதையும் மணமகன் இருபத்தாறு வயதையும் கடந்திருப்பது நன்று.

நெருங்கிய உறவினர்களுக்குள் திருமணம் செய்துகொள்வது தடுக்கப்படுகின்றது. மணமகளின் பெற்றோர்களுக்கும் மண மகனின் பெற்றோர்களுக்கும் இடையில் குறைந்தது ஏழு தலைமுறைகளில் எவ்விதமான திருமணத் தொடர்பும் இருந் திருக்கக் கூடாது. பிறக்கும் குழந்தைகளின் உடல் நலத்திற்கும் மேம்பாட்டிற்கும் இது மிக்க அவசியம். மேலும் இத்தகைய திருமண இணைப்புகளால் ப்பின்னிப் பிணைக்கப்படும் உற்றார் உறவினர் குடும்பங்களின் எண்ணிக்கை அதிகரிக்கின்றது; உறவுகளால் பின்னிப்பிணைக்கப்படும் வட்டம் விரிவடைகிறது. உறவினர்களின் வட்டத்தைக் கடந்து எவ்வளவு திருமணங்கள் நடைபெறுகின்றனவோ அவ்வளவு புது உறவுப் பிணைப்புகள் உருவாகின்றன.

திருமணத்திற்கு மூத்தோர்களின் சம்மதம் மட்டும் முக்கிய மல்ல. பெண்ணும் ஆணும் மனம் ஒருமித்து இணைதல் அவசியம். காதல் திருமணங்களாக இருந்தாலும் மூத்தோர்களின் சம்மதமும் இருக்க வேண்டும்.

மணமகனைவிட மணமகள் குறைந்தது நான்கு அல்லது ஐந்து வருடங்கள் இளையவளாக இருக்க வேண்டும். மண மகளைவிட மணமகன் அதிகம் படித்தவராகவும் குடும்பப் பொருளாதார நிலையில் உயர்ந்தவராகவும் இருப்பது நல்லது. மணமகன் தொழிலில் ஈடுபட்டவராய்க் குடும்பத்தைப் பராம ரிக்கும் வகையில் தகுந்த வருவாய் உள்ளவராய் இருக்க வேண்டும்.

மணமக்களுடைய ஜாதகங்களை இணைத்துப் பொருத்தம் பார்த்த பின்னரே திருமணத்தை முடிவுசெய்வது என்னும் வழக்கம் பௌத்தர்களிடையே இல்லை. முற்பிறவிகளில் கர்ம வினைகளின் பலன்களாக உருவான சங்காரங்களும் பிறந்த நேரமும் மட்டும் மனிதனின் எதிர்காலத்தை நிர்ணயிப்பதில்லை. இந்த வாழ்க்கையில் ஒவ்வொரு கணமும் செய்யும் ஒவ்வொரு செயலும் எதிர்காலத்தை உருவாக்குகின்றது.

இவ்வாறு சங்காரங்களின் தொகுப்பு ஒவ்வொரு கணமும் மாறிக்கொண்டே இருப்பதால் எதிர்காலத்தில் இதுதான் நிகழும் என்னும் மாறாத ஊழ்வினை விதிவாதத்தில் பௌத்தர் கள் நம்பிக்கை கொள்வதில்லை. ஜாதகங்களுக்குப் பதிலாக இங்கு மணமக்களுடைய கல்வியறிவுக்கும் ஒழுக்கத் திற்கும் நேர்மைக்கும் பண்புக்கும் உடல் பொருத்தத்திற்கும் கருத்து உடன்பாட்டுக்கும் குடும்பங்களின் கௌரவத்திற்கும் கீர்த்திக்கும் முக்கியத்துவம் கொடுக்கப்படுகின்றது.

அ. திருமணப் பேச்சு

மணமகளுடைய குடும்பத்தைப் பற்றியும் மணமகளைப் பற்றியும் விவரங்களைக் கேட்டறிந்த பின்னர் அவர்களுக்குப் பிடித்திருந்தால் மணமகனுடைய பெற்றோர் இருகுடும்பத்திற்கும் பழக்கமான அல்லது தெரிந்த மூன்றாம் நபர் ஒருவர் மூலம் திருமணப் பேச்சைத் தொடங்குகிறார்கள். இருகுடும்பத்தினரின் சம்மதத்திற்கு ஏற்ப நாள் குறிக்கப்பட்டு மணமகனின் குடும்பத்தினர் மணமகளை நேரில் பார்க்க அவனது இல்லத்திற்கு வருகிறார்கள். இருகுடும்பத்தினர் முன்னிலையிலும் மணமகனும் மணமகளும் சந்திக்கிறார்கள். இருகுடும்பத்தினரிடையேயும் கலந்துரையாடல் நடைபெறுகின்றது. ஒருமித்த கருத்து உருவான பின் திருமணப் பேச்சுவார்த்தை தொடங்குகின்றது.

வரதட்சணை என்னும் பேச்சுக்கே பௌத்தத்தில் இடமில்லை. மணமகள் கொண்டுவரும் சீதனம் அவளுடைய குடும்பத்தைப் பொருத்தது, மணமகனுடைய குடும்பத்தினர் மணமகளுக்கு அன்பளிப்பாகக் கொடுக்க வேண்டிய ஆடைகளும் ஆபரணங்களும் அதேபோல மணமகளுடைய குடும்பத்தினர் கொடுக்க வேண்டிய ஆடைகளும் ஆபரணங்களும் பேசித் தீர்மானிக்கப்படுகின்றன. இருகுடும்பத்தினருடைய மூத்தோர்களின் சம்மதங்களையும் ஆசீர்வாதங்களையும் பெற்ற பின்னர், திருமண நிச்சயதார்த்தத்திற்கு நாள் குறிக்கப்படுகின்றது.

ஆ. திருமண நிச்சயதார்த்தம்

குறிப்பிட்ட நாளில் திருமண நிச்சயதார்த்தச் சடங்கு நடைபெறுகின்றது. சடங்கை முன்னின்று நடத்திவைக்கும் தம்மாச்சாரி அல்லது குரு புத்த வழிபாட்டோடு விழாவைத் தொடங்குகிறார். மணமகனுடைய சகோதரிகள் மற்றும் உறவுப் பெண்கள் மணமகளுக்குப் பழங்கள் அடங்கிய பரிசுத் தட்டையும் மாலையையும் வழங்குகிறார்கள். பின்னர் மஞ்சள் குங்குமம் பூசியும் வாசனைத் திரவியங்களைத் தெளித்தும் மணமகளை அலங்கரிக்கிறார்கள். குரு முன்மொழிய ஒவ்வொரு வரும் திசரணங்களையும் பஞ்சசீலங்களையும் ஓதுகிறார்கள். வழிபடப்பட்ட நூல்கண்டிலிருந்து ஒரு துண்டு கத்தரித்து எடுக்கப்பட்டு நீர் கலந்த மஞ்சளில் தோய்த்து எடுக்கப்படுகின்றது. அந்த மஞ்சள் நூல் மணமகளின் இடது கையில் கட்டப்படுகின்றது. அனைவருக்கும் இனிப்புப் பலகாரம் வழங்கப்படுகின்றது. இந்தச் சடங்கு சாக்ஷாகந்தம் அல்லது சகாயி என அழைக்கப்படுகின்றது.

மணமகள் அனைத்து மூத்தோர்களையும் வணங்கி அவர்களது ஆசீர்வாதங்களைப் பெறுகிறாள். குரு கீழ்வரும் மந்திரத்தை ஓதுகிறார்.

"இது உனக்கு அனைத்து மங்களங்களையும் வழங்குவதாக! நீண்ட ஆயுளையும் ஆரோக்கியத்தையும் செல்வச் செழிப்பையும் பெறுவாயாக! அனைத்துத் தேவ உலகங்களுக்கும் மேலான நிப்பாணப் பேறு பெற்றுப் பேரின்ப வாழ்வு வாழ்வாயாக! அனைத்துப் பிணிகளிலிருந்தும் துயரங்களிலிருந்தும் பகைமையிலிருந்தும் விடுதலை பெறுவாயாக! நிப்பாணப் பேரின்பமும் பேரமைதியும் பொலிவதாக!"

இ. விவாக மங்களப் பத்திரம்

மணமகன் வீட்டார் நிச்சயதார்த்தத்தின்போது தீர்மானித்தபடி திருமண நாள், நேரம், திருமணம் நடக்கவிருக்கும் இடம் ஆகிய விவரங்களைக் குறிப்பிட்டுத் திருமண அழைப்பிதழைத் தயாரித்து, அதன் நகலை மணமகள் வீட்டாரின் ஒப்புதலுக்கு அனுப்பிவைப்பார்கள். மணமகள் வீட்டார், அந்த அழைப்பிதழில் திருத்தங்கள் ஏதாவது செய்யப்பட வேண்டியிருந்தால், அதைத் திருத்திக் கையெழுத்திட்டு மணமகன் வீட்டாருக்குத் திருப்பி அனுப்புவார்கள். திருமண அழைப்பிதழின் தலைப்பில் தம்மச் சக்கரமும் "*நமோபுத்தாய*" என்னும் வாசகமும் பொறிக்கப்படும். திருமண அழைப்பிதழ் அச்சிடப்பட்டு இருதரப்பினரும் தத்தம் உற்றார் உறவினர்கள், நண்பர்கள், நலம் விரும்பும் சான்றோர்கள் ஆகியோருக்கு நேரில் சென்று வழங்குவார்கள்.

திருமண விழா சௌகரியத்திற்கு ஏற்றபடி ஏதாவது ஒரு கல்யாண மண்டபத்திலோ அல்லது மணமகள் அல்லது மணமகன் இல்லத்திலோ நடத்தப்படலாம்.

ஈ. பிக்குகளுக்குத் தானம்

திருமணச் சடங்குக்கு முன்னர் அன்று காலை அல்லது அதற்கு முந்தைய தினம் சௌகரியம்போல மணமக்களின் பெற்றோர்களும் நெருங்கிய உறவினர்களும் மணமக்களுடன் புத்த ஆலயத்திற்குச் சென்று வழிபடுகிறார்கள். பிக்குகள் கூறுவதையொட்டித் திசரணங்களை ஓதுவதும் பஞ்சசீலங்களை ஏற்பதும் புத்த வந்தனமும் மேற்கொள்ளப்படுகின்றன. *மஹாமங்கள சுத்தத்தையும்* மற்ற *பரித்ராண சூத்திரங்களையும்* இசைத்த பின்னர், பிக்குகள் மணமக்களைக் கீழ்வருமாறு ஆசீர்வதிக்கிறார்கள்.

"தீய செயல்களைத் தவிருங்கள்.
நற்செயல்களையே செய்து

புண்ணியங்களைக் குவியுங்கள்.
மனத்தைத் தூய்மைப்படுத்துங்கள்.
இவையே புத்தர்களது போதனைகள்.

"தீய செயல்களைச் செய்பவர்
இம்மையிலும் துக்கத்தில் உழல்கின்றார்,
மறுமையிலும் துக்கத்தில் உழல்கின்றார்.
அவர் இரண்டு நிலைகளிலும் துக்கத்தில் உழல்கின்றார்.
தனது தீய செயல்களின் பலன்களைக் கண்டு
அவர் மனம் அல்லல்படுகின்றது, அவதிப்படுகின்றது.

"நற்செயல்களைச் செய்பவர்
இம்மையிலும் மகிழ்ச்சி அடைகின்றார்,
மறுமையிலும் மகிழ்ச்சி அடைகின்றார்.
அவர் இரண்டு நிலைகளிலும் மகிழ்ச்சி அடைகின்றார்.
தனது நற்செயல்களின் பலன்களைக் கண்டு
அவரது மனம் மகிழச்சி அடைகின்றது,
மேலும் மேலும் மகிழ்ச்சியில் திளைக்கின்றது.

"நல்லொழுக்க நெறியில் வழுவாது நிலைபெற்றிருங்கள்
தம்மத்தைக் கடைப்பிடியுங்கள்
தம்மத்தைப் பின்பற்றுவோர் என்றும் மகிழ்ச்சி
கலையாது வாழ்வார்கள்.
தம்மமே பிணக்குகளற்ற, அனைவரும் ஒத்திசைந்த
துக்கத்திலிருந்து விடுபட்ட அமைதியான உலகிற்கு
வழிவகுக்கும்.
தம்மத்தைக் கடைப்பிடித்துச் செழித்தோங்கி
வாழ்வீர்களாக!"

பிக்குகளுக்குச் சங்கதானமும் அன்னதானமும் வழங்கப் படுகின்றன.

உ. திருமணச் சடங்கு

குறிப்பிட்ட தினத்தன்று இருதரப்பினரும் திருமணத்திற்குத் தேர்ந்தெடுக்கப்பட்டு அலங்கரிக்கப்பட்ட இடத்தில் ஒன்று கூடுவார்கள். இருதரப்பிலும் முக்கியமானவர்கள் ஒன்றாக முகப்பில் நின்று திருமணத்திற்கு வருவோர்களை வாசனைத் திரவியங்களைத் தெளித்தும் கற்கண்டு வழங்கியும் இனிய முகத்தோடு வரவேற்பார்கள்.

புனித நீராட்டு

மணமகள், மணமகன் இருவரும் தனித்தனி இடங்களில் வாசனைத் திரவியம் கலந்த நறுமணம் வீசும் நீரில், தக்க அளவு சூடாக்கப்பட்ட நீரில், குளிப்பாட்டப்படுவார்கள்.

குளித்து முடிந்த பின்னர் இருவரும் புத்தாடைகள் புனைவார்கள். மணமகன் தூய வெண்ணிற ஆடைகளையே அணிய வேண்டும். புத்தாடை அணிந்த மணமகள் புது ஆபரணங்களாலும் மலர்களாலும் அலங்கரிக்கப்படுவாள்.

அந்தந்த இடங்களில் எந்த வழக்கங்கள் மரபுவழிப் பின்பற்றப்படுகின்றனவோ அவை பௌத்தத்தில் ஏற்றுக்கொள்ளப்படுகின்றன. மரபுவழிப் பழக்கவழக்கங்களோடு, கீழ்க்காணும் பௌத்தம் சார்ந்த சடங்குகள் உரிய முறையில் இணைக்கப்பட்டுத் திருமணம் நிறைவேற்றப்படுகின்றது.

புத்த வந்தனம்

மேளதாளங்களும் இன்னிசை வாத்தியங்களும் முழங்க மணமகளும் மணமகனும் அலங்கரிக்கப்பட்ட திருமண மேடைக்கு அழைத்துச் செல்லப்படுகிறார்கள். புன்முறுவல் பூக்கும் புத்தரின் திருவுருவச் சிலை திருமண மேடைக்குப் பொலிவூட்டிப் புனிதத் தன்மையை எங்கணும் பரப்புகின்றது. புத்தர் சிலைக்கு ஒருபுறம் திருமணத்தை நடத்திவைக்கும் குரு அமர்வதற்கான இருக்கையும் மறுபுறம் மணமக்கள் அமர்வதற்கான இருக்கைகளும் ஏற்பாடு செய்யப்பட்டிருக்கும். மணமக்களுக்கு அணிவிக்கப்பட வேண்டிய மாலைகளும் அழகான மலர்களுக்கு மத்தியில் மங்கள சூத்திரமும் (தாலியும்) தட்டுகளில் வைக்கப்பட்டிருக்கும். திருமணத்தை நடத்திவைக்கும் குரு மேடையில் உயரிய ஆசனத்தில் அமர்கிறார். திருமண நிகழ்ச்சி தொடங்கும் முன் குருவின் அனுமதியுடன் பெண்கள் குத்துவிளக்கு, மெழுகுவர்த்தி, ஊதுபத்தி ஆகியவற்றை ஒளி யேற்றி வைக்கிறார்கள்.

மேடைக்கு அழைத்து வரப்படும் மணமக்கள் அவரையும் புத்தர் சிலையையும் முறைப்படி வணங்கிய பின்னர் இருவரும் புத்தரின் சிலைக்கு முன்னால் அவர்களுக்காக அமைக்கப்பட்டுள்ள இருக்கைகளில் அமர்கின்றனர். மணமகள் எப்போதும் மணமகனின் இடது பக்கம் வீற்றிருப்பாள். புத்த கலசம் மேடையில் மையமாக வைக்கப்பட்டிருக்கும். குருவுக்குப் பக்கத்தில் வேறு யாரும் உட்காரக் கூடாது. குரு புத்த வந்தனத் தோடு நிகழ்ச்சியைத் தொடங்கிவைக்கிறார். உலகில் அனைத்தையும் ஒன்றோடு ஒன்றாகப் பின்னிப்பிணைக்கும் சார்புடைமைத் தத்துவத்தைக் குறிக்கும் புனிதக் கயிற்றை எடுத்துக் குரு புத்த கலசத்தைத் தொட்ட பின்னர் கண்களில் ஒற்றி வணங்குகின்றார். புனிதக் கயிற்றின் ஒரு முனை மணமகளின் கைகள் வழியாகச் செலுத்தப்பட்டு மணமகனின் கைகளால் பற்றிக்கொள்ளப்படு கின்றது. மணமக்கள் இருவரும் இவ்வாறு புனிதக் கயிற்றின்

ஒரு முனையைப் பற்றிக்கொண்டிருக்க மறுமுனை குருவின் கைகளில் ஏந்தப்பட்டிருக்கின்றது.

திசரணங்களையும் பஞ்சசீலங்களையும் போதிக்குமாறு மணமக்கள் இருவரும் குருவை மும்முறை வேண்டிக்கொள் கின்றார்கள். அதற்கு இணங்கிக் குரு முதலில் திசரணங்களைச் சொல்லுகின்றார். மணமக்களோடு இணைந்து கூடியுள்ள அனைவரும் திசரணங்களைக் குருவைப் பின்பற்றிச் சொல் கின்றனர். மூன்றுமுறை இவ்வாறு திசரணங்கள் கூறப்பட்ட பின்னர் குரு பஞ்சசீலங்களைப் போதிக்கிறார். அவற்றைக் கடைப்பிடிக்க அனைவரும் உறுதிகொள்கின்றனர். புத்த வந்தனமும் மேற்கொள்ளப்படுகின்றது.

அடுத்து *ஜெயமங்கள அட்டகாதம்* ஓதப்படுகின்றது. இதைத் தொடர்ந்து மணமக்கள் தங்களது கைகளில் ஏந்தியுள்ள புனிதக் கயிறு இரண்டு துண்டுகளாக்கப்படுகிறது. ஒரு துண்டு மண மகனின் வலது கையிலும் மற்றொரு துண்டு மணமகளின் இடது கையிலும் கங்கணங்களாகக் கட்டப்படுகின்றது. அதன் பின்னர் குரு அவர்களது இருகைகளையும் இணைத்துக் கீழ்க் காணும் வாழ்த்துப் பாடலை இசைக்கின்றார்:

உங்களுக்கு அனைத்து மங்களங்களும் உண்டாகட்டும்!
அனைத்துத் தேவர்களும் உங்களைக் காப்பார்களாக!
அனைத்துப் புத்தர்களின் கருணையினால், நீங்கள்
என்றும் மகிழ்வுடன் வாழ்க, வளமுடன் வாழ்க!
அனைத்துத் தம்மங்களின் பேரருளால், நீங்கள் என்றும்
மகிழ்வுடன் வாழ்க, வளமுடன் வாழ்க!
அனைத்துச் சங்கங்களின் பேரருளால், நீங்கள் என்றும்
மகிழ்வுடன் வாழ்க, வளமுடன் வாழ்க!

மங்களச் சடங்கு *(கன்யா தானம்)*

இணைந்த கைகளோடு மணமக்கள் இருவரும் புத்த கலசத்தை மும்முறை வலம் வருகின்றனர். பின்னர் அவர்கள் இருக்கைகளில் அமர, கன்யாதானச் சடங்கு ஆரம்பமாகின்றது.

மணமக்களின் பெற்றோர்கள் நால்வரும் மேடைக்கு வந்து புத்த கலசத்தைத் தொட்டுக் கண்களில் ஒற்றி வணங்கிய பின்னர் தத்தம் மக்களுக்கு அருகில் அமர்கின்றனர்.

குரு கூறும் வண்ணம், மணப்பெண்ணின் தந்தையானவர், மணமகனின் பெற்றோரை நோக்கிக் கீழ்க்காணுமாறு உறுதி மொழி கூறித் தம் பெண்ணைத் தானமாக வழங்குகின்றார்:

“புத்தம், தம்மம், சங்கம் ஆகிய மும்மணிகளையும்
சரணம் அடைந்தவர்களாய்,

கூடியுள்ள மூத்தோர்கள், சான்றோர்கள், சகோத
சகோதரிகள்,
உற்றார்கள், உறவினர்கள், நண்பர்கள்
அனைவரின் முன்னிலையில்
நாங்கள் மனப்பூர்வமாக உறுதிமொழி கூறி
அனைவருக்கும் அறிவிக்கின்றோம்:
எங்கள் புதல்வி. இன்று முதல் உங்கள்
புதல்வனின் மனைவி.
உங்கள் மருமகள்.
இனிமேல் அவள் உங்கள் பொறுப்பு.
சகல சம்பத்துகளையும் பெற்று
நம்மிரு குடும்பங்களும் தழைப்பதாக!
நம் வம்சங்கள் செழித்தோங்குவதாக!
நம் உறவுகள் வளர்வதாக!"

அதைத் தொடர்ந்து குரு பணிக்கின்றபடி மணமகனின் தந்தையார் கீழ்வருமாறு பதில் மொழி கூறி உறுதியளிக்கின்றார்.

"புத்தம், தம்மம், சங்கம் ஆகிய மும்மணிகளையும்
சரணம் அடைந்தவர்களாய்,
கூடியுள்ள மூத்தோர்கள், சான்றோர்கள், சகோதர
சகோதரிகள்,
உற்றார்கள், உறவினர்கள், நண்பர்கள்
அனைவரின் முன்னிலையில்
நாங்கள் (நானும் என் மனைவியும்)
மனப்பூர்வமாக
உறுதிமொழி கூறி அறிவிக்கின்றோம்.
"உங்கள் புதல்வி இன்று முதல் எங்கள்
புதல்வனின் மனைவி.
எங்கள் மருமகள்.
இனிமேல் அவள் எங்கள் பொறுப்பு.
இவன் உங்கள் மருமகன்.
நம் உறவுகள் வளர்வதாக!
சகல சம்பத்துகளையும் பெற்று
நம்மிரு குடும்பங்களும் தழைப்பதாக!
நம் வம்சங்கள் செழித்தோங்குவதாக."

அவையில் குழுமியுள்ளோர் "உத்தமம்", "உத்தமம்", உத்தமம்" என்று கூறி, மஞ்சளில் தோய்த்த அரிசிமணிகளை மணமக்கள் மேல் தூவி வாழ்த்துகின்றனர். மணமக்களின் பெற்றோர்கள் இதன் பின்னர் திருமண மேடையின் விளிம்பிற்குச் சென்று அங்கு நிற்கிறார்கள்.

அடுத்து, குரு மணமக்களுக்கு அவர்களது கடமைகளையும் பொறுப்புகளையும் நினைவூட்டிக் கீழ்க்காணும் சபதங்களை ஏற்றுக்கொள்ளப் பணிக்கின்றார்.

மணமகனின் விரதம் (சபதம்)

"புத்தம், தம்மம், சங்கம் ஆகிய மும்மணிகளையும் சரணம் அடைந்தவனாய்,

கூடியுள்ள மூத்தோர்கள், சான்றோர்கள்,
பெரியோர்கள், சகோதர சகோதரிகள்,
உற்றார்கள், உறவினர்கள், நண்பர்கள்
அனைவரின் முன்னிலையில்
நான் உறுதிகூறிக் கீழ்வரும் சபதங்களை
மேற்கொள்கின்றேன்:

(1) எண்ணம், சொல், செயல் ஒவ்வொன்றிலும் கண்ணியமானவனாய் நான் என்றும் என் மனைவியின் உணர்வுகளை மதித்து நடப்பேன்.

(2) என் மனைவிக்கு அவமானக்கேடு நேரும் வண்ணம் நான் என்றும் நடந்துகொள்ளமாட்டேன்.

(3) தவறான காம விபச்சாரங்களில் ஈடுபடாதவனாய் நல்லொழுக்க நெறி காப்பேன்; என் மனைவிக்கு நான் என்றும் துரோகம் இழைக்கமாட்டேன்.

(4) நேர்மையான வழியில் ஊக்கத்துடன் கடுமையாக உழைத்துச் செல்வவளம் பெருக்குவேன். என் மனைவிக்கு வேண்டிய தேவைகளையெல்லாம் அளித்து அவளை நன்முறையில் பாதுகாப்பேன்.

(5) அவளுக்குச் சம உரிமையும் அதிகாரமும் கொடுத்துப் போற்றுவேன்.

(6) நல்லாடைகளையும் ஆபரணங்களையும் பரிசுகளாக அளித்து அவளது ஆசைகளைப் பூர்த்திசெய்வேன். அவளை என்றும் மகிழ்ச்சியில் வைத்திருப்பேன்."

மணமகளின் விரதம் (சபதம்)

அடுத்து மணமகள் விரதம் ஏற்கிறாள்.
"புத்தம், தம்மம், சங்கம் ஆகிய மும்மணிகளையும்
சரணம் அடைந்தவளாய்
கூடியுள்ள மூத்தோர்கள், சான்றோர்கள்,
பெரியோர்கள், சகோதர சகோதரிகள்,

உற்றார்கள், உறவினர்கள், நண்பர்கள் அனைவரின் முன்னிலையில் நான் உறுதிகூறிக் கீழ்வரும் சபதங்களை மேற்கொள்கின்றேன்:

(1) என் கணவரை என் உயிராகப் போற்றி நேசிப்பேன்.

(2) எண்ணம், சொல், செயல் ஒவ்வொன்றிலும் தூய்மை படைத்தவளாய், பின் தூங்கி முன் எழுந்து இல்லக் கடமைகளைச் செவ்வனே நிறைவேற்றுவேன்.

(3) எனது கணவரின் பெற்றோர்களையும் உறவினர்களையும் என்னுடைய சொந்தப் பெற்றோர்களாகவும் உறவினர்களாகவுமே கருதிப் போற்றி மதிப்பேன்.

அவர்கள் மகிழ்ச்சியே என் மகிழ்ச்சியாய் நடந்து கொள்வேன்.

(4) என் கணவரின் குலப் பெருமையைப் போற்றிக் காப்பேன். அவருக்கு என்றும் துரோகம் இழைக்க மாட்டேன்.

(5) தொழில் துறைகளில் இயன்ற அளவு கணவருக்கு உறுதுணையாக இருப்பேன். நான் மேற்கொள்ளும் கடமைகளில் செயல்திறன் படைத்தவளாகவும் கடுமையாய் உழைப்பவளாகவும் இருப்பேன்.

(6) வரவுக்கேற்ற செலவேசெய்து ஈட்டும் செல்வத்தை வளர்ப்பேன்.

மங்கள சூத்திரம் புனைதல்

இவ்வாறு குடும்பக் கடமைகளையும் பொறுப்புகளையும் பற்றிய சபதங்களை மணமக்கள் இருவரும் ஏற்ற பின்னர், குரு கீழ்க்காணுமாறு இருவரையும் வாழ்த்துகிறார்:

"மேற்கொண்ட சபதங்களை வழுவாது கடைப்பிடித்து அன்பும் கருணையும் உருவான வாழ்க்கை வாழ்ந்து புத்தத் தன்மையில் உயர்வீர்களாக! பேரின்ப வாழ்வு பெறுவீர்களாக!"

அடுத்து, மணமக்கள் இருவரும் எழுந்து நேர் எதிர் எதிராய் ஒருவர் முகத்தை ஒருவர் பார்த்தவராய்ப் புத்த கலசத்தின் இருபுறமும் நிற்கிறார்கள். மணமகள் தனது இடது கையை முன் நீட்ட மணமகன் அதை அன்புடன் ஏந்தி அவளது விரலில் தங்க மோதிரம் ஒன்றை அணிவிக்கின்றார். அதே போன்று அடுத்து மணமகளும் மணமகனின் கையை ஏந்தி அவரது விரலில் தங்க மோதிரம் அணிவிக்கின்றாள்.

ஒ.ரா.ந. கிருஷ்ணன்

குரு மங்கள சூத்திரத்தை எடுத்து அதற்கு மஞ்சளும் குங்குமமும் இட்டு அதைக் கொண்டு புத்த கலசத்தைத் தொட்டு வணங்குகின்றார். தொட்ட பின்னர் மங்கள சூத்திரத்தைக் கண்களில் ஒற்றி வணங்கிக் குழுமியுள்ள அவையோரின் ஆசீர்வாதத்திற்காக அதை உயர்த்திக் காட்டுகின்றார். **மங்கள சூத்திரத்தில் தம்மச் சக்கரம் பொறிக்கப்பட்டிருக்க வேண்டும்.**

"மங்களம் உண்டாகுக!" என்று மும்முறை வாழ்த்துகிறார். அனைவரும் "உத்தமம்", "உத்தமம்",."உத்தமம்" என்று ஆசீர் வதிக்கக் குரு மங்கள சூத்திரத்தை மணமகனின் கைகளில் கொடுக்கிறார். அதை வாங்கிக் கண்களில் ஒற்றி வணங்கிய பின்னர், மணமகன் மணமகளின் கழுத்தில் அணிவிக்கிறார். முதல் இரண்டு முடிச்சுகளையும் மணமகன் போட, மூன்றாம் முடிச்சை அவர் சகோதரி போடுகிறார் அல்லது மங்கள சூத்திரம் அணிவிப்பதில் அவர் சகோதரி மணமகனுக்கு உதவுகிறாள்.

அப்போது மேளதாளங்கள் மும்முரமாக ஒலிக்கின்றன. மங்கள சூத்திரம் புனையப்பட்ட பின்னர் மணமகள் மண மகனுக்கு மாலை அணிவிக்கின்றாள். திரும்ப மணமகனும் மணமகளுக்கு மாலை சூட்டுகின்றான். இருவரும் பூச்செண்டு களைப் பரிமாறிக்கொள்கின்றனர்.

பூக்களையும் மஞ்சளில் தோய்த்த அரிசிமணிகளையும் மணமக்கள்மேல் தூவி அவையில் குழுமியுள்ளோரும் "உத்தமம்", "உத்தமம்", "உத்தமம்" எனக் கூறி அவர்களை வாழ்த்துகின்றனர்.

மணமக்கள் இருவரும் முதலில் புத்தரின் திருவுருவத்தை மும்முறை வணங்குகின்றார்கள். பின்னர் குருவையும் பெற்றோர் களையும் இரு குடும்பங்களின் மூத்தோர்களையும் முறையே வணங்குகின்றார்கள். அவர்கள் மணமக்களை உளமார ஆசீர் வதிக்கின்றனர்.

கேளிக்கை விளையாட்டுகள்

அதன் பின், மணமக்களை மேடையில் அமர்த்தி இளம் பெண்களும் சிறுவர்களும் அவர்களைச் சுற்றிவந்து இனிய பாடல்களைப் பாடுகின்றனர். பாலும் பழமும் பிசைந்து வைத்து மணமக்களுக்கு ஊட்டிவிடுகின்றனர். மணமக்களும் ஒருவருக்கொருவர் ஊட்டிவிட்டுக்கொண்டு மற்றவர்களுக்கும் இனிப்பு வழங்குகிறார்கள். கேளிக்கையும் விளையாட்டும் அந்தந்த இடங்களில் கடைப்பிடிக்கப்படும் மரபுவழிவந்த வழக்கங்களுக்கு ஏற்பத் தொடர்கின்றன.

பின்னர் அனைவருக்கும் விருந்தளிக்கப்படுகிறது. அதற்கு முன்னர் அல்லது பின்னர், விருந்தாளிகள் மணமக்களுக்குப் பரிசுகளைத் தந்து வாழ்த்துகின்றனர்.

ஊ. திருமண வரவேற்பு

திருமணம் முடிந்த அன்று மாலையே அல்லது இரு குடும்பத்தாரின் சௌகரியத்திற்கு ஏற்ப ஒரு தினத்தில் திருமண வரவேற்பு நிகழ்த்தப்படுகின்றது.

பெரியோர்களும் உற்றார்களும் உறவினர்களும் நண்பர்களும் சுற்றத்தாரும் வந்திருந்து மணமக்களை வாழ்த்துகிறார்கள், ஆசீர்வதிக்கிறார்கள். மணமக்கள் அனைவரையும் வணங்கி ஆசிபெறுகின்றனர். அவர்களுக்குப் பரிசுகள் வழங்கப்படுகின்றன.

சுவையான விருந்து அனைவருக்கும் அளிக்கப்படுகின்றது.

எ. மணமகள் கிரஹப் பிரவேசம்

திருமணம் முடிந்தவுடனே விருந்திற்குப் பின்னர் மண மகள், மணமகன் வீட்டிற்கு அழைத்துச் செல்லப்படுகின்றார். திருமணமான பின்னர், முதன் முதலாக மணமகள் தன் கணவன் வீட்டில் அடியெடுத்துவைக்கும் சடங்கு இது. கணவனின் குடும்பத்தைச் சேர்ந்த பெண்கள் இல்ல முகப்பில் மங்கள ஆரத்தி எடுத்து வரவேற்று மணமகளை உள்ளே அழைத்துச் செல்கின்றனர். வலது காலை முன்வைத்து மண மகள் இல்லத்தில் நுழைகின்றாள். நுழைந்தவுடன் வழிபாட்டு அறைக்குச் சென்று புத்தரின் திருவுருவத்திற்கு முன்னர் மும்முறை வணங்குகிறாள். திசரணங்களைச் சொல்லுகின்றாள் அல்லது "நமோ புத்தாய! நமோ தம்மாய! நமோ சங்காய!" என்று வணங்குகிறாள். ஒளிவிளக்கை ஏற்றித் தூப பூசையும் மலர்ப் பூசையும் செய்கிறாள். அடுத்து, இல்லத்தில் வைக்கப்பட்டிருக்கும் மூதாதையர்களின் திருவுருவங்களை அல்லது படங்களை வணங்கியெழுகின்றாள். அவளோடு மணமகனும் இந்த வழிபாடுகளில் கலந்துகொள்கிறார்.

கணவனின் பெற்றோர்களையும் அங்குக் குழுமியிருக்கும் மூத்தோர்களையும் வணங்கிய பின்னர் மணமகள் மற்றவர்களுக்கு முறையாக அறிமுகம் செய்துவைக்கப்படுகின்றாள்.

அன்றிலிருந்து அவர்களது திருமண வாழ்க்கை தொடங்குகின்றது. அவர்கள் எப்பொழுதும் எண்ணம், சொல், செயல் ஒவ்வொன்றிலும் தூய்மை காக்க வேண்டும். வாழ்க்கை துன்பமும் இன்பமும் கலந்தது என்னும் உண்மையை உணர்ந்தவர்களாய்த் தாங்கள் துன்பமடைந்தாலும் குடும்ப நலனே முக்கியம் என்று செயல்பட வேண்டும். நல்ல குழந்தைகளைப் பெற்றெடுத்து குலம் தழைத்து வாழ உறுதிகொள்ள வேண்டும். அதே சமயம் "சிறிய குடும்பமே அழகான குடும்பம் இனிமை

யான குடும்பம்" என்னும் உண்மையை உணர்ந்தவர்களாகவும் இருக்க வேண்டும்.

10. *உபசம்பதம்*

பௌத்த சமயத்தில் பின்பற்றப்படும் சடங்குகளில் இது மிக முக்கியமானதாகும். இதற்கு முன்பு நடத்தப்படும் "*பப்பஜ்ஜ சாமணோ சம்ஸ்காரம்*" என்னும் சடங்கில் ஒரு இளைஞனுக்குப் பத்து அல்லது இருபது நாள்கள் முழுச்சாமணராக வாழும் வாழ்க்கை முறை போதிக்கப்படுகின்றது. அந்தப் பத்து அல்லது இருபது நாள்களும் பகலிரவு முழுவதும் இளைஞர் ஒரு முழுச்சாமணராகவே மாறுகின்றார். அந்தச் சடங்கு முடியும்போது இளைஞனுக்கு இரண்டு வாழ்க்கை முறைகள் தெளிவாகத் தெரிகின்றன: (1) *உபசம்பதம்* பெற்று முழுச்சாமணராக மாறி ஒரு பிக்குவின் வாழ்க்கை வாழ்வது அல்லது (2) திருமணம் செய்துகொண்டு இல்லற வாழ்க்கைக்குத் திரும்புவது. இந்த இரண்டு வாழ்க்கை முறைகளில் ஒன்றைத் தேர்வுசெய்து ஏற்றுக்கொள்ளப் பௌத்தம் இளைஞர்களுக்குத் தன்னுரிமை வழங்கியுள்ளது. *உபசம்பதம்* ஏற்க முடிவுசெய்யும் ஒருவர், தன் வாழ்நாள் முழுவதும் நிரந்தரமாக ஒரு பிக்குவாகவே வாழ்கிறார். இல்லற வாழ்க்கைக்கு அவர் என்றும் திரும்புவதில்லை. மற்றவர்கள் சிலகாலம் சாமணராக வாழ்ந்திருந்து தங்கள் மனத்தைத் தூய்மைசெய்துகொண்டு மீண்டும் இல்லற வாழ்க்கைக்குத் திரும்பலாம். இவ்வாறு இல்லற வாழ்க்கையை ஏற்றவர்கள் பின்னர் வாழ்க்கையின் வெவ்வேறு கட்டங்களில் சில வாரங்களுக்காவது "*பப்பஜ்ஜ சாமணராக*"ப் புத்த விஹாரங்களில் பயிற்சி மேற்கொள்வது உடலையும் உள்ளத்தையும் பெரிதும் பண்படுத்தும்.

இல்லறத்திற்குத் திரும்பிவராத பிக்குவின் வாழ்க்கை முறையை ஏற்பதற்கு மிக்க மனவுறுதி வேண்டும். தீர ஆலோசித்த பின்னரே இந்த முடிவை எடுக்க வேண்டும். ஏனெனில், பிக்குவின் வாழ்க்கைமுறை மிகக் கடினமானதாகும். தான் எனும் தனியுணர்வையறுத்துக் களங்கமற்ற, துடைத்துப் பளபளப்பாக்கப்பட்ட வெண்சங்கைப் போன்று தூய்மையோடுகூடிய, புனித வாழ்க்கையை அடைவது என்பது எளிதல்ல. ஆசைகளை அடக்கி வெல்லக்கூடிய மனத்திண்மை கொண்டவர்களே பிக்குவாகத் தகுதி வாய்ந்தவர்கள். மேலும் பௌத்தக் கோட்பாடுகளின் உண்மையையும் மேன்மையும் உணர்ந்து அவற்றில் உறுதியான நம்பிக்கை கொண்டவர்களாய் இருக்க வேண்டும்.

"*உபசம்பதம்*" எனப்படும் சடங்கு, அதாவது ஒருவர் பிக்குவாகத் தீட்சை பெறும் சடங்கு, குறைந்தது ஐந்து பிக்கு

களால் நடத்திவைக்கப்படுகின்றது. இவ்வாறு புத்த தீட்சைப் பெற்ற ஒருவரே தம்ம பீடத்தில் அமரும் தகுதி பெறுகிறார். இத்தகுதி பெற்றவரே மற்றவர்களுக்கும் தீட்சையளித்துப் பௌத்த சமயத்தில் முறைப்படி அவர்களைச் சேர்க்க இயலும். இந்தச் சடங்கு புத்தகயா, சாரநாத், குசிநாரா, லும்பினி போன்ற புனிதத் தலங்களிலோ அண்மையில் உள்ள புத்த விஹாரங் களிலோ அல்லது நதிகளின் நடுவில் ஓடங்களிலோ படகு களிலோ நடத்திவைக்கப்படலாம். இதன் விதிமுறைகள் ஏறக்குறைய *பப்பஜ்ஜா* பயிற்சியின்போது அனுசரிக்கப்படு பவற்றை ஒத்தவையாகும். ஆனால் சில கூடுதல் விதிமுறைகளும் கட்டுத்திட்டங்களும் விரதங்களும் தம்மப் போதனைப் பாடல்கள் மனனமும் இதில் இடம்பெறும். இந்தச் சடங்கைத் தொடர்ந்து குழுமியுள்ளோருக்குச் சங்கதானம் வழங்கப்படு கின்றது.

உபசம்பதத் தீட்சை பெற்றவர் வாழ்நாள் முழுதும் பிக்கு வின் பிரம்மச்சர்ய வாழ்க்கையை ஏற்று அனைத்து உயிர்களின் நலத்திற்கும் பாடுபடும் உன்னதக் குறிக்கோளுக்குத் தம்மை அர்ப்பணித்துக்கொண்டவராகின்றார். இந்த *உபசம்பதத்* தீட்சை பெறும் சடங்கு, ஒருவர் தமது இருபதாவது வயதைக் கடந்த பின்னரே, அவரது பூரணசம்மதத்தோடும் விருப்பத்தோடும் நிறைவேற்றி வைக்கப்படுகின்றது. பிக்குவின் தன்னலம் கருதாது வாழும் வாழ்க்கை மிகக் கடினமான ஒன்றாகும். ஆகவே, தீர ஆலோசித்த பின்னரே உறுதி பிறழாத வஜ்ரத்தையொத்த மனத்தோடு, பிக்குவாகத் தீட்சை பெறுவது தீர்மானிக்கப்பட வேண்டும். இது ஒருவரது வாழ்வில் மிக முக்கியமான கட்ட மாகும். பிக்குவாகத் தீட்சை பெற்ற பிறகு மாறுவது என்பது இல்லை.

பிக்குவின் வாழ்க்கை முறை கீழ்வரும் பத்து மேன்மையான நற்பண்புகளையும் மேன்மேலும் வளர்த்துப் பெருக்கி நிறைவு செய்வதில் (*பத்துப் பாரமிதைகளில்*) அடங்கியுள்ளது.

1) தன்னலம் மறுத்து என்றும் பிறர்க்கு உதவும் ஈகைப் பண்பில் உயர்வது (*தான பாரமிதை*)

2) நன்னெறியில் நின்று, நல்லொழுக்கம் காக்கும் பண்பில், தூய்மையில் உயர்வது (*சீல பாரமிதை*)

3) அகந்தையற்றுப் பிறர் நலம் பேணும் தியாகப் பண்பில் உயர்வது (*நெக்கம்ம பாரமிதை*)

4) அறிவைப் பெருக்கி, அறிவைப் பிறருக்கும் ஊட்டி, நலம் விளைக்கும் நற்பண்பில் உயர்வது (*பஞ்ஞா பாரமிதை*)

5) கடும் உழைப்பாளியாய், ஊக்கமுடையவராய், விடா முயற்சியுடன் செயல்படும் நற்பண்பில் உயர்வது *(வீரிய பாரமிதை)*

6) இயற்கையில் விளையும் இன்னல்களையும் மற்றும் பிறர் செய்யும் இன்னாச் செயல்களையும் பொறுத்து வாழும் நற்பண்பில் உயர்வது *(கந்தீ பாரமிதை)*

7) உண்மையைப் பேணும் நற்பண்பில் உயர்வது *(ஸச்ச பாரமிதை)*

8) மனவுறுதி கலங்காத நற்பண்பில் உயர்வது *(அதிட்டான பாரமிதை)*

9) அன்புறு நேயத்தை வளர்க்கும் நற்பண்பில் உயர்வது *(மெத்தா பாரமிதை)*

10) வேதனை – சுகம், மகிழ்ச்சி – துக்கம், விருப்பு – வெறுப்பு என எந்தவித எதிர்முனை உணர்வுகளு மின்றிச் சமநிலை கொண்ட மனம் காக்கும் நற்பண்பில் உயர்வது *(உபெக்கா பாரமிதை).*

ஆண்துறவிகளும் பெண்துறவிகளும் கடைப்பிடிக்க வேண்டிய வாழ்க்கை நெறிமுறைகளையும் கட்டுத்திட்டங் களையும் புத்தர் பிரான் பதிமொக்கத்தில் விளக்கியுள்ளார். அதில் பிக்குகளுக்கும் பிக்குணிகளுக்கும் 227 அறநெறிக் கட்டளைகள் விதிக்கப்பட்டுள்ளன. இவை அவர்கள் வழுவாது பின்பற்ற வேண்டிய அறநெறிக் கட்டளைகளாகும். மேலும் அவர்கள் பத்து விரதங்களையும் *(தசசீலங்களையும்)* ஏற்றுக் கடைப்பிடிப்பவர்களாய் இருக்க வேண்டும். இந்த விதிமுறை களை ஏற்று நடக்கும் பிக்குவின் வாழ்க்கை உயர்வானது என்று தேரவாதப் பௌத்தம் பொதுவாகக் கூறுகின்றது.

புத்தர் பிக்குகளுக்கென விதித்துள்ள 227 அறநெறிக் கட்டளைகளும் துளியும் பிறழாமல் கடைப்பிடிக்கப்படுகின்றன. இவற்றால், பிக்குவின் வாழ்க்கை முறை சாதாரண மக்களின் வாழ்க்கை நெறியைவிட மிக அதிகத் தூய்மைப் பொலிவு பெற்றதாகவும் மேன்மையானதாகவும் அமைகின்றது. ஆகவே தான், உயர்ந்தோர்களும் மூத்தோர்களும் இளையவர்களும் அனைவரும், ஏன் அரசர்களும்கூட, பிக்குவைப் போற்றித் தலைதாழ்ந்து வணங்குவதில் ஆச்சரியமில்லை.

பெண்களும் பிக்குணிகளாக விரதம் ஏற்கலாம். புத்த பிரானின் வாழ்நாள் காலத்திலும் அதற்குப் பின்னர் பலநூற் றாண்டுகளுக்கு இந்தியாவில் பிக்குணிகளின் சங்கங்கள் இருந்தன. ஆனால் அந்த அமைப்பு முறைகள் இப்போது

இல்லை. மேலும் பிக்குணிகளாகப் பெண்கள் நாடெங்கும் சுற்றித் தம்மப் போதனைகள் செய்வதும் இப்போது பாதுகாப் பானதாக இல்லை. பிக்குணிகளாகப் பெண்கள் சங்கத்தில் சேர இயலாவிட்டாலும், தம்மத்தின் பாதையில் வழுவாது நடக்க, அவர்கள் உறுதி மேற்கொண்டவர்களாக இருக்க வேண்டும்.

11. தாககம்மா

ஒரு மனிதரது வாழ்வில் இது இறுதிச் சடங்காகும். அவர் பூத உடலை நீத்து மரணத்தைத் தழுவும் நேரம் வரும்போது பரித்ராண சூத்திரம் ஓதுதல் ஏற்பாடு செய்யப் படுகின்றது. மரணதறுவாயில் அவர் இந்தச் சூத்திரங்களைக் கேட்கும்போது அவரது இறுதிக்கண விஞ்ஞானம் தூய்மைப் பொலிவுபெற்று ஒரு நல்ல மறுபிறவி விஞ்ஞானமாகப் பரிண மித்து மேல்நிலை எய்துகின்றது.

'உயிருள்ள மனிதர்' என நாம் கருதுவது என்றும் மாறாது நிலைத்திருக்கும் சாசுவதமான ஒரு பொருளல்ல. இது கணத் துக்குக் கணம் மாறிக்கொண்டேயிருக்கும். ஐந்து கந்தங்களின் ஒரு கூட்டுச்சேர்க்கையே என்று நாம் ஏற்கனவே கண்டோம்.

எங்கெல்லாம் கூட்டுகள் சேர்கின்றனவோ, அங்கெல்லாம் கூட்டு கலைவதும் நிகழ்ந்தே தீரும். எங்கே கூறுகள் பிளவுபடு கின்றனவோ அங்கெல்லாம் கூறுகள் இணைவதும் நிகழ்கின்றது. இவையனைத்தும் புலனுக்கும் அறிவுக்கும் எட்டாத ஒரு கடவுளாலோ அல்லது தெய்வீக சக்தியாலோ படைக்கப்படுவது மில்லை, அழிக்கப்படுவதுமில்லை. அனைத்தும் வெவ்வேறு காரணங்களையும் சூழ்நிலைகளையும் ஆதரவுகளையும் சார்ந்து இயற்கை விதிகளின்படி இணைகின்றன, எழுகின்றன, கலைகின்றன, மாறிக்கொண்டேயிருக்கின்றன. இங்குக் காணப் படுவது எல்லாம் உயிர், விஞ்ஞானம் அல்லது ஆசைகளாகிய ஒரு தொகுப்பின் இடைவிடாது தொடர்ந்து நிகழ்ந்துகொண் டிருக்கும் பரிணாமங்களேயாகும். இவ்வாறு இவ்வாழ்வில் பரிணமித்துக்கொண்டேயிருக்கும் ஓர் உயிர் அல்லது விஞ்ஞானம், இப்பரு உடல் அழிகின்றபோது தொடர்ந்து பரிணமிக்கும் மறுபிறவி உயிர் ஊற்று ஆகின்றது. இந்தத் தொடர்நிகழ்வை "புனர்ஜென்மம்" எனக் கூற முடியாது. தொடர்ந்து பரிணமித்துக்கொண்டிருக்கும் ஒரு கூட்டுக் கலவையின் தொடர் பரிணாமமே இது. இதுவே வாழ்க்கை யின் உண்மையாக இருப்பதால், இறப்பைக் கண்டு பயமோ வெறுப்போ வருத்தமோ கொள்வது அர்த்தமற்றதாகும். இந்த உண்மையை உணர்ந்தவர்கள் விருப்பு – வெறுப்பு, மகிழ்ச்சி –

துக்கம் ஆகிய உணர்வுகளைக் கடந்து சமநிலை குன்றாத மனத்தோடு மரணத்தை எதிர்கொள்கின்றார்கள்.

ஒருவர் மரணம் எய்திய பின், அவரது உயிரற்ற உடல் நன்றாகக் குளிப்பாட்டப்பட்டு வெண்மையான ஆடைகள் அணிவிக்கப்பட வேண்டும். வாசனைத் திரவியங்களை ஏற்ற முறையில் பூசி உடலைத் தூய்மையில் வைக்க வேண்டும். அந்தந்த வட்டாரங்களில் கடைப்பிடிக்கப்படும் வழக்கத்திற் கேற்ப, உடலைச் சுவரையொட்டிப் பத்மாசனத்தில் தியான நிலையில் உட்காரவைக்கலாம் அல்லது கட்டிலில் உறங்குகின்ற நிலையில் படுக்கவைக்கலாம். உடல் மலர் மாலைகளாலும் பூக்களாலும் அலங்கரிக்கப்படலாம். அறை முழுவதும் தூய்மையும் சுகந்தமும் நிலவியிருக்க வேண்டும். புத்த பிக்கு அல்லது உபாசகரின் குரு அழைக்கப்படுகிறார். திசரணங்களை ஓதுவதும் பஞ்சசீலங்களை ஏற்பதும் குழுமியுள்ள அனைவ ராலும் மேற்கொள்ளப்படுகிறது.

புத்த பிக்கு அல்லது குரு கூறுவதைத் தொடர்ந்து குழுமி யுள்ள அனைவரும் மரணமடைந்தவரின் தொடர்பிறவி விஞ்ஞானம் நன்னிலை எய்திட மனமார வேண்டிக்கொள் கின்றனர். பிற்சேர்க்கை-4இல் கொடுக்கப்பட்டுள்ளவாறு வேண்டுதல் பாசுரம் ஓதப்படலாம். பின்னர், பிக்கு தம்ம உபதேசம் செய்கின்றார்.

> "ஐயகோ! இந்த வாழ்வு எவ்வளவு நிலையற்றதாக இருக்கின்றது!
> நீர்க்குமிழிகள்போலச் சங்காரங்கள் எழுகின்றன மறைகின்றன.
> உடல் அழிகின்றது.
> தொடர்பிறவி விஞ்ஞானம் மீண்டும் பரிணமிக்கின்றது.
>
> பேராசைகளும் பற்றுதல்களும்
> தன்னலம் மட்டும் நாடிப் பிறருக்குத் தீங்கிழைக்கும் செயல்களுமே
> வாழ்வில் துக்கத்திற்குக் காரணங்களாகும்.
> பேராசைகளையும் பெரும் பற்றுதல்களையும் விலக்குவதாலேயே
> துக்கத்தை ஒழிக்க முடியும்.
> பேரின்ப வாழ்வு பெற முடியும்.
>
> வாழ்வு மாளும் தன்மையை உடையது.
> இந்த மாளும தன்மேயே வாழ்வில் என்றும் நிலையாக உள்ளது.
> நான் இன்றோ நாளையோ அல்லது
> இனிவரும் ஏதோவொரு நாளிலோ இறப்பது உறுதி.

மரணம் தவிர்க்க இயலாதது. வாழ்வு சாசுவதமல்ல.
மரணம் நிகழ்ந்தே தீரும், மரணம் நிகழ்ந்தே தீரும்,
மரணம் நிகழ்ந்தே தீரும்.
இதை மனத்தில் உள்ளார உணர்ந்து
என்றும் நாம்
புத்தர் காட்டிய தம்மத்தின் வழி நடப்போமாக."

தம்ம உபதேசத்திற்குப் பின்னர், இறந்தவரின் உறவினர்கள் பிக்குகளுக்கு ஒரு வெண்ணிறத் துகிலைத் தருகிறார்கள். இது இறந்தவரின் துகில் என்று கூறப்படுகின்றது. அடுத்து சடலத்திற்கு மேலே ஏந்திப்பிடிக்கப்பட்ட ஒரு தாம்பாளத்தின் வழியாக உறவினர்கள் நண்பர்கள் ஒவ்வொருவராக இறந்தவரின் உடல் மீது தண்ணீர் ஊற்றி அவருக்கு அஞ்சலி செலுத்துகிறார்கள். அப்போது கூடியுள்ள அனைவரும் கீழ்வரும் பாசுரத்தைப் பாடுகின்றனர்.

"நம் உறவினர்கள் நண்பர்கள் யாவரும்
இச்சடங்கினால் ஆசீர்வதிக்கப்படுவார்களாக!
நல்லருள் பெறுவார்களாக!"
பின்னர் பிக்கு பாடுகின்றார்:
"வானத்திலிருந்து பொழியும் மழைபோல
நல்லருள் இவர்மேல் பொழிவதாக!
இவர் நிப்பாணம் எய்துவாராக!
இவருடைய உறவினர்கள்
இவரது புண்ணியத்தைப் பெறுவார்களாக!"

இச்சடங்குகிற்குப் பின்னர் உடல் எரிப்பதற்காக மயானத்திற்கு எடுத்துச்செல்லப்படுகின்றது. பாடையில் வைத்து உடலைச் சுமந்து செல்வோரும் பின் தொடர்பவர்களும் "*நமோ புத்தாய! நமோ தம்மாய! நமோ சங்காய!*" என்று வழிபட்டுக்கொண்டே செல்கிறார்கள்.

மயானத்தை அடைந்து அங்கே சவம் எரிபொருட்குவியல் மீது வைக்கப்படுகின்றது. விளக்கேற்றித் தூப பூஜை மேற்கொள்ளப்படுகின்றது. உடல்மீது வாசனைத் திரவியங்கள் தெளிக்கப்படுகின்றன. ஒவ்வொருவரும் உடலுக்கு இறுதி மரியாதை செலுத்துகின்றனர். திசரணங்களைப் பாடிக்கொண்டும் பஞ்சசீலப் பாசுரங்களை ஓதிக்கொண்டும் அனைவரும் சிதையைச் சுற்றி மும்முறை வலம்வருகின்றனர். நெய்யும் மண்ணெண்ணையும் சிதையின் மேல் தெளிக்கப்படுகின்றது இறந்தவரின் மகன், மகள் அல்லது உறவினர் ஒருவர் சிதைக்கு எரியூட்டுகின்றார்.

பின்னர், அனைவரும் தத்தம் இருப்பிடங்களுக்குத் திரும்பிக் குளித்து முடித்த பின்னர் தங்கள் பணிகளை மேற்கொள்கின்றனர்.

அடுத்த நாள் நெருங்கிய உறவினர்கள் மயானத்திற்குச் சென்று உடல் எரிக்கப்பட்ட சிதையிலிருந்து சாம்பல் மற்றும் எலும்புத்துண்டுகளைப் பொறுக்கியெடுத்துப் பித்தளைச் செம்பில் அஸ்தி சேர்க்கிறார்கள். பின்னர், சௌகரியம்போல ஒரு தினத்தில் அஸ்தி அருகிலுள்ள புனிதமான நதியொன்றில் கரைக்கப்படுகின்றது. இறந்தவர் புகழ் பெற்றவராய் இருந்தால் அவரது சாம்பல் மற்றும் எலும்புத்துண்டுகளைப் புதைத்து, புதைக்கப்பட்ட இடத்தில் ஸ்தூபிகளை நிர்மாணிக்கும் வழக்கமும் உள்ளது.

அந்தந்தப் பிரதேசங்களில் பின்பற்றப்படும் வழக்கத்திற் கேற்பச் சடலங்கள் எரிக்கப்படுவதற்குப் பதிலாகப் புதைக்கப் படலாம். மரபுகளைப் பௌத்தம் போற்றி மதிக்கின்றது.

12. *மதகபட்ட சிராத்தம்*

மரணத்திற்குப் பின்னர் ஏழு அல்லது பத்து அல்லது பன்னிரண்டாம் நாளன்று *மதகபட்ட சிராத்தமும்* சங்க தானமும் மேற்கொள்ளப்படுகின்றன. இது அவருக்குப் புண்ணியத்தைச் சேர்ப்பதற்காகச் செய்யப்படுகின்றது. வீடு முழுவதும் ஒட்டடை அடிக்கப்படும். தரை தண்ணீரால் கழுவப்பட்டுத் தூய்மைப்படுத்தப்படுகின்றது. பிக்குகள் வர வழைக்கப்பட்டு அவர்கள் முன்னிலையில் திசரணம் ஏற்கப் பட்டுப் பஞ்சசீலங்களைக் கடைப்பிடிப்பதில் உறுதியும் மேற்கொள்ளப்படுகின்றது.

குரு அல்லது உபாசகர் கீழ்க்காணுமாறு வேண்டிக்கொள் கின்றார்.

> "நாம் புத்த சங்கத்திற்கு வழங்கும் இந்தத் தானத்தின் மூலமாக,
> இறந்த நமது உறவினரின் புண்ணியம் கூடுவதாக!
> இந்தத் தானத்தின் புண்ணியம் அவரைச் சேர்வதாக!
> அவர் தன்னிலை எய்துவாராக!"

இவ்வாறு வேண்டிக்கொண்டு குரு அல்லது உபாசகர் பிக்குகளின் அன்றாடத் தேவைகளுக்கு வேண்டிய இன்றி யமையாத பொருள்களை ஒரு வெண்ணிறத் துணியோடு சங்கத்திற்கு வழங்குகின்றார்.

உறவினர்கள் நண்பர்கள் அனைவரும் ஒவ்வொருவராக இறந்தவர் நன்னிலை அடைந்திட வேண்டிக்கொண்டு ஒரு செம்புத் தாம்பாளத்தில் சிறிதளவு தண்ணீரை ஊற்றுகின்றனர்.

> இந்தத் தானத்தின் புண்ணியம் அவரைச் சேர்வதாக!
> அவர் நன்னிலை எய்துவாராக!

பிற்சேர்க்கை-4இல் தரப்பட்டுள்ள பாசுரத்தை ஓதி அவரது நலன் மனமார வேண்டிக்கொள்ளப்படுகின்றது.

இதைத் தொடர்ந்து, பிக்குகளால் பாதுகாக்கும் பாடல்கள் இசைக்கப்படுகின்றன. பின்னர் அனைவரையும் கீழ்க்காணுமாறு பிக்குகள் ஆசிர்வதிக்கிறார்கள்.

"பஞ்சசீலங்களைக் கடைப்பிடிப்பவர்களும்
முதியோர்களுக்குச் சேவைசெய்பவர்களும்
மேலும் நான்கு புண்ணியங்களைக் குவிக்கிறார்கள்.
நீண்ட ஆயுளையும் புகழையும்
குன்றாத செயல்திறனையும் பலத்தையும்
நீங்காத மகிழ்ச்சியையும் பெறுகிறார்கள்!
அனைவரும் நலம் பெருகி மகிழ்வுடன் வாழ்க!
அனைவரும் வளம் பெருகிச் செழிப்புடன் வாழ்க!
அனைவரும் துக்கம் நீங்கிப் பேரின்ப வாழ்வு வாழ்க!"

பின்னர் பிக்குகளுக்கு அன்னதானம் அளிக்கப்படுகின்றது.

இவ்வாறு மேலே விவரிக்கப்பட்ட பன்னிரண்டு சடங்கு களும் பௌத்தர்களால் மேற்கொள்ளப்படுகின்றன. ஒவ்வொரு சடங்கிலும் புத்த வந்தனமும் திசரணங்களை ஓதுவதும் பஞ்சசீலங்களில் உறுதி ஏற்பதும் மிக முக்கியத்துவம் வகிக் கின்றன. பௌத்தத்தை ஏற்கும் ஒவ்வொருவரும் இந்தச் சடங்கு களைத் தமது வாழ்வில் செய்யப்பட வேண்டிய முக்கியமான கடமைகளாகக் கொள்கின்றனர்.

இந்தச் சடங்குகளைத் தமது கடமைகளாகவும் பொறுப்பு களாகவும் ஏற்றுச்செய்யும் பௌத்தர்கள், பௌத்த சமுதாயத்தை ஒன்றிணைக்கிறார்கள்; பௌத்த சமுதாயத்திற்கு மேன்மேலும் வலிமையூட்டுகிறார்கள். இவற்றின் மூலம் பௌத்த தம்மம் இந்தியத் துணைக்கண்டத்தில் மீண்டும் புத்துயிர்பெற்று வளர்ச்சி அடையும். அந்தந்தப் பிரதேசங்களில் கடைப்பிடிக்கப் படும் வழக்கங்களுக்கும் செயல்முறைகளுக்கும் ஏற்ப இந்தச் சடங்குகளில் மாற்றங்கள் செய்துகொள்ளலாம். ஆனால் திசரணங்களை ஓதுவது பஞ்சசீலங்களை ஏற்பது புத்த வந்தனம் மஹாமங்கள சுத்தம் இசைப்பது ஆகியவை ஒவ்வொரு சடங்கிலும் கடைப்பிடிக்கப்பட வேண்டிய இன்றியமையாத அம்சங்களாக இருக்க வேண்டும்.

அத்தியாயம் 11

பிறந்தநாள் மற்றும் மூதாதையர் தினக் கொண்டாட்டம்

பிறந்தநாள் கொண்டாட்டம்

ஒருவரது பிறந்தநாள் ஒவ்வொரு ஆண்டும் கொண்டாடப்படுகின்றது. தமது பெற்றோர்கள் மற்றும் குழந்தைகளின் பிறந்தநாள்களைக் கொண்டாட வேண்டியது ஒவ்வொரு இல்லறத்தாரின் முக்கியக் கடமையாகும்.

யாருக்குப் பிறந்தநாளோ அவர் முறைப்படி குளிப்பாட்டப்படுகின்றார். புத்தாடைகளை அணிவித்து, அவரை வாழ்த்திய பின்னர் வீட்டில் புத்த வந்தனம் மேற்கொள்ளப்படுகின்றது. புத்த வந்தனத்தை முன்னின்று நடத்த குரு, உபாசகர் அல்லது பிக்குகள் வரவழைக்கப் படலாம். அவர்களது முன்னிலையில் புத்த வழிபாடும் திசரணங்களை ஏற்பதும் பஞ்சீலங்களை ஓதுவதும் மேற்கொள்ளப்படுகின்றன. பிறந்தநாள் கொண்டாடப் படுபவர் இவ்வாறு புத்தரின் ஆசிகளைப் பெறுகிறார். குருமார்களும் பிக்குகளும் மற்றும் வந்துள்ள உறவினர் களும் நண்பர்களும் அவரை ஆசீர்வதிக்கிறார்கள், வாழ்த்துகிறார்கள். அனைவரும் அவருக்கு நீண்ட ஆயுளையும் மங்காத புகழையும் நீங்காத மகிழ்ச்சியையும் வேண்டுகிறார்கள்.

குழந்தைகளின் பிறந்தநாள் விழாக்களில் பிற் சேர்க்கை-2இல் தரப்பட்டுள்ளபடி பாசுரம் ஓதப்பட்டு அவர்கள் ஆசீர்வதிக்கப்படுகிறார்கள்.

பின்னர் பிக்குகளுக்குச் சங்கதானமும் வறியவர் களுக்கு அன்னதானமும் அளிக்கப்படுகின்றன.

குடும்பத்தோடு புத்த விஹாருக்குச் சென்றும் பிறந்தநாள் விழாக் கொண்டாடப்படுகின்றது.

மூதாதையர்களின் நினைவுநாள்

இல்லத்தில் மூதாதையர்களும் மற்றும் பெற்றோர்களும் கூட மரணமடைந்திருப்பார்கள். முக்தி எய்தியிருப்பார்கள். இறந்துபோன ஒவ்வொரு மூதாதையரின் நினைவாகச் சடங்கு மேற்கொள்வது நடைமுறையில் இயலாத காரியம். ஆகவே அனைத்து மூதாதையர்களின் நினைவாக ஒரு தினத்தைத் தேர்வுசெய்து சடங்கு நிறைவேற்றுவது விவேகமானதாகும். இந்தச் சடங்குக்குப் பிக்குகள் அழைக்கப்பட்டு அவர்களது ஆசியுடன் நிறைவேற்றப்படுகின்றது. பிக்குகள் பணிக்கின்றபடி திசரணங்களை ஓதுவதுடனும் பஞ்சசீலங்களை ஏற்பதுடனும் சடங்கு தொடங்குகின்றது. இறந்துபோன மூதாதையர் அனைவரின் விஞ்ஞானங்களும் நன்கு பரிணமித்துத் துயரங்களி லிருந்தும் துக்கங்களிலிருந்தும் பரிபூரண விடுதலை எய்திட வேண்டிப் பிக்குகள் *பரித்திராணம்* ஓதுகின்றார்கள். பிக்கு களுக்கு அன்னமும் மற்ற தானங்களும் வழங்கப்படுகின்றன.

பின்னர் குழுமியுள்ள ஒவ்வொருவரும் புத்தரை வணங்கிய பின்னர், ஒரு செம்புத் தாம்பாளத்தில் கீழ்வரும் வேண்டுத லுடன் தண்ணீரை ஊற்றுகின்றார்கள்:

"இந்தச் சடங்கால் நமது உறவினர்கள் அனைவரும்
புண்ணியம் பெறுவார்களாக,
புத்தரின் கருணையைப் பெறுவார்களாக!
அனைவரும் துக்கத்திலிருந்து விடுபட்டு மகிழ்வு நிலை
எய்துவார்களாக!"

தாம்பாளம் தண்ணீரால் நிறையும்வரை இந்த வேண்டுதல் மீண்டும் மீண்டும் இசைக்கப்படுகின்றது. பின்னர், இந்த நீர் அரச இலை கொண்டு இல்லத்தின் வெவ்வேறு மூலைகளிலும் கூரையிலும் தெளிக்கப்படுகின்றது.

பிக்குகளின் தம்ம உபதேசத்திற்குப் பின்னர், அனை வருக்கும் விருந்தளிக்கப்படுகிறது.

ஓ.ரா.ந. கிருஷ்ணன்

அத்தியாயம் 12

பூமி பூஜை மற்றும் புதுமனை புகுதல்

இல்லங்கள் மற்றும் நிறுவனங்கள் நிர்மாணிக்கப் படும் முன்னர் நிகழ்த்தப்படும் பூமி பூஜை

பிக்குகளையும் குருமார்களையும் உபாசகர்களையும் வரவழைத்து இந்தப் பூமி பூஜை நிகழ்த்தப்படுகின்றது.

பிக்குகளைத் தொடர்ந்து திசரணங்களை ஓதுவதுட னும் பஞ்சசீலங்களை ஏற்பதுடனும் பூஜை ஆரம்பமா கின்றது. குழுமியுள்ள அனைவரும் மூன்று இரத்தினங் களையும் வாழ்த்தி வணங்குகின்றார்கள்.

கட்டப்படும் இல்லம் அல்லது நிறுவனத்தின் மூலஸ்தானத்தில் புத்தரின் சிலை வைக்கப்பட்டு அதன் முன்னர் தீப பூஜை, தூப பூஜை, மலர் பூஜையுடன் இந்தப் பூமி பூஜை நிகழ்த்தப்படுகின்றது. பிக்கு அல்லது குரு மூலஸ்தானத்தில் தம்மக் கலசத்திலிருந்து அரச இலை கொண்டு தண்ணீரைத் தெளித்து இல்லம்/நிறுவனம் நன்கு நிர்மாணிக்கப்பட வேண்டித் தேங்காயை உடைத்துப் பூஜை செய்கிறார். அவ்வாறே கூடியுள்ள அனைவரும் வேண்டி வணங்குகின்றார்கள். பிக்குகள் *மஹாமங்கள சுத்தம், மஹாஜெயமங்கள காத்தா, ஜெய மங்கள அட்ட காத்தா, இரத்தின சுத்தம்* ஆகியவற்றை ஓதுகின்றார்கள். தம்ம உபதேசமும் வழங்கப்படுகின்றன.

பின்னர் பிக்குகளுக்கு அன்னமும் சங்கதானமும் வழங்கப்படுகின்றன.

புதுமனை புகும் விழா

புதிதாக நிர்மாணிக்கப்பட்ட வீடு துப்புரவு செய்யப்பட்டு மலர்களாலும் மாலைகளாலும் தோரணங்களாலும் அலங் கரிக்கப்படுகின்றது.

மற்ற சடங்குகளுக்கு அழைக்கப்படுவது போல, இந்த விழாவுக்கும் பிக்குகளும் குருமார்களும் வரவழைக்கப்பட்டுத் திசரணங்களை ஓதுவதுடனும் பஞ்சசீலங்களை ஏற்பதுடனும் தொடங்குகின்றது. பிக்குகள் *பரித்ராண சூத்திரத்தை* ஓது கின்றார்கள்.

புத்தரின் சிலை முன்னர் வைக்கப்பட்டுள்ள தம்மக் கலகசம் தண்ணீரால் நிரம்பியிருக்கின்றது. இந்தக் கலசத் தண்ணீரில் பிக்கு அரச இலையைத் தோய்த்து அதைக்கொண்டு வீட்டின் எல்லா மூலைகளிலும் கூரையிலும் தண்ணீர் தெளித்துத் தூய்மைப்படுத்துகின்றார். இவ்வாறு தண்ணீர் தெளிக்கப்படும் போது கீழ்க்கண்ட பாசுரம் இசைக்கப்படுகின்றது:

"புத்தரின் கருணையினால் இந்த இல்லம்
புனிதமடைவதாக!
இந்த இல்லத்தார் மற்றும் அவர்களின் உறவினர்கள்
நண்பர்கள் அனைவரும்
துக்கமறுத்த மகிழ்வு நிலை எய்துவார்களாக!

அரிய சத்தியமாகிய தம்மத்தின் பலத்தினால்
பேரொளியினால்
இந்த இல்லத்தார் மற்றும் அவர்களின் உறவினர்கள்
நண்பர்கள் அனைவரும்
துக்கமறுத்த மகிழ்வு நிலை எய்துவார்களாக!
அரிய சங்கத்தின் பலத்தினால், பேரொளியினால்
இந்த இல்லத்தார் மற்றும் அவர்களின் உறவினர்கள்
நண்பர்கள் அனைவரும்
துக்கமறுத்த மகிழ்வு நிலை எய்துவார்களாக!"

இல்லத்தின் முன் சிறந்த முறையில் ஒரு தம்மச் சக்கரம் பொறிக்கப்பட்டுப் பூஜிக்கப்படுகின்றது.

பிக்குகளுக்கு அன்னதானமும் சங்கதானமும் வழங்கப்படு கின்றன. பின்னர் அனைவரையும் ஆசீர்வதித்துவிட்டுப் பிக்குகள் வெளியேறுகின்றார்கள். இல்லத்தார் அவர்களை வணங்கி வழியனுப்புகின்றார்கள். பின்னர், விழாவுக்கு வந்துள்ள உறவினர்கள், நண்பர்கள், சுற்றத்தார் யாவருக்கும் விருந்தளிக்கப் படுகின்றது.

அத்தியாயம் 13

பௌத்த விழாக்கள்

விழாக்களும் பண்டிகைகளும் அனைவருக்கும், முக்கியமாகச் சிறுவர்களுக்கும் பெண்மணிகளுக்கும், மிக்க மகிழ்ச்சியையும் புத்துணர்ச்சியையும் தருபவையாக உள்ளன. உபாசகர்களும் உபாசகிகளும் புத்தாடைகளையும் ஆபரணங்களையும் அணிந்து, இந்த விழாக்களிலும் கொண்டாட்டங்களிலும் பங்குகொண்டு மகிழ்ச்சியைப் பகிர்ந்துகொள்ள வேண்டும். இந்த விழாக்களுக்கும் பண்டிகைகளுக்கும் இயன்றவரை பிக்குகள் வரவழைக்கப் பட வேண்டும். திசரணங்களை அடைதல், பஞ்சசீலங்களை ஓதுதல் ஆகியவை ஒவ்வொரு விழாவிலும் பண்டிகையிலும் மேற்கொள்ளப்பட வேண்டும். கூடுமானவரை தியானத்திலும் ஈடுபடவேண்டும்.

பௌத்தர்கள் சிறப்பு வாய்ந்த புனிதமான நாள்களாகக் கொண்டாடுபவை: பௌர்ணமி நாள், அமாவாசை நாள், இரண்டிற்கும் இடைப்பட்ட எட்டாம் நாள் (அஷ்டமி). பௌத்தத்தைத் தேசிய மதமாக ஏற்றுக் கொண்டுள்ள இலங்கை போன்ற நாடுகளில், மாதத்தின் இந்த நான்கு தினங்களும் "*போயா நாள்*" என்று விடுமுறை நாள்களாக அறிவிக்கப்பட்டுள்ளன. இந்தத் தினங்களில் உபவாசம் மேற்கொள்ளப்படுகின்றது. பல்வேறு மதங்கள் பின்பற்றப்படுகின்ற நம் இந்திய நாட்டில், பௌத்தர்கள் தங்களுக்கெனச் சில விழாக் களையும் பண்டிகைகளையும் தீர்மானித்து நிர்ணயித்துக் கொண்டு சீரான சமூக வாழ்க்கையை அமைத்துக் கொள்வது அவசியம். கீழ்வரும் விழாக்களும் பண்டிகை களும் பௌத்தர்கள் பொதுவாகக் கொண்டாடுபவை யாகும்.

(1) வைசாக பௌர்ணமி (புத்த ஜயந்தி)

பௌத்தர்களைப் பொருத்தவரை வைசாக(வைகாசி)ப் பௌர்ணமி மிகச் சிறப்பு வாய்ந்த புனிதமான நாளாகும். ஏனெனில் புத்தர் பிறந்த நாள் ஒரு வைசாகப் பௌர்ணமி; அவர் கடுந்தவமிருந்து மெய்ஞ்ஞானம் கண்டு நிப்பாண நிலையை அடைந்ததும் ஒரு வைசாகப் பௌர்ணமி தினத் தன்றுதான்; அது மட்டுமின்றி, அவர் தமது பரு உடலை நீத்துப் *"பரிநிப்பாணம்"* எய்தியதும் ஒரு வைசாகப் பௌர்ணமி தினத்தில்தான். இவ்வாறு புத்தரது வாழ்வில் வரலாறு படைத்த மூன்று நிகழ்வுகளும் நிகழ்ந்த வைசாகப் பௌர்ணமி தினம், உலகெங்கும் அனைத்துப் பௌத்தர்களாலும் கொண்டாடப் படுகின்றது.

ஒவ்வொரு வைசாகப் பௌர்ணமி தினத்தன்றும் பௌத்தர்கள் புத்த ஆலயங்களுக்குச் சென்று மலர் பூஜை, தீப பூஜை, மற்றும் தூப பூஜை மேற்கொள்வார்கள். பிக்குகள் இசைக்க, அவர்களைத் தொடர்ந்து உபாசகர்களும் உபாசிகளும் புத்த வந்தனம், தம்ம வந்தனம், சங்க வந்தனம், கரணீய மெத்த சுத்தம் ஆகியவற்றை இசைத்து வழிபடுவார்கள். மஹாயானப் பிரிவைச் சேர்ந்த சாந்தி தேவர் இயற்றிய *போதிசார்யவதாரம்* மற்றும் இதர மறைநூல்களில் கூறியுள்ள படி உத்தம வழிபாடும் மேற்கொள்ளப்படலாம். பிக்குகளின் தம்ம உபதேசமும் ஜாதகக் கதைகளும் கேட்கப்படுகின்றன.

> "தீமை செய்வதைத் தவிர்
> நன்மையே செய்து அனைவருக்கும் உதவுபவனாய் இரு
> தியானத்தால் மனத்தைத் தூய்மைப்படுத்து."

இதுவே புத்தரது போதனைகளின் சாரம். இவை நினைவு கூரப்பட்டு இவற்றை வழுவாது கடைப்பிடிப்பதிலும் அனைத் துயிர்களிடமும் அன்பும் கருணையும் காட்டுவதிலும் உறுதி மேற்கொள்ளப்படுகின்றது.

(2) ஆஷாட பூர்ணிமா (ஆடிப் பௌர்ணமி)

புத்தர் முதன்முதலாக ஐந்து சீடர்களுக்குத் தம்மம் உபதேசித்துத் தம்மச் சக்கரத்தைச் சுழற்றித் தம்ம விஜயத்தைத் தொடங்கியது சாரநாத்தில். ஆஷாடப் பௌர்ணமி நாளன்று தான். பாரில் முதன்முதலாகத் தம்மச் சக்கரம் சுழலத் தொடங்கிய சிறப்புக்குரிய நாளாகும் இது; தம்ம இரத்தினம் உலகில் தோன்றிய நாளாகும் இது.

இந்த முதல் உபதேசம் பெற்ற ஐந்து சீடர்களில் மூத்தவ ராகிய கொண்டண்ணா அவர்கள் உபதேசம் கேட்டவுடன்

வாழ்வின் உண்மைத் தன்மையை உள்ளது உள்ளவாறு காணும் உள்நோக்கு ஞானம் பெற்று நிப்பாணத்தின் முதல்நிலையாகிய *சோதா பஞ்ஞா* நிலையையடைந்தார். புத்தர் போதித்த தம்மத்தின் உண்மையை உணர்ந்து அவர் பெற்ற மெய்ஞ்ஞான நிலையை மற்றவர்களும் அடைய இயலும் என்று உலகுக்குக் காட்டிய முதல் பிக்கு கொண்டண்ணா அவர்கள்.

ஆடிமாதப் பௌர்ணமி தினத்திற்குப் பின் ஐந்தாம் நாள் புத்தரின் இரண்டாம் சொற்பொழிவான "*அநத்தலக்கன சுத்தம்*" என்னும் சுத்தத்தைக் கேட்டவுடன், அவரது முதற் சொற்பொழிவைக் கேட்டுப் பிக்குக்களாகிய முதல் ஐந்து சீடர்களும் – கொண்டண்ணா, வப்பா, பத்தியா, மஹாநாமா, அஸ்ஸாஜி ஆகிய ஐவரும் – ஒப்பற்ற "*அரஹந்த போதி*" நிலையை அடைந்து முழு நிப்பாணப்பேறு பெற்றனர். அரஹந்தர் நிலையை அடைந்த இந்த ஐந்து சீடர்களின் குழுவோடு "அரிய சங்கம்" உருவானது, பௌத்த சங்கம் உருவானது. இவ்வாறு மூன்றாம் இரத்தினமாகிய சங்கம் ஆடிப் பௌர்ணமி கழிந்த ஐந்தாம் நாள் முதன்முதலாக உலகில் தோன்றியது. மேலும் இராணி மஹாமாயா தேவி புத்தரைக் கருவில் ஏற்றதும் ஒரு ஆஷாடப் பௌர்ணமி தினத்தன்றுதான்; சித்தார்த்த கௌதமர் அரச வாழ்க்கையைத் துறந்து அரண்மனையைவிட்டு வெளியேறி, வீடற்ற நிலைக்குவந்து மெய்ஞ்ஞானம் தேடிப் புறப்பட்டதும் ஒரு ஆஷாடப் பௌர்ணமி தினத்தன்றுதான். இந்தப் பௌர்ணமி மழைக்காலத்தில் நிகழ்வதால், அச்சமயம் பிக்குகள் தனியிடத்திற்குச் சென்று கூட்டாகத் தம்மப் பயிற்சிகளில் ஈடுபடுகிறார்கள்.

இவ்வாறு ஆடிப் பௌர்ணமி கீழ்க்காணும் சிறப்புகளைப் பெற்றுப் பௌத்தத்தில் மிக்க முக்கியத்துவம் வாய்ந்ததாக உள்ளது.

- இராணி மஹாமாயா தேவி புத்தரைக் கருவில் ஏற்ற புனிதம் நிகழ்ந்தது.
- இளவரசர் கௌதமர் துறவறம் ஏற்று மெய்ஞ்ஞானம் தேடிப் புறப்பட்டது.
- மெய்ஞ்ஞானம் பெற்ற புத்தர் முதன்முதலாகத் தம்மத்தை உபதேசித்துத் தம்மச் சக்கரத்தைச் சுழற்றிவிட்டது.
- உலகில் முதன்முதலாகப் பௌத்த பிக்குகளின் சங்கம் உருவானது.
- மழைக்கால ஓய்வுத் தொடக்க நாள்.

இந்தப் பௌர்ணமி நாளன்று, பொதுவாகப் பௌத்தர்கள் காலையில் சிறப்பான உணவைத் தயாரித்து எடுத்துச்சென்று புத்த ஆலயங்களில் இருக்கும் பிக்குகளுக்கும் பிக்குணிகளுக்கும் இளந்துறவிகளுக்கும் விருந்தளிப்பார்கள். மாலையில் வறுமையில் வாடும் ஏழைகளுக்கும் உடல் ஊனமுற்றவர்களுக்கும் அன்ன தானம் செய்வார்கள். பின்னர் புத்த ஆலயங்களுக்குச் சென்று புத்தரை வணங்கி மும்மணிகளையும் சரணம் அடைவதோடு பஞ்சசீலங்களையும் ஓதி அவற்றில் நிலைபெறுவதில் உறுதி கொள்வார்கள். பிக்குகளின் தம்ம உபதேசத்திற்குப் பின்னர் மனத்தூய்மைக்குத் தியானப் பயிற்சி மேற்கொள்ளப்படும்.

3 மக பூஜை

புத்தரது வாழ்க்கையில் நிகழ்ந்த இரண்டு முக்கியமான நிகழ்ச்சிகளின் நினைவு விழாவாக ஒவ்வொரு மாசி மாதப் பௌர்ணமியன்றும் மக பூஜை கொண்டாடப்படுகின்றது. முதல் முக்கியமான நிகழ்ச்சி புத்தர் தம்மத்தைப் பரப்பத் தொடங்கிய ஆரம்ப காலத்தில் நிகழ்ந்தது. சாரநாத்துக்கு அருகிலுள்ள மான் வனத்தில் தங்கியிருந்த புத்தர் முதல் மழைக்கால ஓய்வுக்குப் பின்னர் தம்மத்தைப் பரப்புவதற்காக வடநாட்டில் பல இடங்களுக்குப் பிரயாணம் செய்தார். இந்தப் பிரயாணத்தில் அவர் இராஜகிருஹ நகரத்திற்கு முதன் முறையாக வந்து சேர்ந்தார். அப்போது 1250 அரஹந்தர்கள் (அதாவது பௌத்த சங்கத்தைத் தழுவி மெய்ஞ்ஞானம் அடைந்து மாசுக்களை அழித்துத் தம்மைத் தாமே வெற்றிகொண்டவர்கள்) வெவ்வேறு இடங்களிலிருந்து முன்னழைப்பு எதுவும் இன்றித் தாமாகவே அங்கு வந்தடைந்தார்கள். அனைவரும் புத்தரைத் தரிசிக்கப் பௌர்ணமி நாளன்று வெருவன மடாலயத்தில் ஒன்றுகூடினார்கள். புத்தரின் தலைமைச் சீடர்களான சாரி புத்திரரும் மொக்கல்லானா அவர்களும் அங்கு இருந்தார்கள்.

இந்தக் கூட்டம் நான்கு சிறப்புகளைக் கொண்டதாயிருந்தது: (1) கூடிய 1250 பிக்குகளும் அரஹந்த் நிலையை அடைந்தவர்கள், (2) அவர்கள் அனைவரும் புத்தரிடமிருந்து நேரிடையாகத் தீட்சை பெற்றவர்கள்? (3) அவர்கள் முன் அழைப்போ முன் ஏற்பாடோ இன்றித் தாமாகவே அங்குவந்து குழுமியவர்கள், (4) அவர்கள் கூடிய நாள் பௌர்ணமி நாள். இந்தக் கூட்டத்தில் தான் புத்தர் பௌத்த தம்மத்திற்குக் கீழ்வரும் எளிய இலக்கணம் வகுத்துக் கூறினார்.

சப்ப பாபஸ்ஸ அகாரணம்
எந்தத் தீய செயலையும் செய்யாமல் தவிர்க்க
குசலஸ்ஸூப சம்பதம்

நற்செயல்களையே செய்க
சசித்த பரியோதபனம்
மனத்தைத் தூய்மைப்படுத்துக.

பௌத்த தம்மத்தின் மூலக் கோட்பாடுகளை எளிதாக விளக்கிக்காட்டும் இந்தத் தம்ம போதனையே *ஓவத பதிமோக்கம்* எனப்படுகின்றது. இது அகில உலகின் நலத்திற்கும் மகிழ்ச் சிக்கும் அமைதியான வாழ்விற்கும் சீரிய வழியைக் காட்டுகின்றது. இந்த நிகழ்வை நினைவுகூரும் நாளாக மாசிப் பௌர்ணமி கொண்டாடப்படுகின்றது.

இவ்வாறே இந்நாளில் நினைவுகூரப்படும் மற்றொரு நிகழ்ச்சி புத்தரது வாழ்வின் இறுதி ஆண்டில், அதாவது அவரது எண்பதாவது வயதில், நிகழ்ந்ததாகும். அது தாம் பருவுடலை நீத்துப் பரிநிப்பாணம் அடையப்போவதைப் பற்றிய அவரது முன் அறிவிப்பாகும். அடுத்துவரும் வைகாசிப் பௌர்ணமி தினத்தன்று தாம் பரிநிப்பாணம் அடையப்போவதாகப் புத்தர் முதலில் ஆனந்தரிடம் தெரிவித்தார். அதிர்ச்சியுற்ற ஆனந்தர், அனைவருடைய நலனுக்காகவும் உய்வுக்காகவும் புத்தர் நூறு ஆண்டுக்காலம் வாழ வேண்டும் என்று வற்புறுத்தி வேண்டினார். தாம் செய்ய வேண்டியிருந்த காரியங்கள் யாவும் செய்து முடிக்கப்பட்டுவிட்டன. அதனால் பரிநிப்பாணத்தைத் தள்ளி வைத்துத் தாம் தொடர்ந்து உயிர் வாழ வேண்டிய அவசியம் இல்லை என்று கருதினார் புத்தர். பௌத்த சங்கம் நிறுவப் பட்டு மேன்மேலும் விரைவாக வளர்ந்து வந்தது. அதன் பணிகளும் செவ்வனே நடைபெற்றுவந்தன. தம்ம போதனை களைக் கற்றுத் தேர்ந்த பிக்குகள் அதிகரித்திருந்தார்கள். மக்களுக்குத் தம்மத்தை எடுத்துச் சொல்லி விளக்கும் திறமை பெற்றிருந்தார்கள். தாம் மறைந்தாலும் தம்மம் நன்கு வளரும் என்பதில் அவருக்கு ஐயம் இல்லை. தாம் செய்ய வேண்டியது இனி எதுவுமில்லை என்று கருதிய புத்தர், வைசாலிக்கு அருகாமையிலிருந்த அனைத்துப் பிக்குகளையும் வரவழைக்கும் படி ஆனந்தரிடம் கூறினார்.

அவ்வாறே அனைத்துப் பிக்குகளும் வரவழைக்கப்பட்டு, ஒரு மாசித் திங்கள் பௌர்ணமி நாளன்று புத்தரின் உபதே சத்தைக் கேட்க ஒன்றுகூடினார்கள். இந்தக் கூட்டத்தில் வாழ்வில் வெற்றிக்கு வழி வகுக்கும் தம்மங்களைப் பற்றிய ஒரு பேருரையைப் புத்தர் நிகழ்த்தினார். இந்தப் பேருரை *இத்திபத தம்மம்* என அழைக்கப்படுகின்றது. பேரார்வம், முயற்சி, விழிப்புணர்வுடன்கூடிய சிந்தனைத் திறன், ஆராய்ச்சி ஆகிய நான்கு தம்மங்களும் (அதாவது மன எழுச்சிகளும்) வாழ்வில் வெற்றிக்கு அடிப்படைகளாக அமைந்திருப்பதைப்

புத்தர் இந்தப் பேருரையில் விளக்கினார். மேலும் மெய்ஞ்ஞானத்தின் கூறுகள் எனப்படும் முப்பத்தியேழு தம்மங்களைப் பற்றியும் விளக்கிக் கூறினார். பின்னர் அவர் பிக்குகளைக் கேட்டுக் கொண்டார்:

"எந்தெந்த உயர் உண்மைகளை நான் விவரமாக உங்களுக்கு எடுத்துக் கூறினேனோ, அவற்றை நன்கு பயின்று, தீவிரமாகச் சிந்தித்து ஆராய்ந்து உள்வாங்கிச் செயல்முறையிலும் கடைப்பிடியுங்கள். இவை உங்கள் புனித வாழ்க்கையை நிறைவுசெய்யும், நீடித்து வளரச்செய்யும். உலகிலுள்ள எல்லா உயிரினங்கள் மீதும் கருணை காட்டுங்கள். மக்கள், தேவர்கள் மற்ற உயிரினங்கள் அனைவரின் நலத்திற்காகவும் மகிழ்ச்சிக்காகவும் சுகத்திற்காகவும் செயல்படுங்கள். அனைத்து உயிர்களும் துக்கத்திலிருந்து நீங்கிய பேரின்ப வாழ்வு வாழ வழிகாட்டுங்கள்".

இவ்வாறு பிக்குகளைக் கேட்டுக்கொண்ட புத்தர் இறுதியாகத் தாம் அன்றைய தினத்திலிருந்து மூன்று மாதங்களில், அதாவது அடுத்து வரப்போகின்ற வைகாசிப் பௌர்ணமி தினத்தன்று, பரிநிப்பாணம் அடையத் தீர்மானித்திருப்பதை வெளிப்படையாகச் சங்கத்திற்குத் தெரியப்படுத்தினார்.

"ஓ, பிக்குகளே! நீங்கள் தெளிந்து அறிய வேண்டிய உண்மையாக நான் கூற வேண்டியது இதுவே. "இங்கு உள்ளதெல்லாம் கூட்டுப் பொருள்களே! காரணங்களாலும் சூழ்நிலைகளாலும் ஆதரவுகளாலும் கூட்டுச்சேர்ந்த பொருள்கள் அழியும் தன்மை கொண்டவை. விழிப்புணர்வுடன் உங்கள் விமோச்சனத்திற்கு இடைவிடாது முயலுங்கள்."

அன்றிலிருந்து சரியாக மூன்றாம் மாத முடிவில் ததாகதர் இறப்பார் என்பது இவ்வாறு உறுதிப்படுத்தப்பட்டது.

மாசி மாதப் பௌர்ணமியன்று இவற்றை நினைவுகூர்ந்து புத்தம், தம்மம், சங்கம் ஆகிய மூன்று இரத்தினங்களையும் வழிபடும் பூஜை மக பூஜை என அழைக்கப்படுகின்றது. காலையில் உணவைத் தயாரித்துப் புத்த ஆலயங்களுக்கு எடுத்துச்சென்று அங்கிருக்கும் பிக்குகளுக்கும் இளந்துறவிகளுக்கும் பிக்குணிகளுக்கும் விருந்தளிக்கப்படுகின்றது. வறியவர்களுக்குத் தானம் போன்ற புண்ணிய காரியங்களும் மேற்கொள்ளப்படுகின்றன. மாலையில் மலர்கள், பழங்கள், ஊது பத்திகள் ஒளிவிளக்குகள் ஆகியவற்றுடன் புத்த ஆலயங்களுக்குச் சென்று மக்கள் புத்தரை வழிபடுகிறார்கள். திசரணங்களை அடைதல், பஞ்சசீலங்களை ஓதுதல் ஆகிய மனவளப் பயிற்சிகளும் மேற்கொள்ளப்படுகின்றன. பின்னர் ஒளி விளக்குகளையோ எரியும் மெழுகுவர்த்திகளையோ ஏந்தியவாறு மும்முறை புத்தரது பீடத்தை வலம்வந்து வணங்குகின்றார்கள்.

இவ்வாறு வலம் வரும்போது, புத்தம், தம்மம், சங்கம் ஆகிய மூன்று இரத்தினங்களின் மேன்மையும் சிறப்பும் நற்பண்புகளும் நினைவுக்குக் கொண்டுவரப்பட்டுப் போற்றி வழிபடப்படுகின்றன. நாமும் அந்த மேன்மை நிலைகளையும் நற்பண்புகளையும் அடைய வேண்டும் என்னும் உறுதி வலுப் படுத்தப்படுகின்றது. புத்தரது *இத்திபத தம்மப்* பேருரையும் *பரிநிப்பாணத்* தீர்மானமும் நினைவுகூரப்பட்டுப் போற்றி மதிக்கப்படுகின்றன.

4. சித்திரைத் திங்கள் – தமிழ்ப் புத்தாண்டு விழா

இது தமிழர்களாகிய பௌத்தர்கள் கொண்டாடும் முக்கியமான விழாவாகும்.

புத்தாண்டுப் பிறப்பிற்கு முன்தினம் வீடுகள் தூய்மைப் படுத்தப்பட்டுச் சுண்ணாம்பு நீர் கொண்டு வெள்ளையடிக்கப் படுகின்றன. வீட்டுத்தரைகளும் சுற்றுப்புறங்களும் பெருக்கி மெழுகப்படுகின்றன. வீதிகளும் சுத்தப்படுத்தப்படுகின்றன. வீடு மலர்களாலும் மாலைகளாலும் தோரணங்களாலும் அலங்கரிக்கப்பட்டு விழாக்கோலம் பூணுகின்றது. அனைவரும் காலையில் குளித்து முடித்துப் புத்தாடை புனைந்து புத்தரை வழிபடுகிறார்கள். பின்னர் சமைத்து வைத்துள்ள உணவுப் பதார்த்தங்களை எடுத்துக்கொண்டு புத்த ஆலயங்களுக்குச் சென்று அங்குள்ள பிக்குகளுக்கும் மற்றவர்களுக்கும் விருந் தளிக்கிறார்கள். வறியவர்களுக்கும் உடல் ஊனமுற்று வாழ வழியற்றிருப்போருக்கும் வேண்டிய தானதர்மங்களைச் செய்து புண்ணியங்களைக் குவிக்கிறார்கள்.

மாலையில் புத்த வழிபாட்டுக்கு ஆலயங்களுக்குச் செல்ல வேண்டும். நமது மரியாதையையும் மதிப்புணர்ச்சியையும் காட்டும் வகையில் புத்தரது சிலைக்கும் பிக்குகளுக்கும் துறவி களுக்கும் பன்னீர் தெளித்துப் போற்றி வணங்க வேண்டும். பிக்குகளும் துறவிகளும் உங்களை ஆசீர்வதிப்பார்கள். மேலும் திசரணங்களை ஓதுதல், பஞ்சசீலங்களில் நிலைபட உறுதி யேற்றல், புத்த வந்தனம், தம்ம வந்தனம், சங்க வந்தனம் ஆகியவையும் முறைப்படி மேற்கொள்ளப்பட வேண்டும்.

புத்தாண்டு தினத்தன்று பெற்றோர்களுக்கும் குழந்தை களுக்கும் அன்பளிப்புகளைத் தந்து மகிழ்ச்சியைப் பெருக்க வேண்டும். நமது அன்பையும் மரியாதையையும் காட்டும் வகையில் பெற்றோர்களின் கைகளில் பன்னீர் தெளித்து வணங்க வேண்டும். அவ்வாறே கணவன் மனைவிக்கும் மனைவி கணவருக்கும் பன்னீர் தெளித்து அன்பையும் மரியாதையை யும் பெருக்கிக்கொள்ள வேண்டும்.

சித்திரைத் திங்கள் பௌர்ணமி நாளும் பௌத்தத்தில் முக்கியத்துவம் கொண்டதாகப் போற்றப்படுகின்றது. பூரண ஞானம் எய்திய பின்னர் புத்தர் தமது தந்தையாரான மன்னர் சுத்தோதனரின் அழைப்பை ஏற்று முதன்முதலாகக் கபில வஸ்து நகருக்கு வருகைதந்தது ஒரு சித்திராப் பௌர்ணமி யன்றாகும். புத்தரிடம் தம்ம உபதேசம் பெற்ற மன்னர் அறவோர் நிலையைப் படிப்படியாக அடைந்தார். ஆகவே, இந்த நாள் சிறப்பு வாய்ந்ததாகக் கருதப்படுகின்றது.

தேரவாத பௌத்தம் பின்பற்றப்படும் தாய்லாந்து, பர்மா, கம்போடியா, லாவோஸ், இலங்கை நாடுகளில் ஏப்ரல் மாதம் முதல் பௌர்ணமி தினத்திலிருந்து மூன்று நாள்கள் பௌத்த புத்தாண்டுப் பிறப்புவிழா கொண்டாடப்படுகின்றது.

5. ஆவணித் திங்கள் பௌர்ணமி

இந்தப் பௌர்ணமி தினம் கீழ்வரும் நிகழ்ச்சிகளால் பௌத்தத்தில் முக்கியத்துவம் பெற்றுள்ளது:

(i) வணக்கத்துக்குரிய ஆனந்தர் அரஹந்தர் நிலையை அடைந்தது இந்தப் பௌர்ணமி தினத்தில்,

(ii) முதல் பௌத்த சமயக் குழுவின் ஆலோசனைக் கூட்டம் ஆரம்பம்.

அறிவுத்திறன், ஞாபகசக்தி, நல்லொழுக்கம், சமநிலை, சமயத் தொண்டில் ஆர்வம் ஆகியவற்றில் சிறந்திருந்த ஆனந்தரைப் புத்தர் தமது தலைமைச் சீடராகவும் உதவியாள ராகவும் ஏற்றிருந்தார். புத்தரின் 55ஆம் வயதில் அவரது ஊழியரான ஆனந்தர் எண்பதாம் வயதில் புத்தர் பரிநிப் பாணம் அடையும்வரை அவரது அன்புக்கும் நம்பிக்கைக்கும் பாத்திரமான சீடராக விளங்கினார். ஆனால் அரஹந்த் நிலையை (அதாவது தம்மையே வெற்றிகொண்ட பூரணஞான நிலையை) அடையாத சாதாரணப் பிக்குவாக இருந்தார். அரஹந்தர்கள் அடங்கிய முதல் பௌத்த சமயக் குழுவின் ஆரம்பக் கூட்டத்தில் கலந்துகொள்ள வேண்டும் எனப் பேரார்வம் கொண்டிருந்த அவர் அரஹந்த் நிலையை அடையத் தீவிரத் தியானத்தில் ஈடுபட்டார். ஆனால் கடும் முயற்சியால் அவரது மனம் இறுகியிருந்த காரணத்தால் அவர் தாம் நாடிய நிப்பாண நிலையை அடைய முடியவில்லை. அளவுக்கு மீறிய பேரார்வத்தைக் குறைத்துச் சமநிலை கொண்ட மனத்தோடு உறங்கச் செல்லும்போது அவர் திடீரென்று மெய்ஞ்ஞானம் பெற்று நிப்பாண நிலையை அடைந்து அரஹந்தரானார். இது நிகழ்ந்தது, முதல் பௌத்த சமயக் குழு கூடுவதற்காக

நிர்ணயிக்கப்பட்டிருந்த நாளுக்கு முந்தைய பௌர்ணமி இரவிலாகும்.

புத்தர் பரிநிப்பாணம் அடைந்த பிறகு மூன்று மாதங்களில் முதல் பௌத்த சமயக் குழு கூடியது. மகத நாட்டு அரசர் அஜாதசத்துருவின் ஆதரவோடு இது நிகழ்ந்தது. பூரணஞான நிலையை அடைந்த 500 அரஹந்தர்கள் இந்த ஆலோசனைக் கூட்டத்தில் கலந்துகொண்டனர். இந்தக் கூட்டம் இராஜகிருஹத்திற்கு அருகிலிருந்த "சப்ததாரை" என்னும் நீர் அருவியின் பக்கமுள்ள குகையில் மஹாகாசியப்பர் தலைமையில் நடைபெற்றது. முன்னாள் பௌர்ணமி இரவில் மெய்ஞ் ஞானம் அடைந்த ஆனந்தரும் இக்கூட்டத்தில் கலந்துகொள்ள முடிந்தது. புத்தரின் போதனைகள் அனைத்தையும் நேரில் கேட்டறியும் பெரும் பாக்கியம் பெற்றிருந்தவரும் மிக்க ஞாபக சக்தி கொண்டிருந்தவருமான ஆனந்தர் இக்கூட்டத்தில் புத்தரின் பேருரைகளை ஓதினார். வணக்கத்திற்குரிய உபாலிதேரர் புத்தர் அருளிய விநயங்களை (அதாவது பிக்கு சங்கத்தினர் கடைப்பிடிக்க வேண்டி புத்தர் போதித்திருந்த நெறிமுறைகள், ஒழுங்குமுறைகள், சங்க அமைப்பு விதிகள் ஆகியவற்றை) ஓதினார். இவர்கள் ஓதியவை சரிதானா, புத்தரின் போதனைகளை இவை திரிபின்றி உண்மையாகப் பிரதிபலிக்கின்றனவா என்று கூட்டத்தில் விவாதிக்கப்பட்டு, பெரும்பான்மையினரால் அங்கீகரிக்கப்பட்ட பின்னர் இவை புத்தரின் போதனைகள்தாம் என்று அதிகாரபூர்வமாகப் பௌத்த சமயத்தின் சார்பில் பிரகடனம் செய்யப்பட்டன. இவையே பௌத்தர்கள் பின்பற்றும் *சுத்த பிடகம்* (பேருரைப் பெட்டகம்), *விநய பிடகம்* (விநயப் பெட்டகம்) எனப்படும் மறைநூல்களாயின.

மற்றும் இக்கூட்டத்தில் தம்மபதத்தின் ஐந்து தொகுப்புகளும் மேலும் *மஹாவக்க பாலியும் கல்லவக்க பாலியும்* பிரகடனம் செய்யப்பட்டன.

ஆவணித் திங்கள் பௌர்ணமியில் இவையனைத்தும் நினைவுகூரப்பட்டுப் **புத்த வந்தனம், தம்ம வந்தனம், சங்க வந்தனம்** ஆகியவை மேற்கொள்ளப்பட்டுப் பௌத்த முறையில் கொண்டாடப்படுகின்றன.

6. புரட்டாசித் திங்கள் பௌர்ணமி

புரட்டாசிப் பௌர்ணமி நாள் ஒன்றில்தான் பெண்களுக்கெனப் பிக்குணிகள் சங்கம் புத்தரால் நிறுவப்பட்டது.

மஹாபிரஜாபதி கௌதமி அவர்கள் கௌதம சித்தார்த்தரின் தாயாகிய அரசி மஹாமாயா தேவிக்கு இளைய சகோதரி

ஆவார். மன்னர் சுப்புர புத்தனின் சகோதரிகளான இவ்விருவரும் மன்னர் சுத்தோதனரின் மனைவிகளாவர். கௌதம சித்தார்த்தரின் பிறப்பிற்குப் பின்னர் அரசி மஹாமாயா தேவி மரணமடைந்த தினத்திலிருந்து மஹாபிரஜாபதி கௌதமி அவர்கள்தான் சித்தார்த்தரைத் தமது மகனாகவே ஏற்றுப் பாவித்து வளர்த்தவர்.

புத்தர் கபிலவஸ்து நகருக்கு வருகை தந்து இராஜமாளிகையில் மன்னர் சுத்தோதனருக்குத் தம்ம உபதேசம் செய்த போது அதைக் கேட்ட மஹாபிரஜாபதி கௌதமி அவர்களும் நிப்பாணத்தின் முதல் நிலையாகிய *சோதா பஞ்ஞா* நிலையை அடைந்தார். தம்மத்தைத் தழுவிய அவர் முழுநிப்பாண நிலையை அடைவதில் பேரார்வம் கொண்டவராய், பெண்களையும் பௌத்த சங்கத்தில் பிக்குணிகளாகச் சேர்த்துக்கொள்ள வேண்டும் என்று பலமுறை புத்தரிடம் வாதாடினார். இருந்தாலும் முதலில் புத்தர் இதற்கு ஒப்புதல் அளிக்கவில்லை. சில காலத்திற்குப் பின்னர் எப்படியும் புத்தரை இணங்கவைக்க வேண்டும் என்று தீர்மானித்தவராய் மஹாபிரஜாபதி கௌதமி அவர்கள் வைசாலி நகரில் தங்கியிருந்த புத்தரை மறுபடியும் நேரில் காணச் சென்றார். தலையை மழித்து மஞ்சள் நிற ஆடை அணிந்து இளவரசி யசோதரை உட்படப் பெரும் பெண்பாலோர் கூட்டம் ஒன்று அவரைத் தொடர மஹாபிரஜாபதி கௌதமி அவர்கள் கபிலவஸ்துவிலிருந்து வைசாலி நகருக்குக் கால்நடையாகவே புறப்பட்டார். இரண்டு நகரங்களுக்கும் இடையேயுள்ள 150 மைல் தொலைவு தூரத்தையும் இன்னல்களைப் பொருட்படுத்தாமல் நடந்தே கடந்து வீங்கிய பாதங்களுடனும் தூசியால் மூடப்பட்ட மேனியோடும் வைசாலி வந்தடைந்த அவர் முதலில் புத்தரின் தலைமைச் சீடரும் உதவியாளருமான ஆனந்தரைச் சந்தித்துத் தங்கள் கோரிக்கையைப் புத்தரிடம் எடுத்துக்கூறி ஏற்கச் செய்யுமாறு வேண்டிக்கொண்டார்.

அவருடைய பேரார்வத்தையும் உறுதிப்பாட்டையும் கண்டு வியந்த ஆனந்தர் புத்தரிடம் எடுத்துச்சொல்லி மன்றாடி பிக்குணிகள் சங்கம் அமைக்க அவரை இணங்கவைத்தார். மஹாபிரஜாபதி கௌதமி அவர்கள் முதல் பெண் சீடராகச் சங்கத்தில் சேர்க்கப்பட்டார். பெண்பாலாருக்கெனத் தனி விதிமுறைகளையும் ஒழுங்குமுறைகளையும் கொண்ட சங்கம் உருவாக்கப்பட்டது உலக வரலாற்றிலேயே முதன்முதலாகப் புத்தரால்தான் என்பது குறிப்பிடத்தக்கது. எவ்வாறு வணக்கத்துக்குரிய சாரிபுத்திரர் மொக்கல்லானா ஆகியோர் பிக்குகளின் சங்கத்தில் முக்கியச் சீடர்களாக நியமிக்கப்பட்டார்களோ அவ்வாறே வணக்கத்திற்குரிய கேமா, உப்பல

வான்னா ஆகிய இருவரும் பிக்குணிகளின் சங்கத்தில் முக்கியச் சீடர்களாக நியமிக்கப்பட்டார்கள்.

ஒவ்வொரு புரட்டாசித் திங்கள் பௌர்ணமியும் உலகில் முதன்முதலாகப் பிக்குணிகளின் சங்கம் புத்தரால் நிறுவப் பட்டதன் நினைவுநாளாகக் கொண்டாடப்படுகின்றது. பெண் களுக்குத் தர வேண்டிய சம உரிமையும் அவர்களுக்குக் காட்ட வேண்டிய மரியாதையும் இந்தக் கொண்டாட்டத்தால் வலுப்பெறுகின்றன.

(7) ஐப்பசித் திங்கள் பௌர்ணமி

மழைக்காலத்தில் இடம்விட்டு இடம் பெயர்ந்து தம்மப் போதனை செய்யச் செல்வது மிகச் சிரமமான காரியம். மேலும் மழைக்காலத்தில் மக்கள் விதை விதைப்பதிலும் பயிர் நடுவ திலும் ஈடுபட்டு, விவசாயத்தில் கவனமாக இருப்பதால், தம்மப் போதனைகளைக் கேட்க அவர்களுக்கு நேரமும் பொறுமையும் இருக்காது. ஆகையால் மழைக்காலத்தில் பௌத்த பிக்குகள் போதனை செய்யச் செல்லாமல் தனி யிடத்தை நாடிச் சென்று சமாதிப் பயிற்சிகளிலும் தம்ம ஆராய்ச்சிகளிலும் ஆழ்ந்திருப்பார்கள். இவ்வாறு மழைக்காலம் பௌத்த பிக்குகளுக்கு ஓய்வுக்காலமாக ஏற்றுக்கொள்ளப் பட்டுள்ளது.

மழைக்காலத் தனிமைப் பயிற்சி மற்றும் ஓய்வுக்குப் பின்னர் பிக்குகள் மீண்டும் மக்களிடையே தம்மப் பிரச்சாரம் செய்யத் திரும்பி வருவது வழக்கமாக இருந்தது. இந்த மழைக்காலத் தனிமை முடிவு பெறுவதும் பிக்குகள் மீண்டும் தம்மப் பிரச்சாரத் திற்குத் திரும்புவதும் ஒவ்வொரு ஐப்பசித் திங்கள் பௌர்ணமி நாளன்றும் ஒரு விழாவாகக் கொண்டாடப்படுகின்றது. பிக்கு களுக்காகச் சிறப்பான சீவர ஆடைகள் தயாரிக்கப்பட்டு, இந்த விழாவில் சங்கத்திற்கு தானமாக வழங்கப்படுகின்றன. உலகி லுள்ள பௌத்த நாடுகள் எல்லாவற்றிலும் இந்தப் பௌர்ணமி ஒரு முக்கியத் திருவிழாவாகக் கொண்டாப்படுகின்றது. இதன் சிறப்பான அம்சமாக மக்கள் இலைகளைக் கொண்டு சிறு படகுகள் செய்து அதில் மலர்கள், ஒளிவிடும் விளக்கு அல்லது எரியும் மெழுகுவர்த்தி, ஊதுபத்தி மற்றும் சிறிது உணவுப் பதார்த்தம், சில நாணயங்கள் ஆகியவற்றை வைத்து ஓடும் நதிகள், அருவிகள், வாய்க்கால்கள், குளங்கள் அல்லது ஏரி களில் மிதக்கவிடுகிறார்கள். அப்பொழுது அவர்கள் தங்கள் ஆசைகள் நிறைவேற வேண்டிப் புத்தரையும் போதிசத்துவர் களையும் வணங்குகிறார்கள். பௌத்த நாடாகிய தாய்லாந்தில் இது *"லாய் க்ரேதாங் விழா"* என அழைக்கப்படுகின்றது.

அங் கெல்லாம் மிதக்கவிடும் படகுகள் செய்வது ஒரு அரிய கலையாகப் போற்றப்படுகின்றது. இந்த விழா கலை நுணுக்கம் வாய்ந்த பொருள்களைத் தயாரிக்கும் தொழிலை வளர்ப்பது மட்டுமின்றிச் சமூக உறவுப் பிணைப்பைப் பலப்படுத்துவதாகவும் இருக்கின்றது.

இத்தகைய விழா தமிழகத்திலும் காலப்போக்கில் பெரும் அளவில் பின்பற்றப்படும் என எதிர்பார்க்கப்படுகின்றது. அடிப்படையில் இந்தப் படகு மிதக்கவிடும் விழா, புத்தர் பூரண ஞானம் எய்திய பின்னர் நீராஞ்ஜரா நதிக்கரையில் தமது நிப்பாண அனுபவத்தைத் தியானத்தவராய் நடைபயின்ற போது மணலில் பதிந்த அவரது காலடிகளை நினைவுகூர்வ தாகவும் அவர் பெற்ற மெய்ஞ்ஞானத்தைப் போற்றி வணங்கு வதாகவும் இருக்கின்றது. அந்த ஞானத்தை நாமும் பெற வேண்டும் என்னும் ஆர்வத்தை இது வளர்ப்பதாக இருக் கின்றது. இந்த விழாவில் புத்தரது காலடிகள் படகுகளாக உருவகப்படுத்திக் காணப்படுகின்றன.

மேலும் வணக்கத்திற்குரிய சாரிபுத்திரர் தலைமைச் சீடராகப் பகவான் புத்தரால் நியமிக்கப்பட்டதும் ஒரு ஐப்பசித் திங்கள் பௌர்ணமி நாளன்றுதான். இராஜகிருஹத்திற்கு அருகிலுள்ள உபதிஸ்ஸம் என்னும் கிராமத்தில் வெங்கந்தா – சாரி ஆகிய பிராமணத் தம்பதிகளுக்கு மகனாகப் பிறந்தவர் அவர். உபதிஸ்ஸா என்று ஊர்ப் பெயர்கொண்டிருந்த அவர் சாரியின் புத்திரனாதலால் சாரிபுத்திரர் என்றும் அழைக்கப்பட்டார். அவரும் அவரது தோழர் மஹாமொக்கல்லானாவும் பகவான் புத்தரின் முதல் ஐந்து சீடர்களில் ஒருவராகிய அஸ்வஜித்தின் மூலம் புத்தரின் தம்மப் போதனைகளைக் கேட்க நேர்ந்தபோது அவற்றால் ஈர்க்கப்பட்டனர். பௌத்த சங்கத்தில் சேர்வதற்காக அவர்கள் புத்தரை அணுகியபோது, “வாருங்கள் பிக்குகளே!” என்று புத்தரால் வரவேற்கப்பட்டுச் சங்கத்தில் சேர்க்கப்பட்டனர். மிக்க அறிவாளியான சாரிபுத்திரர் தத்துவங்களை விளக்குவதில் திறமைசாலியாக இருந்தார். புத்தர் இல்லாத சமயங்களில் அவருக்குப் பதிலாக இவரே தம்ம உபதேசங்களைச் செய்து வந்தார். எந்த வகையான ஆழ்ந்த பொருளுடைய சிக்கலான தத்துவமாக இருந்தாலும் அதற்கு விளக்கம் தருவதில் இவருக்கு நிகர் எவருமில்லை என்று புகழ் பெற்றிருந்தார் சாரிபுத்திரர். அதனால் இவர் *தம்மசேனாபதி* பட்டத்தையும் பெற்றவரா யிருந்தார்.

ஐப்பசித் திங்களில் தீபாவளியும் கொண்டாடப்படுகின்றது. பௌத்தத்தில் இது “நாக தீபாவளி” என்றும் அழைக்கப்படு கின்றது. ஏனெனில், நாகர்கள் பழங்காலத்திலிருந்து தலைமுறை

தலைமுறைகளாக இந்தப் பண்டிகையைக் கொண்டாடியதாகத் தெரிகிறது. மழைக்காலத்தில் பயிரடப்பட்ட தானிய வகைள் அறுவடைக்கு வருகின்றன. இவற்றைப் புத்தருக்கு அர்ப்பணித்து, வழிபாடு மேற்கொள்ளப்படுகின்றது. சிறுவர்களும் சிறுமிகளும் பெண்மணிகளும் புத்தாடைகளை அணிந்து தீபங்களை ஏற்றி வழிபடுகிறார்கள். பட்டாசுகளும் வெடிக்கப்படுகின்றன.

8. கார்த்திகைத் திங்கள் பௌர்ணமி

வணக்கத்திற்குரிய பிக்குமார்களுக்குச் சீவர ஆடைகளைத் தானமாக அளிப்பது இந்தப் பௌர்ணமி தினத்தன்றும் தொடர்ந்து மேற்கொள்ளப்படுகின்றது. பௌத்த வரலாற்றில் கார்த்திகைப் பௌர்ணமி மேலும் இரண்டு முக்கியத்துவங்களைப் பெற்றதாக உள்ளது.

1. பிக்குகள் சங்கத்தின் அமைப்பு, குறிக்கோள், கடைப் பிடிக்கப்பட வேண்டிய விதிமுறைகள், ஒழுங்கு முறைகள், அறநெறிகள் ஆகியவற்றை விரிவாக விளக்கிப் புத்தர் பிரான் ஆற்றுவித்த பிரகடனம் கார்த்திகைப் பௌர்ணமி தினத்தன்று நிகழ்ந்தது.

2. இந்தப் பௌர்ணமி நாளன்றுதான் புனிதர்களான பிக்குகள் சாரிபுத்திரரும் மொக்கல்லானாவும் பூத உடல்களை நீத்துப் பரிநிப்பாணம் அடைந்தார்கள்.

பௌத்த சமய மரபுவழி வரலாற்றின்படி, இப்பூவுகில் கௌதம சித்தார்த்தராகப் பிறவியெடுக்கும் முன்னர் முந்தைய பிறவியில் புத்தர் துசித லோகத்தின் அரசர் சேதுகேது போதி சத்துவராக துசிதலோகத்தில் வாழ்ந்திருந்ததார். தாம் உத்திர கோசலத்திலுள்ள கபிலவஸ்து நகரத்தில் அரசி மஹாமாயா தேவியின் வயிற்றில் கருவுற்றுப் பிறக்கும் தருணம் நெருங்கி விட்டது என்பதை உணர்ந்த புத்தர் தமது இடத்தில் அடுத்த புத்தராகப் பிறப்பதற்கு மைத்ரேய போதிசத்துவரை நியமித்து விட்டு இப்பூவுலகை நோக்கி வந்ததாகக் கூறப்படுகின்றது. துசிதலோகத்தில் மைத்ரேய போதிசத்துவர் அரசராக நியமிக்கப் பட்டது ஒரு கார்த்திகைத் திங்கள் பௌர்ணமி நாளன்றாகும். இப்பூவுலகில் புத்தராக உதிப்பவர் அதற்கு முந்தைய பிறவியில் துசிதலோகத்தில் வாழ்ந்திருப்பார் என்று பௌத்தத்தில் பொதுவாக நம்பப்படுகின்றது.

(9) மார்கழித் திங்கள் பௌர்ணமி

இலங்கை அரசியின் தலைமையில் சில பெண்கள் பௌத்த சங்கத்தில் சேர விரும்பினர். அவர்கள் சங்கத்தில் சேர உரிமை

யளிக்கும் உபசம்பிதத் தீட்சை பெற மாமன்னர் அசோகரின் உதவியை நாடி, இலங்கை அரசர் தேவனாம்பிரியதிஸ்ஸா தன்னுடைய சகோதரரின் மகன் அரிட்டா தலைமையில் ஒரு தூதுவர் குழுவை இந்தியாவுக்கு அனுப்பினார். அவர்களது வேண்டுகோளை ஏற்று மாமன்னர் அசோகர் தனது மகன் மகேந்திரதேரரின் பரிந்துரையின்படி மகள் பிக்குணி சங்கமித்திரை தேரியை இலங்கைக்கு அனுப்பிவைத்தார். ஈழத்தின் (இலங்கையின்) வடகரையிலுள்ள ஜம்புகோலா என்னும் துறைமுகத்தை வந்தடைந்தது. அவர் ஒரு மார்கழித் திங்கள் பௌர்ணமி நாளன்றாகும்.

புத்தர் எந்த அரசமரத்தடியில் வீற்றுத் தவமிருந்து பூரண மெய்ஞ்ஞான நிலையை அடைந்தாரோ அந்த மூல போதி மரத்தின் வலது கிளை ஒன்றைப் பிக்குணி சங்கமித்திரை தம்மோடு கொண்டுவந்திருந்தார். ஜம்புகோலா துறைமுகம் முதல் இலங்கையின் தலைநகரமான அனுராதபுரம்வரையிலுள்ள சாலை முழுவதும் சீர்படுத்தப்பட்டு அலங்காரக் கோலம் பூண்டது. அலங்கரிக்கப்பட்ட அந்தச் சாலை வழியாகக் கொண்டு செல்லப்பட்டு அனுராதபுரத்திலுள்ள "மஹா மேக்கா" என்னும் பூங்காவனத்தில் போதி மரக்கிளை நடப்பட்டது. அந்த நிகழ்ச்சி ஒரு பெரிய திருவிழாவாகக் கொண்டாடப்பட்டது.

அந்தப் போதிமரக்கிளை பெரிய மரமாக உயர்ந்து வளர்ந்து சுமார் இரண்டாயிரத்து முந்நூறு ஆண்டுகளுக்கு மேலாக இன்றும் அழியாமல் தழைத்தோங்கி நிற்கிறது. உலகெங்கிலுமிருந்து பௌத்தர்களும் மற்றவர்களும் இலங்கை அனுராதபுரத்திற்கு யாத்திரையாக வந்து பூஜித்து வணங்கும் மரமாகத் திகழ்கின்றது இந்தப் போதிமரம்.

பிக்குணி சங்கமித்திரை தேரி போதிமரக்கிளையோடு முதன்முதலாக இலங்கை வந்தடைந்த நாள் என்ற பெருமை பெற்றது இந்த மார்கழிப் பௌர்ணமி நாள். இந்த நாள் பௌத்தத்தில் சிறப்பாகக் கொண்டாடப்படுகின்றது.

(10) தைப் பொங்கல்

தமிழ்நாட்டின் முக்கியப் பண்டிகையான பொங்கல் திருநாள் பௌத்த வழிபாடுகளோடு இணைக்கப்பட்டு நாம் இயற்கையோடும் மற்ற உயிரினங்களோடும் பின்னிப் பிணைக்கப்பட்டிருப்பதைக் காட்டும் சார்புடைமைத் தத்துவத்தை வணங்கும் நாளாகவும் நன்றியுணர்வை வெளிப்படுத்தும் நாளாகவும் கொண்டாடப்பட வேண்டும்.

ஓ.ரா.ந. கிருஷ்ணன்

(11) நாகபஞ்சமி

பௌத்த தம்மத்தில் பெரும் ஆர்வம்கொண்டு புத்தரைப் பின்பற்றியவர்கள் நாகர்கள். அவர்கள் நினைவாக, இந்தத் தினத்தில் பாலோடு இனிப்புப் பலகாரங்களும் பாம்புகளுக்குப் படைக்கப்படுகின்றன. பின்னர், பெண்களும் சிறுவர் சிறுமிகளும் மரத்தில் ஊஞ்சல் கட்டி ஆடிப் பாடி மகிழ்கிறார்கள்.

(12) விஜயதசமி

இந்த விழா வழக்கமாக அக்டோபர் மாதத்தில் கொண்டாடப்படுகின்றது. தாம் மேற்கொண்ட கலிங்கா யுத்தத்தில் நேர்ந்த உயிர் நாசங்களையும் உடல் ஊனங்களையும் இரணகளத்தையும் கொடூரங்களையும் கண்டு மனம் பதைத்துப் பெரும் கழிவிரக்கத்துக்கு ஆளான மாமன்னர் அசோகர் "இராஜ்ஜிய விஜயத்தை"க் கைவிட்டுப் புத்தர் போதித்த "தம்ம விஜயத்தை" மேற்கொண்ட நாள் விஜயதசமி. அவர் பௌத்த தம்மத்தைத் தழுவிய நாள் விஜயதசமி.

1956ஆம் ஆண்டு விஜயதசமியன்றுதான் பாபா சாகேப் அம்பேத்கர் தமது இலட்சக்கணக்கான தொண்டர்களோடு நாக்பூரில் ஒரு பெரும் விழாவில் பௌத்த தம்மத்தை ஏற்றுத் தழுவினார். பௌத்த தீட்சை பெற்றார். கடந்த ஆயிரக்கணக்கான ஆண்டுகளாக இந்தத் துணைக்கண்டத்திலிருந்து துரத்தியடிக்கப் பட்டிருந்த பௌத்த தம்மம், மீண்டும் இந்த நாட்டிற்குத் திரும்பவந்து வளர, இந்த விழா வழிவகுத்தது. இந்த நாள் *"தம்மப் பரிவர்த்தன"* நாளென்று மிகச் சிறப்பாகக் கொண்டாடப் படுகின்றது.

(13) இந்தியக் குடியரசு தின விழா (ஜனவரி 26)

பாரத இரத்னா பாபா சாகேப் அம்பேத்கர் தலைமையிலான குழு வரைந்த அரசியல் சாசனம் ஏற்கப்பட்டு, இந்தியா குடியரசு நாடாக ஆன இந்த நாள் இந்திய வரலாற்றில் பொன்னெழுத்துகளால் பொறிக்கப்பட வேண்டிய நாளாகும். வர்ணதர்ம அடிப்படையில் ஆயிரம் ஆயிரம் ஆண்டுகளாகத் தாழ்த்தப்பட்டும் நசுக்கப்பட்டும் நலிந்து கிடந்த கீழ்ச்சாதியினரும் புறக்கணிக்கப்பட்டவர்களும் மற்றவர்களுக்கு இணையாகச் சம உரிமை பெற்ற தினமாகும் இது. சமத்துவம், சகோதரத்துவம், நீதி ஆகியவை இந்தியாவை வழிநடத்தும் மூலக்கோட்பாடுகளாகப் பிரகடனம்செய்யப்பட்டு நவ இந்தியா உருவான வரலாற்றுச் சிறப்புவாய்ந்த தினமாகும் இது. உலகிலேயே மிகப் பெரிய குடியரசு நாடாக மாறியது

இந்தியா. இந்தத் தேசிய விழா மிக விமரிசையாகக் கொண்டாடப் படுகின்றது.

(14) சுதந்திர தின விழா (ஆகஸ்ட் 15)

இந்தியா சுதந்திரம் பெற்ற இந்த நாளில் தம்மச் சக்கரம் பொறிக்கப்பட்ட மூவண்ணக் கொடி தேசியக் கொடியாக ஏற்றி வணங்கப்படுகின்றது. 1947இல் இந்தியா ஆங்கிலேய ஆட்சியிலிருந்த விடுதலை பெற்றுச் சுதந்திரம் அடைந்தபோது, நவ இந்தியாவை உலகுக்கு எடுத்துக்காட்டும் வகையில் அதன் தேசீயக் கொடியை வடிவமைப்பது எவ்வாறு, தேசீயக்கொடியில் இந்தியாவின் தொன்மையையும் மேன்மையையும் பண்பாட்டை யும் அதன் உன்னதக் குறிக்கோளையும் அது புனிதமாகப் போற்றுவதையும் சித்தரித்துக்காட்டுவது எவ்வாறு என்பவை கேள்விகளாக எழுந்தன. சுதந்திர பாரதத்தின் முதல் பிரதம ரான ஜவஹர்லால் நேரு அவர்களும் பாபா சாகேப் அம்பேத்கர் அவர்களும் அப்போது, இந்தியப் பண்பாட்டின் சிகரமாகத் திகழும் தம்மச்சக்கரத்தைத் தேசீயச் சின்னமாகத் தேர்ந்தெடுத் தது ஆழ்ந்த பொருளுடையதாகும். அவர்களது வரலாற்று உணர்வும் தீர்க்கதரிசனமும் பாராட்டுதலுக்குரியனவாகும்.

இந்தியத் தேசீயக் கொடியை வணங்கும்போது, நாம் நம் சுதந்திர நாட்டை மட்டுமல்ல, நம்நாட்டின் தொன்மைப் பண்பாட்டையும் நாடு புனிதமானதாக ஏற்றுள்ள உன்னதக் குறிக்கோளையும் வாழ்வுக் கோட்பாட்டையும் போற்றி வணங்குகின்றோம். நமது அரசியல் சாசனத்தின் மூலாதாரக் கோட்பாடாகத் தேசீயக் கொடியில் சித்தரிக்கப்பட்டுள்ள தம்மத்தைப் போற்றி வணங்குகின்றோம்; உலகனைத்தையும் ஊடுருவித் தாங்கி நின்று ஒருங்கிணைக்கும் அடிப்படைத் தத்துவமான தம்மத்தைப் போற்றி வணங்குகின்றோம்.

பௌத்தர்கள் குடியரசு தினம் சுதந்திர தினம் போன்ற தேசீய விழாக்களைக் கொண்டாடும்போது, அந்தக் கொண்டாட் டங்களில் ஒரு அங்கமாக அத்தினங்களில் மாலையில் அல்லது கிடைக்கும் நேரத்தில் புத்த ஆலயங்களுக்குச் சென்று பௌத்த முறைப்படி வழிபாடுகளை மேற்கொண்டு இந்தியாவின் நலனுக் காகவும் அனைத்து உயிர்களின் மகிழ்ச்சிக்காகவும் வேண்டித் தியானிக்கிறார்கள்.

15. மத நல்லிணக்கம்

சார்புடைமையை உலகத் தத்துவமாகவும் உன்னத உண்மை யாகவும் காணும் பௌத்தம் இனம், மதம் ஆகியவற்றின் அடிப்படையில் மக்களிடையே ஏற்படுத்தப்பட்டுள்ள

எந்தவிதப் பிரிவினை வாதத்தையும் ஏற்பதில்லை. பிரிவினைகளை மனத்தால் உண்டாக்கப்பட்ட கற்பனை உருவாக்கங்கள் என்று பௌத்தம் மறுக்கிறது. மத நம்பிக்கைகள் அக உணர்வுகளையும் அக வாழ்வையும் சேர்ந்தவை. இவற்றை அக உணர்வுகளாகவே நிறுத்திவைக்காமல் புறத்தே கொணர்ந்து மற்றவர்கள் பால் திணித்துப் பேதங்களை வளர்க்கலாகாது என்பது பௌத்தத்தின் கருத்து. ஒவ்வொருவரும் வெவ்வேறு இயல்புகளையும் மனப்போக்குகளையும் கொண்டிருப்பதால், அனைவரும் குறிப்பிட்ட சில நம்பிக்கைகளையே கொண்டிருக்க வேண்டும் என்று எதிர்பார்க்க இயலாது. நம்பிக்கைகள் வேறுபடும். ஆகவே அவற்றை அக உணர்வுகளாகவே நிறுத்திவைக்க வேண்டும் எனக் கூறும் பௌத்தம் சார்புடைமையையும் ஒன்றிணைந்த இயக்கத்தையுமே உண்மைகளாக ஏற்பதால் மற்ற மதத்தினர் கொண்டாடும் பண்டிகைகளையும் விழாக்களையும் போற்றி மதிக்கின்றது. மத நல்லிணக்கத்தைப் பெருக்கி வளர்க்கும் வகையில் பௌத்தர்கள் மற்ற மதத்தினரின் பண்டிகைகளிலும் கலந்துகொண்டு மகிழ்ச்சியையும் அன்புறு நேயத்தையும் நாலாபுறமும் பரப்புகின்றார்கள். தம்மைச் சுற்றி வசிப்போர் கொண்டாடும் பண்டிகைகள், விழாக்கள் எவையாயிருந்தாலும் அவையும் பௌத்தர்களின் பண்டிகைகளாகும். இவ்வாறு மதம் மற்றும் சமூக நல்லிணக்கத்தையும் ஒத்திசைவையும் வளர்ப்பதைப் பௌத்தர்கள் தங்கள் கடமைகளாக ஏற்கிறார்கள்.

அத்தியாயம் 14

பௌத்தர்களின் புண்ணிய யாத்திரைத் தலங்கள்

லும்பினி, புத்த கயா, சாரநாத், குஷிநாரா ஆகிய நான்கு இடங்களும் பௌத்தர்களின் புண்ணிய யாத்திரைத் தலங்களாகும்.

லும்பினி - பிறந்த புண்ணியத் தலம்

சித்தார்த்த கௌதமர் பிறந்தது லும்பினியில். இங்குதான் இராணி மஹாமாயா தேவி பின்னர் புத்தராக மாறிய சித்தார்த்த கௌதமரை ஈன்றெடுத்தார். இந்த இடம் தற்போது இந்தியா – நேபாளம் எல்லைக்கருகில் நேபாளத்தில் உள்ளது.

புத்த கயா – மெய்ஞ்ஞானம் எய்திய புண்ணியத் தலம்

போதி மரத்தடியில் அமர்ந்து, இறுதி இலக்கை அடையாமல் அந்த இடத்திலிருந்து எழப்போவதில்லை என்று கடுந்தவ உறுதி மேற்கொண்டு தியானத்தில் ஈடுபட்டு நிப்பாண நிலையைடைந்து, சாதாரண மனித ராக இருந்த சித்தார்த்த கௌதமர் புத்தராக மாறி வரலாறு படைத்த இடம் புத்த கயா. இந்த இடம் பீஹார் மாநிலத்தில் கயா நகரிலிருந்து 15 கிலோ மீட்டர் தொலைவில் உள்ளது. இது பௌத்தர்களின் ஒப்பற்ற புண்ணியத் தலமாகும்.

புத்தர் பிறந்தது லும்பினியில் என்றால், பௌத்தம் பிறந்தது புத்த கயாவில்.

சாரநாத் – முதல் போதனையோடு தம்மச் சக்கரம் சுழற்றிவிடப்பட்ட புண்ணியத் தலம்

மெய்ஞ்ஞானம் கண்டு நிப்பாண நிலையையடைந்த புத்தர் தாம் கண்ட உண்மைகளையும் அனுபவித்துணர்ந்த தம்மத்தையும் முதன்முதலாக ஐந்து சீடர்களுக்கு உபதேசித்தது இங்குதான். இந்த உபதேசம் நிகழ்ந்து தம்மச் சக்கரம் சுழற்றப் பட்டு உலகில் முதன்முதலாகத் தம்ம விஜயம் தொடங்கியது சாரநாத்திலிருந்த மான்கள் சரணாலயத்திலிருந்துதான். ஆகவே இந்த இடம் பௌத்தர்களின் புண்ணியத் தலங்களில் மிகவும் சிறப்பு வாய்ந்ததாகப் போற்றப்படுகின்றது. இது உத்திரப் பிரதேச மாநிலத்தில் புகழ்பெற்ற வாரணாசி (காசி) நகரிலிருந்து 11 கிலோ மீட்டர் தொலைவில் உள்ளது.

குஷிநகர் (குஷிநாரா) – மஹாபரி நிப்பாணமெய்திய புண்ணியத் தலம்

அனைத்து ஆசைகளையும் துறந்து, தமது 35ஆம் வயதில் நிப்பாண நிலையை அடைந்த புத்தர். அதன் பின்னர் தாம் வாழ்ந்த சுமார் 45 ஆண்டுகளையும் தேசமெங்கும் சென்று தம்மத்தை உபதேசித்து மக்களின் துக்க நீக்கத்திற்கு அயராது உழைப்பதிலேயே கழித்தார். அவர் தமது பூத உடலையும் துறந்து எண்பதாம் வயதில் பரிநிப்பாணம் எய்தியது இந்தக் குஷிநாரா என்னும் இடத்திலிருந்துதான். இங்குதான் அவரது பூத உடல் தகனம் செய்யப்பட்டது.

இது உத்திரப்பிரதேச மாநிலத்தில் கோரக்பூர் மாவட்டத்தில் உள்ளது.

பௌத்தர்கள் போற்றும் மற்ற முக்கிய இடங்கள்

ஸ்ராவஸ்தி

புத்தரது காலத்தில் கங்கைச் சமவெளியில் பிரசித்தி பெற்றிருந்த நகரங்களில் இது எல்லாவற்றையும்விட மிகப் பெரிய நகரமாகும். சுமார் இருபத்தைந்து ஆண்டுகள் புத்தர் இந்த நகருக்கு அருகிலிருந்த ஜேதவன மடாலயத்தில் தங்கி யிருந்திருக்கிறார். இங்கிருந்துதான் அவர் தமது சமயத்தை இந்தியத் துணைக்கண்டத்தில் மட்டுமல்ல தூர தேசங்களுக்கும் பரப்பும் பணியைத் தொடங்கினார்.

இராஜ்கீர் (இராஜகிருஹம்)

இதுவும் பௌத்தர்கள் யாத்திரை மேற்கொள்ளும் தளங் களில் மிக முக்கியமான ஒன்றாகும். பகவர் புத்தரும் பகவர்

மஹாவீரரும் தங்களது வாழ்நாள்களில் பலமுறை வருகை தந்து போதித்த புண்ணியத் தலமாகும் இது. இங்குப் பௌத்தர்கள் போற்றி வணங்கும் பல நினைவாலயங்களும் சின்னங்களும் உள்ளன.

கபிலவஸ்து

புத்தர் பிறந்த புண்ணியத் தலமான லும்பினியிலிருந்து 25 கிலோ மீட்டர் தொலைவில் உள்ளது கபிலவஸ்து. அந்தக் காலத்தில் இது சாக்கிய அரசின் தலைநகரமாக இருந்தது. தமது 29ஆம் வயதுவரை, அதாவது அரண்மனையை விட்டு வெளியேறி வீட்டைத் துறந்து வீடற்ற நிலைக்கு வரும்வரை, புத்தர் வாழ்ந்திருந்த இடமாகும் இது.

நளந்தா

நளந்தாவில் நிறுவப்பட்டிருந்த பௌத்த மடாலயமும் அதைச் சார்ந்த பல்கலைக்கழகமும் கி.பி. முதலாம் ஆயிரம் ஆண்டுக் காலத்தில் உலகப் புகழ்பெற்றவையாகத் திகழ்ந்தன. இலங்கை, பர்மா, சீனம் ஆகிய பல வெளிநாடுகளிலிருந்தும் மாணவர்களும் துறவிகளும் இங்கு வந்து பல துறைகளிலும் கல்வி கற்றுச் சென்ற சிறப்புப் பெற்ற இடம் நளந்தா. பல்வேறு துறைகளில் ஆராய்ச்சியை வளர்த்துக் கல்வியறிவை உலகெங்கிலும் பரப்புவதில் முன்னின்றது பௌத்தம்.

இப்போது சிதைந்து கிடக்கும் அந்தத் தொன்மையான பல்கலைக்கழகத்தின் பகுதிகளைச் சுற்றிவந்து ஆராய்ந்து பார்ப்பது வியப்பூட்டும் அனுபவமாகும்.

இவற்றைத் தவிர, பாடலிபுத்திரம் (தற்போது பாட்னா), வைசாலி, சாகே, அயோத்தியா, தில்லி, தக்சசீலம், உஜ்ஜயினி, சாஞ்சி, நாக்பூர், அஜந்தா, எல்லோரா, அவுரங்காபாத், மும்பை, கர்லா, கனேரி, பாஜா, நாசிக், அமராவதி, நாகார்ஜுன சாகர், திருப்பதி, மதுரை, காஞ்சி, சபரிமலை ஆகிய பௌத்தம் செழித்தோங்கி வளர்ந்திருந்த இடங்கள் இப்போதும் பௌத்தர்களால் போற்றி மதிக்கப்படுகின்றன.

பௌத்தத்தைப் பின்பற்றுபவர்களைக் கவரும் இடங்களில் தில்லியிலுள்ள உலக புத்த மையம் மிக முக்கியமான ஒன்றாகும். இந்திய மற்றும் ஜப்பானியத் துறவிகளால் போதிக்கப்படும் பௌத்த தியானத்தைக் கற்பதற்காக மக்கள் இங்குத் திரண்டு வருகிறார்கள்.

பிற்சேர்க்கைகள்

1

சிகாலோவாத சுத்தம் (சுருக்கம்)

நான் கேட்டது இவ்வாறு. புனிதரான புத்தர் ஒரு சமயம் இராஜகிருஹத்திற்கு அருகிலுள்ள மூங்கில் வனத்தில் அணில்களுக்கு இரை தரப்படும் இடத்தில் தங்கியிருந்தார்.

அச்சமயம் இல்லறத்தார் ஒருவரின் மகனான சிகாலன் என்னும் பெயர் கொண்ட இளைஞன் நாள் தோறும் அதிகாலையில் எழுந்து நதியில் குளித்து முடித்து, நீர் சொட்டும் உடலோடும் உடைகளோடும், பிணைத்த கைகளை உயர்த்திக் கிழக்கு, தெற்கு, மேற்கு, வடக்கு, வானுச்சி, தரையின் கீழ்பாதாளம் என்று ஆறு திக்கு களையும் நோக்கித் தொழுவதைத் தன் வழக்கமாகக் கொண்டிருந்தான்.

(இவ்வாறு புற உலகின் எல்லாத் திக்குகளையும் வழிபடும் சடங்கில் அத்திக்குகளில் உறைவு கொண் டிருக்கும் வல்லமை மிக்க ஆவிகள் அல்லது கடவுள்கள் பாதுகாப்புத் தர வேண்டுமென்று இறைஞ்சி வணங்கப் படுகிறார்கள். வேதப் பாரம்பரியத்தில் கடைப்பிடிக்கப் படும் ஒரு தொன்மையான மதச் சடங்காகும் இது. உட்கருத்தோ உண்மைத் தத்துவ அடிப்படையோ இல்லாத இம்மாதிரியான பழைய குருட்டு வழிபாட்டுச் சடங்கு களைப் பயனற்றவை என மறுக்கும் புத்தர் அவற்றிற்குப் புது அர்த்தங்களையும் புது விளக்கங்களையும் தருகிறார் இந்தப் பேருரையில்.)

அச்சமயம் ஒரு நாள் அதிகாலைத் துவராடைகளை அணிந்தவராய்ப் பிச்சைப் பாத்திரத்தை ஏந்தி உணவுத் தானம் கேட்க இராஜகிருஹ நகரை நோக்கிச் சென்று கொண்டிருந்த புனிதரான புத்தர், மேற்கண்டவாறு வழிபாட்டுச் சடங்கில் ஈடுபட்டிருந்த இளைஞனாகிய

சிகாலனைக் கண்ணுற்றார். இவ்வாறு தொழுவது ஏன், தொழுவதன் நோக்கம் என்ன என்று புத்தர் கேட்கிறார். இளைஞன் கூறுகின்றான்:

"ஐயா, மரணத் தறுவாயில் இருக்கும்போது என் அருமைத் தந்தையார் இவ்வாறு ஆறு திக்குகளையும் நாள்தோறும் வணங்க வேண்டும் என்று போதித்தார். எனது அருமைத் தந்தையாரின் இறுதிப் போதனையைப் புனிதமாகப் போற்றி மதித்து நாள் தோறும் நான் அதிகாலையில் எழுந்து, இராஜகிருஹ நகரி லிருந்து வெளியேறி வந்து, நதியில் குளித்து முடித்து இந்த வழிபாட்டை மேற்கொள்கின்றேன்."

இதைக் கேட்ட புத்தர், ஆறு திக்குகளையும் வெறுமனே வணங்குவது ஒரு சடங்கேயன்றி உண்மையான மதவழிபாடு ஆகாது எனக் கூறி, உண்மையில் ஆறு திக்குகள் யாவை என்பதையும் அரியர்களின் (மேதமை பொருந்தியவர்களின்) நெறிமுறைப்படி அந்த ஆறு திக்குகளையும் எவ்வாறு வழிபடுவது என்பதையும் இளைஞன் சிகாலனுக்குப் போதித்தார்.

"இளைஞனே, அரியர்களின் வாழ்க்கை நெறியில் அபாயம் வராமல் ஆறு திக்குகளும் எவ்வாறு பாதுகாக்கப்படுகின்றன? கீழ்க்காணுபவர்களே ஆறு திக்குகளையும் பாதுகாப்பவர்க ளாகப் போற்றி வழிபடப்பட வேண்டும்: பெற்றோர்கள் கிழக்குத் திசை, ஆசிரியர்கள் தெற்குத் திசை, மனைவி மேற்குத் திசை, உற்றார்களும் உறவினர்களும், நண்பர்களும் வடக்குத் திசை, அறவோர்களும் துறவிகளும் வானுச்சி, வேலைக்காரர் களும் தொழிலாளிகளும் கீழே."

(தம்மத்தின் அடிப்படைக் கோட்பாடான சார்புடைமைத் தத்துவத்திலிருந்து மனிதன் ஆற்ற வேண்டிய கடமைகள் தெளிவாகின்றன. தான் என்று தனித்தியங்கக்கூடிய தன்மை ஏதொன்றிலும் இல்லை. இதுவே வாழ்வின் தலையாய உண்மை. ஒவ்வொரு மனிதனும் மற்றவரைச் சார்ந்தே இருக்கிறான், மற்றவரோடு பின்னிப் பிணைக்கப்பட்டிருக்கிறான். இந்தப் பிணைப்பு இல்லாமல், வாழ்க்கை இல்லை.

தனித்த இயக்கம் என்பதே இல்லாமையால், அவன் மற்றவருக்கு வெவ்வேறு முறைகளில் கடன்பட்டுள்ளான். வாழ்க்கை என்பதே கடன்படுதலும் அதற்கு வெவ்வேறு வகை களில் கைம்மாறு செய்தலும்தான். "ஆறு திசைகளையும் வணங்குதல்" என்னும் வழிபாடு இங்கு ஒரு மனிதன் தன் வாழ்க்கையில் அவன் சார்ந்துள்ள ஆறு சார்புகளையும் வணங்கும் வழிபாடாக அமைய வேண்டும் என்று வலியுறுத்துகிறார் புத்தர்.)

இந்த “ஆறு திக்குகளும்” (அதாவது, ஆறு சார்புகளும்) போற்றி வழிபட்டுப் பாதுகாக்கப்படும்போது, ஆறு சார்புகளும் உறுதிபெற்று வலுவடைகின்றன; வாழ்க்கை இடரற்றதாகின்றது, இனிதாகின்றது, பத்திரமாகின்றது, பாதுகாக்கப்படுகின்றது.

(அ) கிழக்குத் திசை: பெற்றோர்கள்-குழந்தைகள்

குழந்தைகளின் கடமைகள்

ஒரு மகன்/மகள் தன்னுடைய பெற்றோர்களைக் கிழக்குத் திக்காகப் போற்றி வணங்கி அவர்களுக்குத் தொண்டாற்ற வேண்டும், பணியாற்ற வேண்டும், உதவியாய் இருக்க வேண்டும். கீழ்வரும் ஐந்து வகைகளில் அவர்களுக்குத் தன் கடமைகளை நிறைவேற்ற வேண்டும்:

1. “என்னைப் பெற்று வளர்த்து ஆதரித்து ஆளாக்கியவர்கள் அவர்கள். இப்போது முதுமையடைந்த பெற்றோர்களை அன்புடன் ஆதரித்துக் காப்பாற்ற வேண்டியது என் பொறுப்பு” என்னும் கடமையுணர்வோடு அவர்களை நேசித்துக் காப்பாற்ற வேண்டும்.
2. “அவர்கள் செய்ய வேண்டிய கடமைகளையும் நானே முன்னின்று நிறைவேற்றி வைப்பேன்” என அவற்றை மேற்கொண்டு முடித்துவைக்க வேண்டும்.
3. குடும்ப மரபையும் பெயரையும் புகழையும் மங்காமல் போற்றி வளர்க்க வேண்டும்.
4. பெற்றோர் பெயரை நிலைநாட்டும் வகையில் மதிப்புக்குரிய வாரிசாக விளங்கி பரம்பரையாகப் பெற்ற சொத்துகளையும் உடைமைகளையும் வளர்த்துப் பெருக்க வேண்டும்.
5. பெற்றோர்கள் காலமான பின்னர், அவர்கள் தம் தொடர்பிறவிகளில் நலமுடனும் மகிழ்ச்சியுடனும் வாழத் தான, தர்மங்களைச் செய்ய வேண்டும்.

பெற்றோரின் கடமைகள்

இவ்வாறு தம்முடைய குழந்தைகளால் போற்றி ஆதரிக்கப் படும் பெற்றோர்கள், இந்தக் கிழக்குத் திசை உறவில் அவர்கள் பால் தம் அன்பைக் கீழ்க்காணும் ஐந்து வகைகளில் காட்ட வேண்டும் (தம் கடமைகளை நிறைவேற்ற வேண்டும்):

(1) அவர்கள் அறியாமல் தீயவழிகளில் செல்லாமல் காக்க வேண்டும்.

(2) அவர்கள் என்றும் நன்னெறியில் நடக்கப் பயிற்றுவிக்க வேண்டும்.

(3) அவர்களை ஒரு நற்தொழிலில் பயிற்றுவிக்க வேண்டும்.

(4) அவர்களுக்குத் தக்க சமயத்தில் பொருத்தமான திருமணங்களை நிறைவேற்றிவைக்க வேண்டும்.

(5) தக்க சமயத்தில் அவர்களுக்குரிய வாரிசுரிமைச் சொத்தை வழங்கி அவர்கள் வாழ்வில் முன்னேற வழிவகுக்க வேண்டும்.

இவ்வாறு கிழக்குத் திசைச் சார்பு/உறவு பாதுகாக்கப்படுகின்றது, பத்திரமாக்கப்படுகின்றது, வலுப்படுத்தப்படுகின்றது.

(ஆ) தெற்குத் திசை: ஆசிரியர்கள் – மாணவர்கள்

மாணவரின் கடமைகள்

ஒரு மாணவர் தன் ஆசிரியர்களைத் தெற்குத் திக்குச் சார்பாகக் கொண்டு கீழ்க்காணும் ஐந்து வகைகளில் தொண்டாற்றித் தன் கடமைகளை நிறைவேற்ற வேண்டும்:

(1) ஆசிரியர்கள் வரும்போது எழுந்து நின்று உரிய முறையில் வணங்கி மரியாதை காட்ட வேண்டும்.

(2) அவர்களுக்குத் தேவையான தொண்டுகளைச் செய்ய வேண்டும்.

(3) ஆசிரியர்களின் போதனைகளை ஆர்வத்துடன் கற்க வேண்டும்.

(4) போதனைகளைச் சரியான கவனத்துடன் கேட்டறிந்து, அவைகளை ஏற்று, அவற்றின்படி நடக்க வேண்டும்.

(5) பிற்காலத்தில் ஆசிரியர்களுக்குத் தேவையான உதவிகளைச் செய்து போற்றி ஆதரிக்க வேண்டும்.

ஆசிரியரின் கடமைகள்

இவ்வாறு தன் மாணவர்களால் போற்றிப் பணியாற்றப்படும் ஆசிரியர் இந்தத் தெற்குத் திக்கு உறவில் அவர்கள்பால் தன் அன்பைக் கீழ்காணும் ஐந்து வகைகளில் காட்ட வேண்டும்:

(1) தொழில்/கலைத் துறை ஆகியவற்றில் மாணவர்கள் நன்கு தேர்ச்சி பெறுமாறு பயிற்றுவிக்க வேண்டும்.

(2) அவர்களை நல்லொழுக்க நெறியில் நடக்கப் பயிற்றுவிக்க வேண்டும்.

(3) மாணவரை அவரது நண்பர்கள் மத்தியில் உயர்வாகப் பேசி நல்லிணக்கத்தை வளர்த்திப் பெருக்க வேண்டும்.

(4) அறிவிலும் ஒழுக்கத்திலும் சிறந்த பெரியோர்களிடையே மாணவரை அறிமுகப்படுத்திவைக்க வேண்டும்.

(5) மாணவர் வாழ்க்கையில் பாதுகாப்பும் முன்னேற்றமும் பெற வழிகாட்ட வேண்டும்.

இவ்வாறு தெற்குத் திசைச் சார்பு பாதுகாக்கப்படுகின்றது, பத்திரமாக்கப்படுகின்றது, வலுப்படுத்தப்படுகின்றது.

(இ) மேற்குத் திசை: கணவன் – மனைவி

கணவரின் கடமைகள்

ஒரு கணவர் மேற்குத் திசைச் சார்பான / உறவான தன் மனைவியைக் கீழ்க்காணுமாறு ஐந்து வகைகளில் தொண்டாற்றிக் காப்பாற்றித் தன் கடமைகளை நிறைவேற்ற வேண்டும்:

(1) மனைவிக்கு உரிய மரியாதை அளிக்க வேண்டும்.

(2) மனைவியிடம் அன்பாகவும் கனிவாகவும் பேசி அவளை என்றும் மகிழ்வாக வைத்திருக்க வேண்டும்.

(3) அவளுக்கு நம்பிக்கைத் துரோகம் செய்யாமல் ஒழுக்கமுள்ள கணவனாக இருக்க வேண்டும்.

(4) அவளுக்குரிய அதிகாரத்தைக் கொடுத்துத் தன்னம்பிக்கையுடன் அவள் வாழ்ந்து செயல்பட வழிகாட்ட வேண்டும்.

(5) தகுந்த ஆடை அணிகலன்களை அளித்து அவளை என்றும் மகிழ்வுடன் வைத்திருக்க வேண்டும்.

மனைவியின் கடமைகள்

இவ்வாறு தன் கணவரால் போற்றி ஆதரிக்கப்படும் மனைவி இந்த மேற்குத் திக்கு உறவில் அவர்பால் தன் அன்பைக் கீழ்க்காணுமாறு ஐந்து வகைகளில் காட்ட வேண்டும்:

(1) கணவரை அன்புடன் நேசித்துத் தன் இல்லறக் கடமைகளைச் செவ்வனே நிறைவேற்ற வேண்டும்.

(2) கணவரின் உறவினரையும் தன் பிறந்த வீட்டு உறவினரையும் மதிப்புடனும் மரியாதையுடனும் நேசித்து விருந்தோம்ப வேண்டும்.

(3) கற்புப் பேணித் தன் கணவரின் நம்பிக்கைக்குப் பாத்திரமாய் இருக்க வேண்டும்.

(4) கணவர் ஈட்டியதைப் பேணிப் பாதுகாக்க வேண்டும்.

(5) கைத்தொழிலிலும் செய்யும் வினைகளிலும் ஆற்றலையும் திறமையையும் வளர்த்து என்றும் சுறுசுறுப்புடன் செயல்பட வேண்டும்.

இவ்வாறு மேற்குத் திசைச் சார்பு பாதுகாக்கப்படுகின்றது, பத்திரமாக்கப்படுகின்றது, வலுப்படுத்தப்படுகின்றது.

(ஈ) வடக்குத் திசை: இல்லறத்தார் – உற்றாரும் நண்பர்களும்

இல்லறத்தாரின் கடைகள்

இல்லறத்தார் வடக்குத் திசைச் சார்பான/உறவான உற்றார்களையும் உறவினர்களையும் நண்பர்களையும் கீழ்க் காணுமாறு ஐந்து வகைகளில் செயலாற்றியும் கடமைகளை நிறைவேற்றியும் பேணிப் பாதுகாக்க வேண்டும்:

(1) அன்புறு நேயத்துடனும் மரியாதையாகவும் தாராள மனத்துடனும் உற்றாருக்கும் நண்பர்களுக்கும் வேண்டிய உதவிகளை உரிய நேரத்தில் செய்ய வேண்டும்.

(2) அன்புடனும் கனிவுடனும் பேசிப் பழகி எப்பொழுதும் நல்லிணக்கத்தையும் மகிழ்ச்சியையும் வளர்க்க வேண்டும்.

(3) அனைவரையும் உயர்வு – தாழ்வின்றிச் சமமாகப் பாவித்துத் தன்னலன்போலவே அவர்கள் நலனையும் பேணிப் பாதுகாக்க வேண்டும்.

(4) சொல் – செயல் இரண்டிலும் ஒன்றாய் இருக்க வேண்டும்.

(5) எப்பொழுதும் நேர்மை தவறாமல் நடக்க வேண்டும்.

உறவினர்-நண்பர்களின் கடமைகள்

இவ்வாறு அவரால் வடக்குத் திக்குச் சார்பில்/உறவில் போற்றப்படும் உறவினர்களும் நண்பர்களும் அவர்பால் தம் அன்பைக் கீழ்வரும் ஐந்து வகைகளில் காட்டிச் செயல்பட வேண்டும்:

(1) அவருக்குப் பாதுகாப்புத் தேவைப்படும்போது முன்னின்று அவரைப் பாதுகாத்துக் காப்பாற்ற வேண்டும்.

(2) தற்காப்பில் தளர்ந்து அவர் செயல் திறன் இன்றி இருக்கும்போது அவரது செல்வத்தையும் சொத்துகளையும் அவருக்காகக் காப்பாற்றித் தர வேண்டும்.

(3) ஆபத்துக் காலத்தில் அவருக்கு அவர்கள் அடைக்கலமாக இருக்க வேண்டும்.

(4) அவர் பிரச்சினைகளில் சிக்கி அல்லலுறும்போது கைவிடாமல் அவருக்கு ஆதரவு தர வேண்டும்.

(5) அவரது மற்ற உறவினர்களையும் நண்பர்களையும் தன்னுடைய உறவினர்களாகவும் நண்பர்களாகவும் மதித்து ஏற்று நடக்க வேண்டும்.

இவ்வாறு வடக்குத் திசைச் சார்பு பாதுகாக்கப்படுகின்றது, பத்திரமாக்கப்படுகின்றது, வலுப்படுத்தப்படுகின்றது.

(உ) வானுச்சி: இல்லறத்தார்-அறவோர்/துறவிகள்

இல்லறத்தாரின் கடமைகள்

இல்லறத்தார் அறவோர்களையும் துறவிகளையும் வானுச்சிச் சார்பாகக் கொண்டு கீழ்க்காணும் ஐந்து வகைகளில் போற்றி ஆதரிக்க வேண்டும்:

(1) அவர்களை என்றும் மரியாதையுடனும் இன்முகத்துடனும் வரவேற்று வணங்க வேண்டும்.

(2) இனிய சொற்களையே பேசி அவர்களை மகிழ்விக்க வேண்டும்.

(3) அவர்கள்பால் என்றும் நல்லுள்ளத்துடன் வீட்டில் வரவேற்று விருந்தோம்ப வேண்டும்.

(4) அன்புடனும் பக்தியுடனும் அவர்களுக்குச் சேவை செய்ய வேண்டும்.

(5) அவர்களின் உலகாயதத் தேவைகளுக்கான பொருட்களைத் தானமாக வழங்க வேண்டும்.

அறவோர் மற்றும் துறவிகளின் கடமைகள்

இவ்வாறு இல்லறத்தாரால் வானுச்சிக் காவலர்களாகப் போற்றி ஆதரிக்கப்படும் அறவோர்களும் துறவிகளும் அவர்பால் தம் அன்பைக் கீழ்வரும் ஆறுவகைகளில் காட்ட வேண்டும்:

(1) தீயவற்றைச் சுட்டிக்காட்டி அவர்கள் தீமையைத் தவிர்க்க அறிவுரை கூற வேண்டும்.

(2) அவர்கள் நல்லதையே செய்ய வலியுறுத்தி வழிகாட்ட வேண்டும்.

(3) அன்பும் கருணையும் கொண்ட உள்ளத்தோடு அவர்களை நேசித்து அவர்களுக்கு என்றும் நலன் விளைய ஆசீர்வதிக்க வேண்டும்.

(4) அவர்கள் கேட்டறியாதவற்றைப் போதித்து உயர்ந்த வாழ்க்கை நெறியைக் காட்ட வேண்டும்.

(5) அவர்கள் கேட்டறிந்தவற்றை மேலும் விளக்கித் தெளிவு படுத்த வேண்டும்: அவர்களின் தவறான கருத்துகளை நீக்கி அவர்களுக்கு மெய்யறிவு புகட்ட வேண்டும்.

(6) அவர்களின் விமோசனத்திற்கு அல்லது அவர்கள் தேவர்கள் நிலைக்கு உயர்வதற்கு நல்வழி காட்ட வேண்டும்.

இவ்வாறு வானுச்சிச் சார்பு பாதுகாக்கப்படுகின்றது, பத்திரமாக்கப்படுகின்றது, வலுப்படுத்தப்படுகின்றது.

(ஊ) கீழே: இல்லறத்தார் - வேலைக்காரர்கள்/ தொழிலாளிகள்

இல்லறத்தாரின் கடமைகள்

இல்லறத்தார் வேலைக்காரர்களையும் தொழிலாளிகளையும் கீழிருந்து ஆதரிப்பவர்களாக ஏற்று, கீழக்காணும் ஐந்து வகைகளில் அவர்களைக் காக்க வேண்டும்:

(1) அவர்களின் திறமைக்கும் ஆற்றலுக்கும் ஏற்றவாறு அவர்களுக்குப் பணிகளை உரியவகையில் பகிர்ந்து தர வேண்டும்.

(2) அவர்களது தேவைகளுக்கேற்பப் போதிய உணவும் ஊதியமும் அளிக்க வேண்டும்.

(3) அவர்கள் பிணியுற்றால் மருத்துவ உதவி கொடுத்துப் பராமரிக்க வேண்டும்.

(4) இனியவைகளை அவர்களோடு பகிர்ந்துகொள்ள வேண்டும்.

(5) உரிய காலங்களில் அவர்களுக்கு ஓய்வும் விடுமுறையும் தர வேண்டும்; மற்றும் விசேஷ தினங்களில் அவர்களுக்குப் பரிசுப்பொருள்களையும் வழங்கி மகிழ்விக்க வேண்டும்.

வேலைக்காரர்கள்/தொழிலாளர்களின் கடமைகள்

இவ்வாறு இல்லறத்தாரால் ஆதரவுகாட்டிக் காக்கப்படும் வேலைக்காரர்களும் தொழிலாளிகளும் கீழ்வரும் ஐந்து வகைகளில் அவர்பால் நேசம் காட்டிப் பணியாற்றுபவர்களாக இருக்க வேண்டும்:

(1) எஜமானருக்கு முன் எழுந்து, செய்ய வேண்டிய பணிகளை விரைவில் செய்து முடிக்க வேண்டும்.

(2) எஜமானருக்குப் பின்னரே அவர்கள் உறங்கச் செல்ல வேண்டும்.

(3) இட்ட பணிகளைச் செவ்வனே செய்ய வேண்டும்.

(4) தரப்பட்டதை மட்டும் திருப்தியுடன் ஏற்றுப் பணிபுரிய வேண்டும்.

(5) எஜமானரைப் பற்றி நல்லதையே சொல்லி அவரது பெயரையும் புகழையும் ஓங்கச் செய்ய வேண்டும்.

இவ்வாறு கீழேயுள்ள சார்பு பாதுகாக்கப்படுகின்றது, பத்திரமாக்கப்படுகின்றது, வலுப்படுத்தப்படுகின்றது.

புனிதரான புத்தரின் இந்த உரையைக் கேட்டுத் தெளிவு பெற்ற இளைஞன் சிகாலன் கூறினான்.

“பெருந்தகைமைப் புனிதரே, அற்புதம், அற்புதம்! கீழே கவிழ்ந்து கிடந்த தேர் எடுத்து நேராக்கி நிலைநாட்டப்பட்டது போலவும், மறைபொருள் வெளிப்படுத்திக் காட்டப்பட்டது போலவும் வழிதவறிச் சென்றவருக்குச் சரியான வழி காட்டப் பட்டதுபோலவும் கண்களிருந்தும் இருளில் தடுமாறுபவருக்கு ஒளி விளக்கை ஏற்றிவைத்து உள்ளதை உள்ளவாறு காட்டியது போலவும் உணர்கின்றேன். இவ்வாறு புனிதரான புத்தரால் தம்மம் பலவழிகளில் விளக்கிக் காட்டப்பட்டது. நான் புத்தரையும் தம்மத்தையும் அரியர்களின் சங்கத்தையும் சரணம் அடைகின்றேன். இன்றிலிருந்து வாழ்நாள் இறுதிவரை புத்தரே அடைக்கலம் என்று அவரைச் சரணடைந்த சாதாரணச் சீடனாக ஆகின்றேன். புனிதரான புத்தர் என்னைச் சாதாரணச் சீடனாக ஏற்று அருள் புரிவாராக!” *(தீக நிகாயம் 31).*

2

அங்குலிமால சுத்தம்

1. இந்தச் சுத்தம் ஆற்றல் மிக்கதாகும்;
   எல்லாக் கேடுகளையும் தீமைகளையும்
   அபாயங்களையும்
   நீக்கும் வல்லமை கொண்டதாகும்.
   பிக்குகள் எந்த இடத்தில் அமர்ந்து
   இந்தச் சுத்தத்தை ஓதினாலும்
   அந்த இடத்தைக் கழுவிய தண்ணீரும்
   எல்லாக் கேடுகளையும் தீமைகளையும்
   அபாயங்களையும்
   நீக்கும் வல்லமை பெறும்.

2. இந்தச் சுத்தம்
   பிள்ளைப் பேற்றைச்
   சுலபமானதாகவும் வலியற்றதாகவும்
   ஆக்கும் திறன் பெற்றதாகும்.
   இது புனிதரான புத்தரால்
   அங்குலிமாலாவுக்குப் போதிக்கப்பட்டது
   இந்த உலகம் உள்ளவரை
   அதன் ஆற்றலும் வலிமையும் நீடிக்கும்

3. "எனது அன்பான சகோதரியே,
   நினைவுகூர்ந்து பார்த்தவரை,
   நான் பிக்குவாகத் தீட்சை பெற்ற
   தினத்திலிருந்து
   எந்த உயிருக்கும் ஊறு விளைவிக்கவில்லை,
   எந்த உயிரையும் கொல்லவில்லை"
   நான் உறுதிபடக் கூறும்
   இந்த உண்மையின் வலிமையினால்
   உன் பிள்ளைப்பேறு சுகமே நிகழ்வதாக!
   நீயும் உன் குழந்தையும்
   நலமும் அமைதியும் பெறுவீர்களாக!

3

குழந்தை பிறந்தநாள் வாழ்த்து / குழந்தை பெயர்சூட்டும் விழா

புத்த தன்மையின் உருவாய், உன்னத உண்மையின்
உருவாய்,
பெற்றோர் பெருமிதத்தால் பூரிக்க
உற்றார் உறவினர் நண்பர் குழாம் உவகைகொள்ள,
அன்னையின் கண்மணியாய் வந்துதித்த செல்வமே!
உன்னை உளமாரத் தழுவி உச்சி முகந்து
வரவேற்கிறோம்!

அரிதினும் அரிது மானுடப் பிறவி பெறுதல்.
விலை மதிப்பற்றது இவ்வுயிர், கிடைத்தற்குரியது
இப்பிறவி.
தம்மத்தைப் பயின்று தம்மத்தின் வழி நடந்து
புண்ணியங்களைக் குவிக்கும் வாய்ப்பை நல்குவது
இந்த மனித வாழ்வே!
புத்த சித்தமாய்ப் பரிணமிக்கும் வாய்ப்பை நல்குவது
இந்த மனிதப் பிறவியே!

பெறற்கரிய புண்ணியங்களின் பலனாய்
பெற்றிருக்கிறாய் நீ இப்பிறவி!

நல்லவற்றையே நினைத்து நல்லவற்றையே பேசி
நல்லவற்றையே செய்து
உன்னத எட்டு அங்கப் பாதையில் வழுவாது நடந்து
புண்ணியங்களை மேலும் மேலும் குவிப்பாயாக!

எது நிகழினும் சீர்குலையாமல
பத்து மேன்மைகளையும் வளர்த்துப்
பெருக்குவாயாக!

பரந்த மனமும் ஈகை உள்ளமும் கொண்டு
பிறர் துயர் துடைக்க உற்ற உதவி நல்கும்
மேன்மையில் உயர்வாயாக!

நல்லொழுக்கத்துடன் அறநெறியைக் கடைப்பிடிக்கும்
மேன்மையில் உயர்வாயாக!
நேர்மையிலும் வாய்மையிலும் உயர்வாயாக!

இன்னல்களை எதிர்கொள்ளும் மன உறுதியில்
அடக்கத்தில் பொறையுடைமையில்
எது நேரிடினும் கலங்காத மன உறுதியில்
பிறர் செய்யும் தீமைகளையும் பொறுத்து
நன்மையே செய்யும் மேன்மையில் உயர்வாயாக!

"நான்" எனும் அகந்தையின்றி
உன்னலம்போலவே பிறர் நலனையும் பேணும்
மேன்மையில் உயர்வாயாக!
ஊக்கத்துடனும் விடாமுயற்சியுடனும்
உழைக்கும் மேன்மையில் உயர்வாயாக!

உண்மையில் உறையும் தியானத்தின்
மேன்மையில் உயர்வாயாக!

ஞானம் பெருக்கும்
ஞானத்தைப் பிறருக்கும் போதிக்கும்
மேன்மையில் உயர்வாயாக!

நற்சிந்தனையில் நற்சங்கற்பத்தில்
மேன்மேலும் உயர்வாயாக!

அனைத்துயிர்களிடமும் பாராட்டும் அன்பு
பிறர் துயர் துடைக்கும் அளவற்ற கருணை
பிறர் நலம் கண்டு மகிழ்வுபெறும் மனம்
எக்கணமும் சமநிலை குன்றாத மனம்
இந்த நான்கு எல்லை வரையறையற்ற
மேன்மைகளில் உயர்வாயாக!

புத்த சித்தமாக மாறும் மேன்மையில்
பூரணமாகப் பரிணமிப்பாயாக!

இவ்வாழ்வில் பெறத்தகும்
நற்பேறுகள் யாவும் பெற்று
நலமுடனும் வளமுடனும்
என்றும் மகிழ்வுடனும்
செழிப்பாக வாழ்க!

ஓ, பத்துத் திக்குகளிலுமுள்ள புத்தர்களே,
போதிசத்துவர்களே,
கருணையின் உருவானவர்கள் நீங்கள்!
அனைத்தையும் கண்டவர்கள், அனைத்தையும்
அறிந்தவர்கள்
கற்பனைக்கும் எட்டாத அளவற்ற ஞானத்திறன்
படைத்தவர்கள் நீங்கள்!
உயிர்களின் நலனுக்காகவும் விடுதலைக்காகவும்
அன்புடனும் கருணையுடனும்
அற்புதங்களையும் நிகழ்த்தும்
செயல்திறன் கொண்ட பெருந்தகையோர் நீங்கள்!
எல்லா உயிர்களின் புகலிடம் நீங்களே!

ஓ, கருணையின் உருவான புனிதர்களே!
உடலாலும் உள்ளத்தாலும் நாங்கள் அளிக்கும்
இந்த நிவேதனங்களை அன்புடன் ஏற்றுக்கொள்ளுங்கள்.
இந்தக் குழந்தையின் புகலிடம் நீங்கள்.
இந்தக் குழந்தையை உங்களிடம் ஒப்படைக்கிறோம்.
இந்தக் குழந்தை நற்பேறுகள் யாவும் பெற்று
நலமும் வளமும் பெருகி
என்றும் மகிழ்வுடன் வாழ்ந்திட வேண்டுகின்றோம்.
உங்களது அளவற்ற அன்பும் கருணையும் ஞானமும்
இக்குழந்தைக்கு என்றும்
உறுதுணையாக இருக்கட்டும்!
உயிர்களின் நலத்திற்காகவும் விடுதலைக்காகவும்
போராட நீங்கள் ஏற்ற
உங்களது பழம்பெரும். சூளுரைகளிலிருந்து
சிறிதும் வழுவாதீர்கள்!
உங்களது அளவிட முடியாத கருணையின் சக்தி
இக்குழந்தையை என்றும்
காப்பாற்ற வேண்டுகின்றோம்!
கர்மவினைகளின் தீயபலன்கள் தீண்டாதிருக்கட்டும்
நலம் பெருகி மகிழ்வுடன் வாழட்டும்!
வளம் பெருகி வளமுடன் வாழட்டும்!
துக்கம் ஏதுமின்றி மகிழ்வுடன் வாழட்டும்!
நல் அருள்களும் ஞானமும் பெருகட்டும்!
புத்த சித்தம் பெற்றுப் புத்தர் தன்மையைப் பெற
உறுதிகொள்ளும் போதி உள்ளம் மலர்க!

4

புத்தர்களின் மற்றும் போதிசத்துவர்களின் உதவி கோரிப் பிரார்த்தனை

ஓ, பத்துத் திக்குகளிலுமுள்ள புத்தர்களே,
போதிசத்துவர்களே !
கருணையின் உருவானவர்கள் நீங்கள் !
அனைத்தையும் கண்டவர்கள் ! அனைத்தையும்
அறிந்தவர்கள் !
எல்லா உயிர்களையும் அன்புடன் நேசிப்பவர்கள்
நீங்கள் !
எல்லா உயிர்களின் புகலிடம் நீங்களே !

உடலாலும் உள்ளத்தாலும் நாங்கள் அளிக்கும்
இந்த நிவேதனங்களை அன்புடன்
ஏற்றுக்கொள்ளுங்கள் !
கருணையே உருவான நீங்கள்
கற்பனைக்கும் எட்டாத அளவற்ற ஞானத்திறன்
படைத்தவர்கள் ; உயிர்களின்
நலத்திற்காகவும் விடுதலைக்காகவும்
அன்புடனும் கருணையுடனும்
அற்புதங்களையும் நிகழ்த்தும் செயல்திறன்
கொண்டவர்கள் ;
புகலிடம் தரவல்லவர்கள் ஆவீர் !

ஓ, கருணையே உருவான புனிதர்களே !
எங்கள் அன்பர்
இந்த உலகை விட்டு, பிறிதொருவாழும் இடத்துக்கு,
அப்பால் உள்ள ஒரு உலகத்திற்கு,
எடுத்துச் செல்லப்பட்டுள்ளார் ;
பரிணாம சக்தி கடல்போல

அந்தப் பரந்த வெளிக்கு அவரை இழுத்துச்
சென்றுவிட்டது.
அன்புக்குரியவர்களைவிட்டு, உதவுவார்
துணையேதுமின்றி, தன்னந்தனியாகச்
சென்றுள்ளார்.
அங்கு அவருக்கு நண்பர் யாரும் இல்லை,
வழித்துணைகளும் இல்லை,
புகலிடமேதும் இல்லை,
பாதுகாப்பார் யாரும் இல்லை.
இந்த இடப்பெயர்ப்பில் அவர் என்ன
இன்னல்படுகிறாரோ?
எந்தக் காரிருளில் வழி தெரியாமல்
தடுமாறுகிறாரோ?
எந்த வனாந்திரத்தில் வழி தவறினாரோ?
எந்தக் கடல் புயலில் சிக்குண்டாரோ?
எந்தப் பயங்கரம் அவரை ஆட்கொண்டதோ?

பரிணாம சக்தியின் வீச்சில்
ஒரு வாழ்விலிருந்து இன்னொரு வாழ்வுக்குக்
கொண்டுசெல்லப்படும் அவர்
சுயபலம் இல்லாதவராயும் துணையேதும்
அற்றவராயும் இருக்கிறார். ஆகவே,
கருணையே உருவான புத்தர்களே,
போதிசத்துவர்களே! உதவுவாரின்றிச்
சென்றிருக்கும் அவருக்கு
நீங்களே புகலிடம் தர வேண்டும்!
நீங்களே அவரைப் பாதுகாக்க வேண்டும்!
நீங்களே அவருக்கு உறுதுணையாக இருக்க
வேண்டும்!
முன் வாழ்ந்த வாழ்வுக்கும் மறுவாழ்வுக்கும்
இடையேயான
அந்தப் பெரும் இருளின் அபாயங்களிலிருந்து
அவரைக் காப்பாற்றுங்கள்!
பரிணாம சக்தியின் சீற்றமான
அந்தச் செம்புழுதிப் புயலிலிருந்து
அவரைக் காப்பாற்றுங்கள்!
இடைநிலையில் உண்டாகும்
எல்லாச் சங்கடங்களிலிருந்தும் அவரை
விடுவியுங்கள்!

ஓ, கருணையே உருவான புனிதர்களே!
உங்களது கருணை வெள்ளம் அவர்மீது
பொழியட்டும்!

அவருக்கு உதவுங்கள்!
எந்தத் தாழ்வான நிலையிலும் அவரை விழவிடாமல்
காப்பாற்றி, மேல்நிலைக்கு உயர்த்திச்
செல்லுங்கள்!
உயிர்களின் நலத்திற்கும் விடுதலைக்கும்
போராடும் உங்களது பழம்பெரும்
சூளுரைகளிலிருந்து
சிறிதும் வழுவாதீர்கள்!
உங்களது அளவிட முடியாத கருணையின் சக்தி
அவரைக் காப்பாற்ற வேண்டுகின்றோம்.

ஓ, புத்தர்களே, போதிசத்துவர்களே!
கருணையின் உருவான உங்களது கலைத்திறன்,
செயல்திறன் இரண்டும் எமது
அன்பரின் தொடர் வாழ்வை மலரவைக்கட்டும்!
அவரை உங்களிடம் ஒப்படைத்துவிட்டோம்.
உங்களது கருணைப் பார்வை என்றென்றும்
அவர்பால் இருக்கட்டும். இருண்ட
பரிணாம சக்தியின் சூழலில்
அவரைக் கைவிட்டுவிடாதீர்கள்!
நீங்களே அவருக்குப் புகலிடம்!

புத்தம், தம்மம், சங்கம்—மும்மணிகளைச்
சரணடைகின்றோம்.
மும்மணிகளே! முன்வாழ்ந்த வாழ்வுக்கும்
தொடர்வாழ்வுக்கும் இடையேயான
இடைவெளியில் நேரும்
இடர்களிலிருந்தும் இன்னல்களிலிருந்தும் அவரைக்
காப்பாற்றுங்கள்! பூரணமான
புத்த தன்மைக்கு அவரை இட்டுச் செல்லுங்கள்!

ஓ, புத்தர்களே, போதிசத்துவர்களே!
அவர் விட்டுச்சென்ற அவர்தம் மனைவியாருக்கும்
குழந்தைகளுக்கும் மற்ற உறவினர்களுக்கும்
அவரது பிரிவைத் தாங்கிக்கொள்ளும் சக்தியையும்
வாழ்வைக் கலங்காது எதிர்கொள்ளும் சக்தியையும்
அளிக்குமாறு இறைஞ்சுகின்றோம்.
அவர்கள் நலமும், வளமும் பெருகி
என்றும் மகிழ்வுடன் வாழ வேண்டுகின்றோம்!
உங்களது அளவற்ற கருணையே
அவர்களுக்கு உறுதுணையாக இருக்கட்டும்!

5

தங்கக் கவசங்கள்

(1) 28 புத்தர்கள்

தண்ணங்கரர்
மேதங்கரர்
சரணங்கரர்
தீபங்கரர்
கொண்டஞ்ஞர்
மங்களர்
சுமனர்
ரேவதர்
சோபிதர்
அநோமதஸ்ஸீ
பதுமர்
நாரதர்
பதுமுத்தரர்
சுமேதர்
சுஜாதர்
பியதஸ்ஸீ
அத்ததஸ்ஸீ
தம்மதஸ்ஸீ
சித்தத்தர்
திஸ்ஸர்
புஸ்ஸர்
விபஸ்ஸீ
ஸிகீ
வெஸ்ஸபூ
ககுசந்தோ
கோணாகமனர்
கஸ்ஸபர்
கௌதமர்.

(2) கௌதம புத்தரின் 15 சீடர்கள்

அநுருத்தர்
சாரிபுத்திரர்
கொண்டஞ்ஞர்
மொக்கலானா
ஆனந்தர்
இராகுலர்
மஹாகஸ்ஸபர்
மஹாநாமா
சோபிதர்
குமாரகஸ்ஸபர்
புண்ணா
அங்குலிமாலா
உபாலி
நந்தா
ஸிவாலி.

இவர்களே என் தங்கக்
கவசங்கள்!
இந்தப் புனிதர்கள்
என்றும் எம்மை
எல்லாவகை
இடர்களிலிருந்தும்
இன்னல்களிலிருந்தும்
பாதுகாப்பார்களாக!
எல்லா வகைகளிலும் பலம்
மிக்க புத்தர்களின்
பேரருளாலும் சக்திகளாலும்
எல்லாத் தீங்குகளும்
அபாயங்களும்
நீங்குவதாக!

துணைநூல் பட்டியல்

துணைநூல் பட்டியல்

கன்னட நூல்

நந்தனா, பி., *பௌத்த பரணிகளு*, புத்த வாசனா டிரஸ்ட், மஹாபோதி சொஸைடி, பெங்களூரு – 560 009.

ஆங்கில நூல்கள்

1. Buddharahbitha Venetable Acharya, *Basics of Buddhism Book 1*, Buddha Vachana Trust, Maha Bodhi Society, Bangalore.
2. Department for the Promotion and Propagation of the Sasana, *How to Live as a Good Buddhist, Volume I*, Translated by U Han HTAY and U CHIT Tin, U Turn Myg Aung, Director, D.P.P.S., Yangon. Myanmar.

தமிழ் நுல்கள்

(1) அசோகன்.ஏ., *புத்தரும் முழுநிலவும்*, தர்ம விஜய மகா விகாரை, நுல் வெளியீடு, தாடகநாச்சிபுரம், டே லாடம்பட்டி, மதுரை மாவட்டம்.

(2) பெரியார்தாசன், சித்தார்த்தா, வீ., *அன்றாட பவுத்த வழிபாடு*, மஹா போதி சொஸைடி, எழும்பூர், சென்னை.

(3) நாகாம்பாள், (மேஜர்) தி.கி., *ஸத்தம்ம கைப்பிடி*, பௌத்த ஆராய்ச்சி நூலகம், ஸோந்த மாவத்தை, கங்கொடவில, நு துகேகொட.

(4) கிருஷ்ணன், ஒ.ரா.ந., *சத்தம்மக் கையேடு*, தர்மா ஆய்வு மையம், அண்ணாநகர் மேற்கு, சென்னை.

2

(5) கிருஷ்ணன், ஓ.ரா.ந., *புத்தர் அழைக்கிறார்! வாருங்கள் பேரின்ப வாழ்வுக்கு!* தர்மா ஆய்வு மையம்.

(6) கிருஷ்ணன், ஓ.ரா.ந., *பௌத்த தத்துவங்களும் தியான முறைகளும்,* அஹிம்சை பெண்ணிய பெட்சி நிறுவனம். காந்தி மியூசிய வளாகம், மதுரை.